NHÂN ẢNH

2023

Phiếm 29

Song Thao

NHÂN ẢNH xuất bản

Bìa: Khánh Trường

Kỹ thuật: Tạ Quốc Quang

www.songthao.com

ISBN: 978-1-0881-5886-9

MỤC LỤC

PHIẾM

NGOẠI TẬP

PHIẾM

ABBA

Trong một *comment* trên một trong nhiều bài viết về nhạc của ban ABBA, một người tên Mikey Adz đã viết: "Thế giới có hai loại người: những người thích ABBA và những người nói dối". Tôi thuộc loại thứ nhất. Chắc ABBA cũng chẳng hãnh diện chi khi có một người ái mộ như tôi vì tôi thuộc loại rất gà mờ về nhạc, nhất là nhạc trẻ. ABBA ra đời vào năm 1972, lúc đó tôi còn trẻ nhưng lại thuộc loại ta về ta tắm ao ta, cứ nhạc Việt Nam nghe riết. Có lẽ những bài nhạc Việt trong những ngày còn chiến tranh hợp với tâm trạng của những thanh niên Việt hơn. Tuy rất tơ lơ mơ về nhạc ngoại quốc nhưng tôi lại thích tới hai ban nhạc ngoại quốc: ngoài ABBA là The Platters. Thích vì giai điệu nhạc của họ hợp với tai mình.

Sau năm 1975, tôi cũng như mọi người sống trong một thời kỳ lạ lùng. Thời kỳ chúng ta không sống mà chịu đựng cuộc sống. Bài "Happy New Year" của Abba đã làm tôi ray

ABBA ngày đó

rứt. Bài này ra đời vào năm 1980 và là một bài chúc mừng năm mới…buồn. ABBA buồn cho một cuộc tình, chúng ta buồn cho một một cuộc đời. Phần điệp khúc được nhắc đi nhắc lại với âm điệu đều đặn, gần như chán chường nhưng vẫn gượm vui. *Happy New Year! Happy New Year! May we all have a vision now and then / Of a world where every neighbour is a friend / Happy New Year! Happy New Year! May we all have our hopes, our will to try / If we don't we might as well lay down and die / You and I.* (Chúc mừng năm mới! Chúc mừng năm mới! Ước chi tất cả chúng ta có một giấc mơ / Về một thế giới mà hàng xóm là thân hữu / Chúc mừng năm mới! Chúc mừng năm mới! Chúc cho chúng ta có nhiều hy vọng, sẵn lòng cố gắng / Nếu không thế thì chúng ta sẽ bị khuất phục và gục chết / Anh và em!).

Nghe cái tên "Happy New Year", ai cũng tưởng là bài này

giống như bài "Ly Rượu Mừng" của Phạm Đình Chương mà dân Việt coi như "quốc ca" của Tết. Sự thực không phải vậy. Tên đầu tiên của bản nhạc do Bjorn và Benny hợp soạn này là "Daddy Don't Get Drunk on Christmas Day". Đây là một bản nhạc vui vốn không dành để chào đón năm mới. Sau này, bản nhạc mới được đổi tên và lời nhạc được viết lại.

ABBA được thành lập trong không khí vui như tết. Đó là vào năm 1972. Giọng ca chính của ABBA là Agnetha Falskog, sanh năm 1950, ca hát từ năm 17 tuổi và đã có hai đĩa nhạc: "Jab Var Sa Kar" và "Utan Dej". Năm 19 tuổi, Agnetha quen Bjorn Ulvaeus tại một câu lạc bộ âm nhạc. Họ yêu nhau và nên vợ nên chồng vào năm 1971. Bạn của Agnetha là cặp Benny Andersson và Anni-Frid Lyngstad. Cặp này gặp nhau từ năm 1969, đính hôn vào năm 1971, kết hôn vào năm 1978. Hai cặp bạn bè này cùng đồng lòng hợp tác thành lập một ban nhạc gồm bốn thành viên. Anni-Frid, sanh năm 1945, cũng là ca sĩ từ năm 13 tuổi, có chất giọng trầm ấm và truyền cảm. Hai giọng ca nam là Bjorn Ulvaeus, sanh năm 1945, từng là thành viên của ban nhạc nổi tiếng *The Hootenanny Singers* và Benny Anderson, cũng từng là thành viên của ban *The Hep Stars*. Hai ông này là tác giả của những bài hát do ABBA trình bày.

Ban nhạc đã có nhưng tên thì chưa có. Bốn người tổ chức một cuộc thi nho nhỏ trên một tờ báo ở Thụy Điển để chọn một cái tên. Có vài tên được đề nghị: Alibaba, Baba hoặc FABB. Cuối cùng họ không chọn được tên nào nên ghép chữ đầu tên của bốn người thành tên ban nhạc. Đó là Agnetha, Bjorn, Benni và Anni-Frid. Kết lại thành ABBA.

Muốn độc đáo, chữ B thứ hai được viết ngược như cái ôm kết nối vào nhau của hai cặp vợ chồng. Trong 10 năm hoạt động, nhạc của họ bay đi khắp thế giới. Trong bài viết "Nhớ Giai Điệu của Huyền Thoại ABBA Giữa Mùa Giãn Cách", trên báo Thanh Niên ngày 27/8/2021, tác giả Trần Thanh Bình đã nhắc lại cảm nghĩ của một người bạn tên Duy Tuấn về ABBA: *"Sở dĩ nhiều người thích nhạc ABBA một thời là bởi nhạc của nhóm này rất khó lẫn. Khung lót giai điệu của các bản đều "xài" piano, chơi thăng hoa một cách đẳng cấp. Chẳng hạn với bản "Happy New Year", qua hàng thập niên, dù sau này có vài nhóm thử chơi nhưng đều không qua được ABBA. Đó chỉ là một trong rất nhiều ví dụ để thấy bản sắc của họ. Cũng phải nói cách chơi nhạc của ABBA dù là thể loại pop hay pop rock hoặc rock and roll thì vẫn biến hóa, không lập lại và sắc thái của mỗi nhạc cụ trong một dàn âm thanh rất rõ, không nhập nhòe: trống ra trống, bass ra bass, ắc-co ra ắc-co nên người nghe không bị ngán hoặc có thể bị "mệt" như khi nghe nhiều ban nhạc sau này"*.

Nhạc sĩ Tiến Chỉnh, cây *guitar bass* của ban The Spotlight trước năm 1975, trong một thư riêng, đã cho tôi biết về ABBA tại Sài Gòn: *"Với trí nhớ đã còm cõi, tôi nghĩ trước 1975, ABBA chưa đến với Sài Gòn. Năm 1981, sau khi ra trại, loáng thoáng đâu đó, những giai điệu trong sáng và vui tươi của ABBA dường như mới xuất hiện. Ngặt vì trong giai đoạn đó tất cả các loại âm nhạc của miền Nam, kể cả nhạc nước ngoài, vẫn còn bị nhìn với con mắt e dè cấm đoán. Tuy nhiên dân nghe và chơi nhạc vẫn cách này cách khác tìm đến nguồn nhạc ngoại quốc để nghe và chơi. Trong các khuynh hướng âm nhạc thời đó, ABBA và Boney M nổi lên như một hiện tượng. Và từ đó, ABBA hầu như chiếm tình cảm của dân Sài Gòn nói riêng, và cả nước, nói chung. Lắm khi ngồi nghĩ lại, trong suốt thời gian chơi nhạc, lần 1 từ 1963 tới 1968 và lần 2 từ 1983 tới 1990, mình có may mắn được nghe và chơi những nhạc phẩm mãi mãi theo mình tới hôm nay. Lần 1 với Beattles và lần 2 với ABBA".*

Tôi vốn dân nghe nhạc tài tử nên không phân tích được rõ ràng như hai ông Tiến Chỉnh và Duy Tuấn. Tôi chỉ nghe bằng cảm nhận. Biết là hay nhưng không chỉ ra được hay ở chỗ nào. Chỉ biết khi nghe những *Waterloo, SOS, Mamma Mia, Fernando, I Have A Dream, Dancing Queen, Take A Chance on Me, Chiquitita, The Winner Takes It All* hay *Super Trouper* thì phải là ABBA mới đúng điệu. Cũng như khi nghe những *Vũng Lầy của Chúng Ta, Lời Gọi Chân Mây*, hay *Uống Nước Bên Bờ Suối* thì phải nghe chính Lê Uyên hát với tiếng đàn và giọng đệm của Phương mới đã con ráy! Mỗi lần hát là một lần họ sáng tác lại bản nhạc!

Có lẽ đôi tai của mỗi người nghe nhạc có kỷ niệm nằm ở trong. Tôi nghe nhạc Lê Uyên Phương với Đà Lạt và Sài Gòn xưa hiển hiện trước mắt. Một con dân Thụy Điển tên Gunilla Tait cũng xêm xêm: *"Tôi yêu ABBA, nó gợi nhớ tới nhiều kỷ niệm. Tôi 54 tuổi, sanh ra ở Thụy Điển nên lớn lên với họ khi họ còn hát riêng rẽ. Bjorn với nhóm The Hootenanny và Benny với ban Hep Stars, hai người con gái hát riêng rẽ. Họ đều nổi tiếng nhưng khi kết hợp với nhau chắc phải là do ý Chúa khi họ hợp ca rất nhiều những ca khúc đẹp đẽ. Năm 1976, tôi qua định cư bên Úc và họ đã tới trình diễn. Dân Úc phát điên vì họ nên khi đó họ xuất hiện trên TV Úc nhiều hơn trên TV Thụy Điển. Và tôi cảm động xiết bao mỗi lần nghe những bản nhạc của họ! Cầu mong cuộc sống dừng lại để họ mãi tươi trẻ và có thêm nhiều nhạc nữa!"*.

Trong đúng một thập niên hát hò, ABBA đã danh vang lừng thế giới. Biên giới Thụy Điển đã bị xóa nhòa với những con người tài hoa này. Đĩa của họ bán chạy nhất mọi thời đại, khoảng 370 triệu đĩa, đứng đầu các bảng xếp hạng từ năm 1974 đến 1982. Xuất thân từ Thụy Điển, đất nước nói tiếng…Thụy Điển, họ vẫn dẫn đầu trên các nước nói tiếng Anh bao gồm Anh, Ái Nhĩ Lan, Canada, Úc, Tân Tây Lan, Nam Phi và Hoa Kỳ. Không chỉ với tiếng Anh, họ cũng làm mưa làm gió tại các nước Nam Mỹ nói tiếng Tây Ban Nha. Thậm chí họ còn có một tuyển tập hát bằng tiếng Tây Ban Nha.

Đang ngon trớn thu phục đôi tai của các thính giả khắp thế giới, họ giải tán vào tháng 12 năm 1982. Nguyên do vì… tình. Cặp Bjorn Ulvaeus và Abnetha Falskog rã đám vào năm 1979. Cặp Benny Anderson và Anni-Frid Lyngstad theo sau vào năm 1981. Tuy chia tay trong cuộc đời họ vẫn đứng với nhau trên sân khấu. Những bản nhạc vào thời kỳ cơm không lành canh không ngọt này mang những nội dung u ám hơn, khác với những bài thuần *pop* trước đó. Album cuối cùng của ABBA mang tên "The Visitors" gồm những bài hát mang nỗi buồn ly hôn của các thành viên trong nhóm.

Sau khi rã đám, cuộc sống của mỗi người là một thế giới khác. Thành viên gạo cội chuyên hát giọng chính Agnetha phải đối diện với nhiều khó khăn tâm lý. Bà sợ những chuyến

Trên sân khấu

bay và sự ái mộ đến phấn khích của các *fan*. Bà có hai con nhỏ nhưng những cuộc lưu diễn liên miên khiến bà không có thời gian bên các con. Điều này làm bà ân hận. Sau khi ly hôn, Agnetha bị cú sốc tâm lý phải điều trị một thời gian. Bà có một cuộc sống kín đáo, không xuất hiện trên các sân khấu, chỉ thỉnh thoảng tới các phòng thu để thực hiện các đĩa nhạc hát *solo*. Năm 1990 bà tái hôn với ông Tomas Sonnenfeldt. Cuộc hôn nhân chỉ thọ được ba năm. Hiện bà sống ẩn dật tại một trang trại cùng gia đình con trai trưởng Christian và các cháu. Bà cho biết: "Ở nhà tôi dạy các con cháu chơi *piano* và học hát. Tôi nghĩ chúng cũng thích âm nhạc như tôi vậy. Tôi hướng dẫn chúng hát các bài hát thiếu nhi. Chắc mọi người sẽ ngạc nhiên khi biết tôi chưa bao giờ nói chuyện với các cháu của tôi về ABBA. Chúng tôi sống trong một trang trại ở ngoại ô, bao quanh là đồng cỏ và lũ cừu và ngựa. Đó là một cuộc sống an nhiên tự tại. Nói thế không có nghĩa là tôi không tự hào về những thành tựu mình đạt được cùng ABBA".

Bà Anni-Frid cũng có những hoạt động ca nhạc riêng sau khi ABBA tan rã. Album đầu tiên thời kỳ hậu ABBA của bà là *"Something's Going On"*. Năm 1992, bà tái hôn với Hoàng Tử Heinrich Ruzzo Reuss Von Plauen của xứ Plauen, Đức. Cuộc hôn nhân kéo dài được 7 năm thì vị Hoàng tử này qua đời vào năm 1999, khi mới 49 tuổi, vì bệnh ung thư. Bà được thừa kế khối tài sản khổng lồ. Bà hiện sống với người chồng thứ ba là ông Henry Smith tại một ngôi làng nhỏ ở Thụy Sĩ.

Phần hai anh đàn ông Bjorn và Benny, họ vẫn cùng nhau sáng tác. Hai vở nhạc kịch *Chess* và *Mamma Mia* là hai thành công vang dội của họ. Vở nhạc kịch *Mamma Mia* được trình diễn lần đầu tiên trên sân khấu West End ở Luân Đôn vào năm 1999. Hai năm sau đó, vở nhạc kịch này xuất hiện trên sân khấu danh tiếng Broadway và nhanh chóng được trình diễn khắp nơi trên toàn cầu. Có tới 60 triệu khán giả đã tới coi trên 440 thành phố. Năm 2008, *Mamma Mia* được đưa lên màn ảnh với hai diễn viên gạo cội Meryl Streep và Pierce Brosnan.

Trong cuộc sống riêng tư, Bjorn kết hôn với nhà báo Lena Kallersjo vào năm 1981 và họ có với nhau hai cô con gái. Họ sống êm đềm tuy sức khỏe của Bjorn không được tốt.

Benny cũng tái hôn với cô MC Mona Norklit vào năm 1981 và có với nhau một con trai. Ông mắc chứng nghiện rượu nhưng đã cai được vào năm 2001. Benny hiện nay là người giầu nhất trong nhóm với khối tài sản khoảng 100 triệu bảng Anh.

Trên thực tế ABBA chưa bao giờ chính thức tan rã. Họ

không ra một thông báo nào về việc chia tay nhau. Nhưng mọi người đều ngầm hiểu là sự tan rã trong hôn nhân là nguyên nhân chính trong sự tan rã của ABBA. Trong một bộ phim tài liệu, Agnetha đã thổ lộ: "Những năm tháng thành công cùng ABBA khiến tất cả chúng tôi đều cảm thấy mệt mỏi. Sự thật là khi đó tôi từng bị *stress* vì không được sống đúng với con người mình. Tôi bận rộn với những chuyến lưu diễn liên miên vòng quanh thế giới và nhiều đêm thức trắng để thu âm trong *studio*. Khi phải sống cuộc sống đó quá lâu, đến một lúc nào đó bạn sẽ nhận ra cần phải chấm dứt chuyện này và cân bằng lại cuộc sống". Trả lời một cuộc phỏng vấn của báo Daily Mail vào năm 2013, Agnetha tiết lộ về bài "The Winner Takes It All": "Bjorn đã viết nó sau khi cuộc hôn nhân của chúng tôi tan vỡ. Việc ca khúc ra đời trong hoàn cảnh như vậy khiến tôi cảm động. Thật tuyệt diệu khi cất tiếng hát bản nhạc đó vì chỉ có tôi mới có thể mang đến cảm xúc như vậy. Tôi không ngại chia sẻ nó với công chúng. Có rất nhiều tâm sự trong bài hát. Đó là sự pha trộn giữa cảm xúc của tôi và Bjorn nhưng cũng là những gì Benny và Frida đã trải qua". Bjorn cũng đã nói trên *Apple Music*: "Chúng tôi đã kết thúc vì cảm thấy cạn kiệt năng lực trong *studio*. Cuối cùng, chúng tôi quyết định nghỉ ngơi. Chúng tôi cần cảm hứng để sáng tạo. Tuy nhiên, chúng tôi chưa bao giờ nói chúng ta hãy chia tay và sẽ không bao giờ tái hợp nữa. Tôi nhớ khi ấy chúng tôi đều muốn nghỉ ngơi".

Dù cái tên ABBA đã không còn được bốn thành viên dùng tới nhưng nó vẫn sống trong lòng những người yêu nhạc. Họ vẫn muốn nghe lại những ca khúc đã một thời vang

vang khắp thế giới. Năm 1989, hãng Polygram đã mua lại bản quyền tất cả nhạc của ABBA để tái bản trên nhiều quốc gia những bản nhạc chưa chết trong lòng người yêu nhạc. Năm 1992, tuyển tập *ABBA Gold* ra đời vẫn trở thành đĩa ăn khách tại nhiều quốc gia. Năm 1999, bản nhạc Mamma Mia được chuyển thể thành nhạc kịch được lưu diễn khắp nơi. Năm 2018, ABBA tái xuất sau 35 năm để thu âm hai ca khúc *"Still Have Faith In You"* và *"Don't Shut Me Down"*.

ABBA bây giờ

Năm 2013, viện bảo tàng *"ABBA The Museum"* được khánh thành tại thủ đô Stockholm của Thụy Điển. Trong bảo tàng này có một gian hát *karaoke*. Du khách có thể hát các bản nhạc của ABBA và nhảy theo hình ảnh ba chiều của các thành viên ban nhạc. Ngoài ra, bảo tàng còn có bốn tượng sáp lớn kích thước bằng người thật được thay áo mới mỗi ngày với trang phục trình diễn của ban nhạc. Bên cạnh những bức tượng có kích thước thật này có một chiếc điện thoại. Thỉnh thoảng bốn thành viên của ABBA bất thần rung chuông nói chuyện với vị khách may mắn hiện diện lúc đó!

Mới đây, đêm 26/5/2022, sau 40 năm tan rã, cả bốn thành viên ABBA đã tề tựu tại thành phố London, Anh, để tham dự đêm khai mạc *tour* diễn *ABBA Voyage*. Album *"ABBA Voyage"* được phát hành vào năm 2021. Trên thảm đỏ, Anni-Frid Lyngstad tâm sự: "Thật tuyệt vời khi có mặt tại buổi ra mắt này. Tôi rất mong chờ được xem lại một lần nữa". Chương trình này là hình ảnh ba chiều *Abba-tars* của chính họ thời trẻ, được tạo bằng công nghệ *Hologram*. Bjorn Ulvaeus cho biết ông có cảm giác "hơi siêu thực" khi nhìn thấy chính họ thời trẻ trên sân khấu.

Giờ họ không còn trẻ nữa. Bjorn Ulvaeus đã 77 tuổi, Anni-Frid Lyngstad trẻ hơn chút xíu với số tuổi 76, Benny Andersson đã 75 và "trẻ" nhất là Agnetha Faltkog cũng đã 72 tuổi.

Mới ngày nào thế hệ chúng tôi say mê theo tiếng hát của họ, mới ngày nào họ tung tăng nhảy múa trên sân khấu. Thú thật, thấy hình ảnh những ông già bà cả này trong cuộc tái hợp, hai ông râu tóc đổi màu, hai bà đã trang bị gậy gộc chống đỡ thân xác, tôi bàng hoàng. Bà Hồ Xuân Hương xưa đã thơ: *cái già xồng xộc nó thì theo sau.* Nghe mà cám cảnh. Bà chúa thơ nôm này thiệt ác, cứ chỗ nhạy cảm mà thọc!

06/2022

Agnetha Faltskog

Anni-Frid Lyngstad

Bjorn Ulvaeus

Benny Anderson

BÚN CHẢ HÀ NỘI

Ông Obama đã đánh cắp cái tên "bún chả Hà Nội". Từ ngày ông ngồi trên chiếc ghế nhựa xanh thấp lè tè, không có lưng dựa, trong một quán ăn bình dân ở Hà Nội để trình diễn màn ăn bún chả Hà nội cùng ông đầu bếp lừng danh Anthony Bourdain thì thiên hạ gọi món ăn có hàng trăm năm tuổi của đất kinh kỳ là "bún chả Obama". Bún chả đã mất tên. Tôi thường hay hóa giải nỗi nhớ Sài Gòn bằng cách vào coi trong YouTube những *video* quay cảnh đường xá của thành phố cũng đã mất tên và đã thấy một tiệm ăn to đùng mang bảng hiệu cũng to đùng nằm kín phía trước tiệm cái tên: "Bún Chả Obama". Nhìn vào tên, thực khách nào cũng hiểu đó là tiệm bán bún chả Hà Nội. Cái tên mới phổ thông tới nỗi tôi cũng đã nhiều lần dùng với bạn bè rủ đi ăn cái món tôi yêu thích. Tiệm Liên Hương ở phố Lê văn Hưu, Hà nội, nơi có cái hân hạnh đón bước chân của người quyền lực nhất thế giới tới ăn vào tối ngày 23/5/2016, đã giữ lại trong một tủ kính cả bộ bàn ghế, bát đĩa, chai bia, đôi đũa của "ngài ngự" như cố ý nhắc nhớ tới cái ngày "lịch sử" đó. Nói với phóng viên đài BBC, bà chủ tiệm Nguyễn Thị Hằng Nga hãnh diện: "Khách hàng của chúng tôi rất thích, họ chụp nhiều ảnh cạnh cái bàn này. Đối với chúng tôi, đây là một kỷ niệm đẹp mà chúng tôi sẽ trân trọng mãi mãi. Đây không phải là một chiêu quảng cáo. Tôi không nghĩ chúng tôi sẽ có nhiều khách hàng hơn. Tủ kính này làm xong trước tết và tôi chưa thấy có thay đổi gì về lượng khách. Tất nhiên bát đĩa được trưng bày đã được rửa sạch, và các chai bia cũng thế". Dân chúng Việt Nam kéo nhau đi ăn bún chả Hà Nội, làm như bún chả là một món mới xuất hiện từ ngày ông Obama nhúng đũa vào. Dân chúng của nhiều nước trên thế giới khi coi tấm hình cũng thích thú như khám phá ra ẩm thực Việt Nam không chỉ có phở hay chả giò mà còn có bún chả nữa. Các tiệm ăn không chậm trễ trong việc ăn theo sự kiện này. Nhà hàng của Jackie Ho nằm trên đường Pasir Panjang tại Singapore thường vẫn bán mỗi ngày khoảng 200 xuất bún chả Hà Nội với giá 12,90 đô Sing bỗng chốc phải đón tiếp số lượng khách tăng lên hơn 50%. Jackie Ho trả lời phóng viên tờ TNP: "Bún chả vốn là món ăn đặc sản tại nhà hàng rất được thực khách yêu thích. Kể từ ngày tấm hình dùng bữa giữa ông Obama và đầu bếp Bourdain được lan truyền mạnh mẽ trên mạng xã hội, con số thực khách đã tăng lên hơn 50%. Thậm chí có nhiều khách gọi điện đến đặt trước vì sợ hết bún chả!".

Ông Obama đã thôi làm tổng thống được sáu năm, ông Bourdain đã về bên kia thế giới, chuyện đã cũ mềm, cớ sao tôi nhắc lại? Vì bún chả lại vừa có một bước đột phá mới.

Bộ bàn ghế tonton Obama ngồi ăn bún chả được lồng kính.

Truyền thông trên khắp thế giới vừa ồn ào chuyện kỷ niệm 70 năm trị vì của Nữ Hoàng Anh Elizabeth II. Tôi vốn không ưa chuyện cổ tích vương giả nhưng cũng không thể không biết. Một trong những tin tức tôi chú ý là, nhân dịp này, ban tổ chức đã cho xuất bản một cuốn sách ẩm thực mang tên:

"The Platinum Jubilee Cookbook". Cuốn sách chọn giới thiệu 70 món đặc sắc trên thế giới trong đó có món bún chả Hà Nội. Ông Đại Sứ Anh tại Việt Nam Gareth Ward đã viết về món ăn Việt Nam ông thưởng thức đầu tiên khi qua nhậm chức như sau: "Bún chả là niềm tự hào của ẩm thực Hà Nội. Không người dân địa phương hay khách du lịch nào có thể

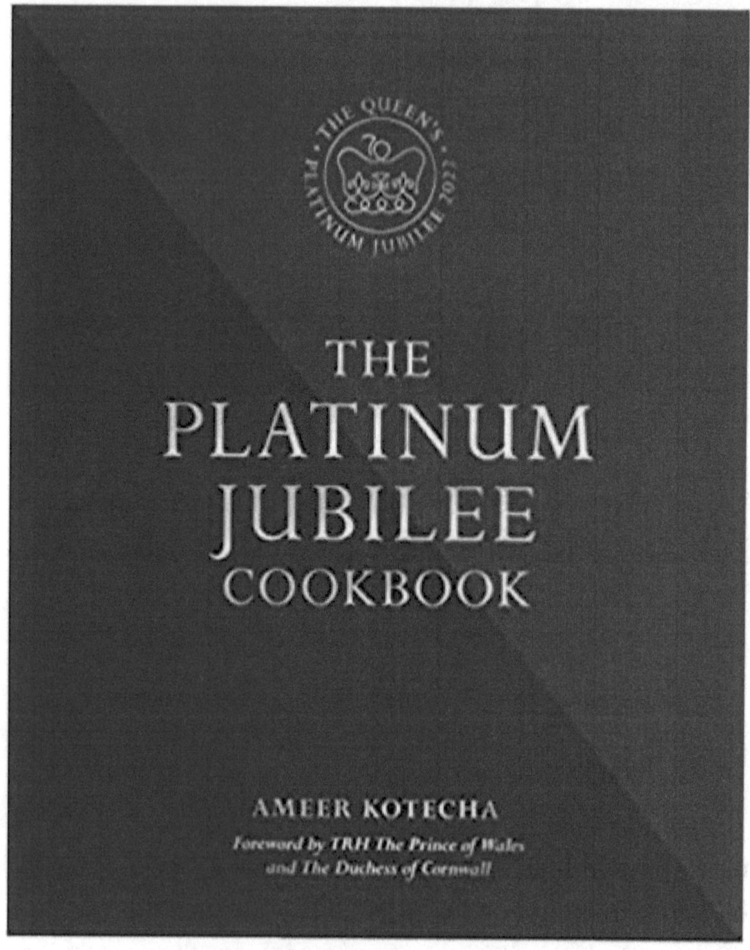

Bìa cuốn *"The Platinum Jubilee Cookbook"*.

Đại sứ Gareth Ward và gia đình ăn bún chả trong bữa trưa đầu tiên tại Hà Nội.

cưỡng lại mùi thơm của chả nướng khi đi ngang qua những hàng ăn trên phố. Món ăn này ngon nhất khi được ăn tại vỉa hè, nhà riêng của tôi tại Hà Nội cũng thường xuyên đãi món bún chả khi tiếp khách để đem lại bầu không khí thoải mái cũng như hương vị món ăn đặc trưng của Hà Nội".

Nguyên Thủ Tướng Anh Lord Palmerston, tại chức từ năm 1859 tới 1865, đã từng nói: "Ăn uống là linh hồn của ngoại giao". Dựa vào câu nói nổi tiếng này, Thái Tử Charles đã viết trong lời tựa cuốn sách có bán trên Amazon với giá 30 bảng Anh này: "Bảy chục năm trước, khi Nữ Hoàng lên ngôi, triển vọng ẩm thực ở Anh rất ảm đạm. Một số loại thực phẩm vẫn được phân chia theo khẩu phần và nguyên liệu khan hiếm đã đặt ra một thách thức đối với ngay cả những đầu bếp có óc sáng tạo nhất. Tuy nhiên khẩu vị của Anh ngày nay đã biến đổi nhờ sự xuất hiện của các món ăn của các quốc gia khác. Trong tất cả các cuộc thăm viếng của hoàng gia Anh, thức ăn đóng một vai trò quan trọng, tạo cơ hội thưởng thức hương vị di sản ẩm thực của quốc gia chủ nhà, đồng thời mang đến cơ hội chia sẻ những nét đặc sắc nhất của ẩm thực Anh". Bún chả Hà nội có mặt trong số 70 món ăn được tuyển chọn này là một vinh dự cho Việt Nam. Vinh dự này không làm nhiều người ngạc nhiên vì bún chả Hà Nội đã từng được tạp chí du lịch nổi tiếng National Geographic và đài CNN đánh giá là một trong những món ăn đường phố hấp dẫn nhất thế giới. Là *fan* của bún chả Hà Nội, tôi có thể vênh mặt lên gật gù đồng ý ngay tắp lự.

Nhớ những ngày còn ở Việt Nam xưa, các bà bán bún chả khéo trêu ngươi mang lò than ra vỉa hè nướng thịt. Mùi thơm nức mũi quyện với mùi khói than tạo thành một thứ mùi làm ứa nước miếng. Muốn chữa bệnh chảy nước miếng chỉ có cách bước vào tiệm đối mặt với mẹt bún chả trắng màu bún, xanh màu rau và nâu ướt màu thịt nướng. Còn chén nước chấm, đây là bí quyết của từng tiệm và là yếu tố quyết định của món ăn thơm lừng này. Đại khái chén nước chấm này phải có đủ các vị chua, cay, mặn, ngọt tạo nên bởi nước mắm, giấm, đường, tỏi và ớt. Cách pha là cả một nghệ thuật. Mà đã là nghệ thuật thì tùy tay nghệ sĩ. Tác giả Tường Vy có ý kiến: *"Nhưng lý thuyết thì là như vậy, chứ biến thể của nước chấm bún chả thì cũng nhiều lắm đó. Hiện nay có một cửa hàng tại Hà Nội còn bán nước chấm cho thêm nước me thay cho giấm, mình nghe đồn nó khiến nước chấm có vị thanh và thơm hơn so với dùng giấm nhiều. Còn một cửa hàng khác lại khẳng định chắc nịch rằng cô chú chủ ấy không hề pha nước chấm từ nước mắm, mà chỉ dùng muối và các loại gia vị khác – vậy mà lượng khách đến với quán bún chả ấy chẳng bao giờ ngớt cả. Cá nhân mình thấy ưng cái bụng những hàng bún chả nào phục vụ bát nước chấm ấm nóng còn bốc khói bất kể mùa đông hay mùa hè. Nói thế nào nhỉ, có vẻ là nước chấm ấm khiến món ăn ngon hơn chăng. Không biết có bạn nào cũng có sở thích này, hay đây chỉ là khẩu vị cá nhân của mình?".*

Mớ rau nằm cạnh chén nước chấm thường phải có tía tô. Đây là thứ rau chủ yếu tôn lên mùi vị của bún chả. Ngoài tía tô còn có rau xà lách, rau thơm, rau mùi và rau húng quế. Người sành điệu như nhà văn Thạch Lam còn khó tính hơn. *"Nhưng bún chả Hà Nội đặc biệt có lẽ vì cái rau húng Láng. Vì chỉ có rau húng ở Láng là có mùi vị húng, đem trồng chỗ đất khác, sớm chậm cũng đổi ra mùi bạc hà. Viết đến đây tôi lại nhớ đến bác Tú Mỡ thường mời bạn hữu ăn và thường khoe mình là ẩn dật ngay trong rừng húng. Thế cho nên bún chả thì phải là bún chả Hà Nội mới đủ vị cho người thưởng thức và phải là bún chả xưa vẫn ngồi trước đền Bạch Mã, Hàng Buồm, mới là bán hàng ngon".*

Bún chả tại hải ngoại tôi thường ăn tại Montreal hiện nay còn có giá sống. Còn rau thì tùy theo mùa. Mùa hè thì xanh um, mùa đông thì quắt queo có gì dọn nấy. Cũng chả trách được nhà hàng, nhất là khi thời tiết bên ngoài thấp dưới độ không. Lúc đó chỉ có xà lách và giá sống còn coi được, các thứ rau khác rất lơ thơ tơ liễu. Không biết có ai có sở thích ăn rau kinh giới với bún chả như tôi không. Tôi thấy kinh giới đi rất nhịp nhàng với bún chả. Miếng bún kèm theo thịt dậy mùi hẳn lên khi có vài lá kinh giới đi kèm. Sống ở hải ngoại, mỗi khi thưởng thức món ăn quê nhà, chúng ta thường bị thiệt thòi. Rau không những không đủ mà còn bị lạc vị. Hình như mùi rau cũng thất lạc khi lớn lên trên đất nước người. Vậy nên khi tác giả Tường Vy nhắc lại mẹt bún tại quê nhà, tôi bỗng bâng khuâng. *"Tôi có thói quen ngắm nhìn người bán hàng tất bật chuẩn bị cho từng suất bún chả. Khi có khách gọi, người bán lấy cái mẹt con, trải mảnh lá chuối xanh sẫm lên trên rồi bắt đầu thoăn thoắt bày hàng. Chỉ một loáng, mẹt bún thật đẹp mắt đã được đưa tới trước mặt khách. Đĩa bún trắng muốt, nuột nà đặt cạnh bát nước chấm nổi vị chua ngọt loáng thoáng những miếng đu đủ, cà rốt được tỉa hoa và điểm xuyết vài lát ớt đỏ tươi phía trên. Thêm một năm rau sống trộn rối được bày bên cạnh. Rau sống để ăn với món bún chả không cầu kỳ, chỉ vài cánh rau xà lách, một ít rau thơm, rau mùi xanh nõn nổi bật bên cạnh những lá tía tô tím đỏ"*.

Bún chả đã được các văn nhân âu yếm trong những trang chữ. Vũ Ngọc Phan tưởng chỉ phê bình văn học nhưng cũng không cầm lòng mà không có ít hàng cho bún chả trong "Những Năm Tháng Ấy": *"Hàng bún chả đỗ đâu là thơm nức ở đó, cô hàng bún chả quạt chả trên than hồng đựng trong cái hộp sắt tây, chả cháy xèo xèo, khói bay nghi ngút. Có ba xu hoặc năm xu là đã được ăn bún chả thơm ngon, nhà làm thì tốn hơn và kềnh càng lắm"*.

Nướng chả là cả một nghệ thuật. Nghệ thuật đó, nhà văn sành ăn uống nhất nước Vũ Bằng đã luận: *"Có người lấy làm lạ sao chả của hàng bún lại ngon hơn của nhà làm. Vì thế, những bà có tính hay nghi đoán rằng có lẽ lúc ướp thịt, hàng bún chả có thêm "một thứ gì" (mà thứ gì đó hình như là mỡ... cầy); nhưng nhiều người không nghĩ như thế và cho rằng tất cả nghệ thuật làm cho chả thơm ngon là lúc đặt gắp chả lên lò than vậy. Theo lời các bà này thì chả nướng ở nhà phần nhiều hay nướng bằng than hồng quá thành ra mỡ ở trong gắp chả rỏ mất cả xuống than, lắm khi lại bốc lên và làm cháy mất cả thịt bên ngoài, mà thịt ở bên trong có thể nhiều khi còn sống. Những hàng bún chả rong không mấy khi làm thế: cái lò của họ nhỏ (thường là một hộp bánh quy bằng sắt tây) và chỉ có một chút than thôi. Đặt mấy gắp chả lên, họ phe phẩy cái quạt cho than cháy vừa hồng, thành ra mỡ trong chả không mất nhiều, và chả thì âm ỉ, vừa vặn, không bị cháy, bên ngoài se mặt mà bên trong vừa chín. Thành ra thơm như thế! Chẳng biết bảo như vậy có đúng không?"*.

Món bún chả Hà Nội trong sách "The Platinum Jubilee Cookbook".

Thạch Lam, người tình của những tinh hoa đất Tràng An, đã kể chuyện một ông đồ từ nhà quê lên tỉnh, ngửi thấy mùi bún chả đã thơ: *Ngàn năm bửu vật đất Thăng Long / Bún chả là đây có phải không?*. Và ông viết tiếp trong "Hà Nội Băm Sáu Phố Phường: "*Mà cảm hứng thế thì chí phải. Khi ngồi cuối chiều gió, đói bụng mà đón lấy cái khói chả thơm, thì ngài dễ thành thi sĩ lắm. Khói lam cuộn như sương mờ ở sườn núi, giọt mỡ chả xèo trên than hồng như một tiếng thở dài và tiếng quạt khẽ đập như cành cây rung động, quà bún chả có nhiều cái quyến rũ đáng gọi là mê hồn, nếu không là mê bụng. Những thứ rất là tầm thường, rất là giản dị mà đi gần nhau sao lại sinh ra được mùi vị riêng như thế? Ai là người đầu tiên đã nghĩ ra bún chả? Người đó đáng được chúng ta nhớ ơn và kính trọng ngang, hay là hơn, với người tạo nên được tác phẩm văn chương ... Có lẽ người kia còn làm ít cho nhân loại hơn là người này nữa. Tiếc thay tên người tài tử đó thất truyền, để không liệt kê vào cái sổ vàng của những danh nhân "thực vi đạo"".*

Ai là người mà Thạch Lam kiếm tìm? Thiệt khó tìm ra. Vì ngay xuất xứ của bún chả cũng khá mơ hồ. Có vài nhà nghiên cứu cho là món bún chả có nguồn gốc từ Phố Hiến, Hưng Yên. Trong "Nhớ và Ghi về Hà Nội", nhà văn Nguyễn Công Hoan có nhắc đến một hàng bún chả tại Hàng Quạt, đoạn gần phố Tố Tịch, khoảng những năm 1920-1921. Đó có thể coi là một trong những hàng bún chả đầu tiên xuất hiện tại Hà Nội.

Bún chả được Vũ Bằng âu yếm trong cuốn "Miếng Ngon Hà Nội". Món ngon miền nào, từ Bắc tới Nam, đều được nhà văn sành ăn này điểm qua bằng một giọng văn trìu mến. Làm như món ăn có cái hồn của chúng. Bún chả dĩ nhiên được Vũ Bằng viết những dòng tụng ca. *"Cái mùi quái lạ thay, nó tỏa ra trong không khí sao mà bay đi xa đến thế! Ngồi ở trong nhà giữa phố, ta có thể ngửi thấy mùi thơm những gắp chả của hàng bún đỗ ở cuối phố nó bay đến nịnh nọt và khiêu khích những vị dịch tuyến của ta. Mùi thơm quái ác, mùi thơm huyền ảo, nó làm cho ta nhớ đến nhiều kỷ niệm thiếu thời, lúc ta hãy còn ở trong những căn nhà cổ tối tăm như hũ, trưa trưa thì mẹ lại gọi hàng bún chả quen ở hàng Bông-Nệm hay ở đầu ngõ Tô Tịch lại để cho con mỗi đứa một mẹt hai xu. Thời kỳ đó xa xôi lắm lắm rồi, nhưng vị ngon của bún thì không sao quên được. Bao nhiêu năm đã trôi qua? Đời người ta đã ăn bao nhiêu ngàn, vạn mẹt bún chả rồi? Ấy thế mà cho đến tận bây giờ, cứ hồ ngửi thấy mùi thơm của chả quạt ngoài đường hay trông thấy mẹt bún óng mềm, giữa có một chén nước mắm trong đựng mươi miếng chả thì ta vẫn cứ thấy còn thèm và đôi khi, không nhịn được, phải tạt vào nhà bạn hữu nào gần đó bảo làm ngay một mẹt ăn chơi cho thỏa. Bún thì nhỏ sợi mà trắng, rau rửa sạch trông cứ mát lì đi, chấm nước mắm thật ngon, rắc một chút hạt tiêu và điểm dăm ba nhát ớt, tất cả mấy thứ đó nổi hẳn vị lên nếu ta biết cách ăn điểm vào cho thật đúng lúc những miếng chả nướng vừa vặn một cách thần tình".*

Đã nghe Vũ Bằng ca tụng bún chả thì còn viết chi được nữa!

07/2022

BƯU TÁ VÀ CHÓ

Bưu tá hay người đưa thư là người được mong đợi nhất trên khắp thế giới. Tôi nói đại như vậy. Đúng tới đâu hồi sau phân giải. Riêng tôi không cần đợi hồi sau vì hàng ngày tôi vẫn ngóng cổ chờ ông đưa thư. Khi còn ở Việt Nam đã vậy, nay vẫn vậy. Dù phần lớn thư ông bỏ vào thùng thư của tôi là những tờ quảng cáo. Vậy nên khi biết có ngày cám ơn các bưu tá, *National Thank A Mail Carrier Day,* tôi thấy quá phải lẽ. Đó là ngày 4 tháng 2 mỗi năm. Mục đích của ngày cám ơn này là để nhắc nhở mọi người tới những người đã mang tình cảm của bạn bè và người thân đến cho chúng ta sáu ngày một tuần, 52 tuần một năm.

Ngày nay, với đủ mọi phương tiện liên lạc tiện lợi và nhanh chóng, chuyện chuyển thư không còn là chuyện sinh tử của mỗi người chúng ta. Nhưng ngày xưa, đó là phương tiện duy nhất để con người có thể liên lạc với nhau. Năm 1775, hệ thống bưu điện được thành lập trên đất Mỹ. Người

Postmaster General, tạm dịch là "Tổng Giám Đốc Bưu Điện" đầu tiên, là ông Benjamin Franklin. Ông này là một trong những nhà lập quốc Hoa Kỳ, rất tài giỏi và thông minh. Trang tự điển Wikipedia liệt kê ông như sau: nhà văn, nhà khoa học, nhà phát minh, nhà chính trị, nhà ngoại giao, nhà xuất bản, nhà tư tưởng chính trị. Có bao nhiêu thứ "nhà" ông ôm hầu hết. Ông là một trong những người viết bản Tuyên Ngôn Độc Lập của Mỹ. Ông nhậm chức Tổng Giám Đốc Bưu Điện vào ngày 10/8/1753. Ông đã thiết lập được hệ thống thông tin trên toàn quốc. Tài của ông đẩy ông tiến xa hơn. Ông rời bưu điện vào năm 1776 để làm đại diện Mỹ tại Pháp trong 6 năm, sau đó qua làm đại diện tại Thụy Sĩ. Ông mất vào ngày 17/4/1790. Ngày nay chúng ta còn hàng ngày thấy dung nhan của ông trên tờ giấy bạc có trị giá lớn nhất, tờ 100 đô. Bỏ ông vào ví là niềm vui của bất cứ ai trong chúng ta! Hình trên tiền thì có cái giá bự như vậy nhưng hình trên tem thì lại chỉ có 5 xu. Nhưng cũng oai chán vì đây là con tem đầu tiên của Bưu điện Hoa Kỳ. Tiện đây cũng nói luôn là cái *zip code* địa chỉ mà chúng ta dùng hiện nay chỉ được sáng chế mới đây, vào năm 1963.

Bưu tá là những người không quản mưa gió bão bùng, ngày nào như ngày nấy, trừ những ngày nghỉ, mang niềm vui đến cho mọi nhà. Châm ngôn của họ là: *"Through rain or snow, or sleet of hail, we'll carry the mail. We will not fail"*. Qua mưa và tuyết, hay mưa đá, chúng tôi vẫn đưa thư, chúng tôi không chịu thua. Trong bài "Một Đóa Hồng Cho Người Đưa Thư", nhà văn Huy Phương đã viết: *"Mọi ngày, trừ Chủ Nhật, còn thì dù thời tiết khắc nghiệt, mưa bão hay tuyết rơi,*

Giấy bạc 100 đô in hình ông Benjamin Franklin.

lạnh lẽo hay dưới cơn nóng chết người, trong thành phố ồn ào hay ở những vùng quê vắng lặng, những người đưa thư vẫn cần mẫn, đều đặn mang những bức thư hay bưu kiện đến tận nhà cho chúng ta. Vì nhiệm vụ, những người này không thể từ chối hay ngừng việc, ngay giữa những cơn nóng kỷ lục trong năm nay". Họ như những chiến sĩ ngoài trận địa. Và đã có người gục xuống. Tháng 7 năm 2018, bà Peggy Frank, cư dân North Hills, bưu tá sắp nghỉ hưu sau 28 năm làm việc, đã bất ngờ qua đời ngay trong xe giao thư tại Woodland Hills, Nam California, vì cơn nóng quái ác lên tới 120 độ F.

Tôi có nhiều bạn hữu mần nghề bưu tá tại Mỹ. Hầu như người nào cũng yêu nghề vì có cơ hội đem niềm vui tới mỗi gia đình cũng như được làm một công việc hầu như tự do rong chơi ngoài phố phường. Chẳng thế mà nhiều nhân vật nổi tiếng cũng đã trải qua nghề tương đối tự do và thích thú này. Walt Disney, William Faulkner và ngay Tổng Thống Abraham Lincoln đã từng sống với nghề này.

Các nước có nhiều ngày vinh danh khác nhau. Quen thuộc với chúng ta nhất là *Mother's Day, Father's Day, Valentine*

Day. Quen vì chúng ta bị các con buôn bóc lột vào những ngày này. Nhưng cũng có nhiều ngày vớ vẩn như ngày của con ong cái kiến, của chó mèo chẳng hạn. Người đưa thư là những người dưng nhưng thân hơn người thân. Có người nào được chúng ta mong chờ hàng ngày như vậy không? Nhất là những chàng và nàng ngày ngày chờ đợi những lá thư xanh. Nói vậy là nói chuyện cũ xì, chuyện của thời tôi còn "giơn". Ngày nay, với chiếc phôn tay, giới trẻ nối kết nhau cái một, muốn nhắn tin hay muốn nhìn mặt nhau bấm một cái là xong, cần chi tới ông đưa thư. Nhưng ông bưu tá cũng như ông già Noel, tuy chúng ta không cần tới như ngày xưa, vẫn được chúng ta yêu mến. Vậy nên những *mailman* có tới hai ngày dành riêng cho họ. Ngày thứ nhất đã nói ở trên, ngày thứ hai không phải chỉ một ngày mà luôn một tuần. *National Dog Bite Awareness Week.* Tuần cảnh giác chó cắn. Năm nay, rơi vào tuần lễ từ 12 đến 18 tháng 6.

Chó thì ai chúng không cắn, cứ chi các ông bà đưa thư. Nhưng các bưu tá có nhiều dịp đụng độ với chó hơn. Chó giữ nhà, bưu tá thì ngày ngày xông vào nhà, hai bên dễ trở thành…đối lập. Ai làm nhiệm vụ đó. Chó tuy thông minh nhưng nhiều khi say sưa thi hành nhiệm vụ nên cắn quàng. Các ông bà bưu tá thường là người lãnh đủ. Vậy nên phải cảnh giác.

Bưu Điện Hoa Kỳ đã công bố số bưu tá bị chó cắn trong năm 2020 là trên 5.800 người. Bản công bố viết: "Từ những cú cắn nhẹ tới những cuộc tấn công dữ dội, hành vi của những con chó hiếu chiến là một đe dọa nghiêm trọng cho nhân viên bưu điện và mọi người khác". Theo thống kê thì thành phố Houston giữ kỷ lục xảy ra nhiều vụ chó cắn nhân viên bưu điện nhất với 73 vụ. Kế tiếp là Chicago 59 vụ, Los Angeles 54 vụ, Cleveland 46 vụ, Denver 43 vụ. Đó là *top* năm thành phố có chó lộng hành nhất. Tính theo tiểu bang: California dẫn đầu với 782 vụ, Texas 402 vụ, Ohio 369 vụ, New York 295 vụ và Pennsylvania 291 vụ. Thống kê không cho biết giống chó nào dữ dằn nhất nhưng theo kinh nghiệm thì giống *pittbull* đáng sợ hơn cả. Công bố của Bưu điện ghi nhận khá xuề xòa: "Chó nào cũng có thể cắn hết!".

Bưu tá Robert Rochester đang làm nhiệm vụ vào tháng 4/2017 trong vùng Stanton, tiểu bang Delaware, đã bị một con chó giống Đức nhảy ra cắn nát chân, tay và bụng. Một chiếc xe do một người đàn bà lái đã vội nhảy tới can thiệp, kéo nạn nhân lên xe chạy tới bệnh viện. Vài ngày sau, nạn nhân đã qua đời vì các vết thương quá nặng. James Solomon, có 17 năm kinh nghiệm đưa thư đã trả lời phỏng vấn của hãng tin AP: "Trong đầu một nhân viên đưa thư lúc nào cũng có câu hỏi: 'Khu vực này có chó không và chúng có đe dọa mình không?'". Linda DeCarlos, Giám Đốc phụ trách An Toàn của Bưu Điện Hoa Kỳ căn dặn: "Ngay cả những con chó ngoan hiền cũng có những ngày bẳn tính".

Mỗi năm số bưu tá bị chó cắn đều gia tăng. Từ khi có dịch Covid con số còn tăng thêm nhiều hơn. Dịch khiến mọi người ngại ra ngoài, họ mua hàng *online* nhiều hơn. Bưu tá phải giao hàng thêm nhiều hơn, tiếp cận với chó nhiều hơn.

Bưu Điện Canada ước tính có khoảng 500 bưu tá bị chó cắn mỗi năm. Hình như chó cũng biết giới hạn của chúng. Canada có dân số chỉ bằng một phần mười Mỹ, số bưu tá bị chó cắn cũng cỡ một phần mười! Tháng 3/2020, bưu tá Carl Aiple bị chú chó tên Rexx cắn hai lần cách nhau một tuần. Ông chủ của chó tên Guriqbal Bains bị nhân viên này kiện ra tòa đòi bồi thường thiệt hại 5 ngàn đô. Tòa xử chủ của chú chó giống *Delta Doberman* này phải bồi thường 2 ngàn đô.

Bồi thường là một biện pháp chữa chạy khi sự việc đã xảy ra, máu đã đổ. Đề phòng mới là giải pháp chính cho vấn nạn này. Giám Đốc phụ trách An Toàn của Bưu điện Mỹ nói: "Có một câu mà chúng tôi thường được nghe các chủ chó nói: 'Đừng lo, chó nhà tôi không cắn đâu!'". Chó nào chẳng có răng, chó nào chẳng là một con thú, lấy chi bảo đảm nó không đớp người. Tốt hơn hết là phải coi chó như…chó. Bưu tá tại Canada tự bảo vệ bằng cách thủ sẵn trong người lọ nước xịt. Anh chó nào định tấn công sẽ phải lui bước khi tối tăm mặt mũi vì chất hóa học trong nước. Có người cẩn thận ghi vào gói thư nhà nào có chó để coi chừng. Có người dùng ngay chiếc túi đựng thư làm một thứ võ khí xua chó chạy.

Với nhiều người, chó là một phần tử trong gia đình. Chó cũng là…người. Nhiều người bạn tôi coi chó như con đẻ. Tôi vốn không có duyên với chó nên khi nào tới chơi vẫn phải đề phòng. Người còn có lúc nổi điên huống chi chó. Bao nhiêu thảm cảnh đã xảy ra khi để cho chó chơi với con nít. Nhẹ thì mang sẹo, nặng thì *bye bye* cuộc đời mới chớm nở. Phát ngôn viên bưu điện Canada Jon Hamilton ý kiến ý cò: "Khi một con chó được thả lỏng chạy tới, bưu tá viên không biết chúng mừng rỡ muốn chơi đùa với họ hay ngược lại". Nhân tuần lễ cảnh giác với chó năm nay, Bưu điện Mỹ đưa ra một số lời khuyên cho các chủ chó để bảo vệ người đưa thư. Khi bưu tá tới đưa thư, cần nhốt chó vào một phòng có cửa đóng kín trước khi mở cửa nhận thư. Không đưa tay nhận thư trực tiếp từ bưu tá nếu có chó bên cạnh vì chó có thể hiểu là chủ của nó đang bị đe dọa. Nếu chủ nhà có chó không tuân thủ việc giữ an toàn cho bưu tá khi để chó chạy rông, bưu tá có quyền mang thư về bưu điện và chủ phải tới lấy.

Mặt khác, bưu điện cũng có những chỉ thị cho bưu tá tự bảo vệ: luôn đề phòng chó; không giỡn với chó, không bao giờ chủ quan nghĩ chó không cắn; không vuốt ve hoặc cho chó ăn; luôn để chân bên ngoài cửa. Tóm lại là luôn cảnh giác và không giỡn mặt với chó. Ngoài ra bưu điện cũng nhờ các trung tâm huấn luyện chó chỉ dẫn cho các bưu tá và chủ nuôi chó những điều cần thiết để đề phòng nạn chó cắn. Chủ đề của tuần lễ đề phòng chó của bưu điện năm nay là: *"Be Aware: Any Dog Can Bite"*. Coi chừng, chó nào cũng có thể cắn người. Jamie Seavello, Quản Lý về An Toàn Nhân Viên và Nhận Thức về Sức Khỏe của Bưu điện cho biết: "Nâng cao nhận thức về phòng chống chó cắn và làm thế nào để bảo vệ các bưu tá của chúng ta khi hành nghề là quan trọng nhất. Chó là một loài có bản năng hành động để bảo vệ chủ, vì vậy chúng ta phải cảnh giác công chúng trong cuộc vận động năm nay".

Chó đối nghịch với bưu tá nhưng đã có thời chó chính là những bưu tá đắc lực trong việc đưa thư. Thời chưa có những phương tiện vận chuyển cơ khí, việc đưa thư do những thú vật đã được huấn luyện đảm trách. Chúng ta từng biết bồ câu, ngựa, lạc đà, nai dược dùng để chuyển thư nhưng chó đưa thư nghe hơi lạ. Nhưng ít người biết chó là giống có công khá lớn trong việc chuyển thư từ. Ngay từ đầu thế kỷ 20, chó đã được dùng để kéo những xe trượt tuyết chở thư tại những vùng tuyết giá Alaska, Canada và Nga. Những chuyến thư do chó kéo này hoạt động cho tới năm 1930 khi máy bay được dùng để chở thư ở những vùng giá băng này. Nhưng xe chó kéo vẫn được dùng trong những trường hợp khẩn cấp để bảo đảm thư từ được lưu thông. Nhóm *"Alaska Dog Team Post"* còn hoạt động cho tới năm 1963 mới rã đám.

Có hai chú chó đưa thư đã đi vào…lịch sử. Chó Dorsey và Owney. Dorsey xuất hiện ở San Bernadino ở California. Trong thập niên 1880, ông Jim Stacey, sếp bưu điện ở Calico có một ông em tên Alwin có một cửa hàng tạp hóa ở gần mỏ than Bismarck. Hai nơi cách nhau khoảng một *mile* rưỡi. Một bữa kia, Jim muốn gửi một lá thư cho em nhưng ngại đi, ông bèn cột lá thư vào cổ của chú chó Dorsey, đưa ra đường, chỉ hướng đi và nói vỏn vẹn một chữ: "Bismarck!". Dorsey ngơ ngáo chưa biết làm sao nhưng nghe lời chủ lên đường. Ngày hôm sau, Dorsey trở về mang theo thư trả lời của Alwin. Dân thợ mỏ khoái lối gửi thư để chó chuyển đi. Số thư ngày một nhiều khiến ông Staley phải làm một chiếc túi vắt lên người chó. Dorsey ngày nào cũng phải làm việc như một bưu tá trong suốt bốn năm từ 1883 tới 1886. Nhiệm vụ của Dorsey chỉ chấm dứt khi khu mỏ đóng cửa. Tuy thời gian đưa thư của Dorsey khá ngắn ngủi nhưng sau này, vào năm 1972, ca sĩ nhạc đồng quê Kenny Rogers cũng đã ra một *album* mang tên *"The Ballad of Calico"* trong đó có bài hát *"Dorsey, the Mail Carrying Dog"*.

Chú chó thứ hai tên Owney oai hùng hơn nhiều. Chú

Xác chó Owney được phục hồi trưng bày tại bảo tàng Smityhsonian National Postal Museum.

được một nhân viên bưu điện tại trạm Albany nuôi. Owney hình như sinh ra để sống với những bao thư. Chú rất thích mùi của các bao tải đựng thư và luôn ngủ trên các bao này, giữ chúng như giữ mả tổ. Khoảng cuối thế kỷ 19, bưu điện Albany là bưu điện chính của Hoa Kỳ. Từ đây, thư được chuyển qua Boston ở phía đông; Buffalo, Cleveland, Toledo và Chicago ở phía tây; và New York ở phía nam. Owney đã theo những chuyến xe lửa chuyển thư đi khắp 48 tiểu bang. Năm 1893, Owney bỗng mất tích. Ai cũng tưởng chú chó bưu điện này chết ở một nơi nào đó. Nhưng không phải, chú bị tai nạn ở Canada. Nhân vụ này, người ta mới gắn cho chú một bảng tên đeo ở cổ. Bảng này ghi: "Owney, Bưu Điện Albany, New York". Nhiều trạm bưu điện khác cũng gắn huy chương cho Owney. Tổng cộng có tất cả 1.017 chiếc. Nhưng hiện Bảo Tàng Bưu Điện Quốc Gia *(National Postal Museum)* chỉ còn giữ được 372 chiếc. Năm 1895, Owney đã đi vòng thế giới trên xe lửa và tầu thủy chở thư. Khởi hành từ Tacoma, tiểu bang Washington, ngày 19/8/1895, Owney đã chu du qua Á châu và Âu châu trong bốn tháng. Tổng cộng Owney đã nuốt tới 230 ngàn cây số! Bảo tàng danh tiếng Smithsonian Museum đã trưng bày hình nộm của Owney từ năm 1911. Ngày 27/7/2011, bưu điện đã phát hành tem vinh danh Owney.

Hai chú chó Dorsey và Owney này đã là những ngôi sao sáng trong việc chuyển thư. Nhưng đó là chó của thế kỷ 19. Chó của thế kỷ 21 không được như vậy. Chúng đổ đốn cứ nhè mấy bác bưu tá mà cắn. Thiệt là một sự sa sút đáng hổ thẹn!

06/2022

CHỬI THỀ

Tonton Biden lại bị chiếc máy vi âm làm phản. Bữa thứ tư 5/10 vừa qua, Tổng Thống và Đệ Nhất Phu Nhân tới thăm vùng Fort Meyers Beach, tiểu bang Florida, bị trận bão Ian tàn phá te tua. Ông gặp Thị Trưởng Ray Murphy của thành phố này. Hai người nói chuyện với nhau coi bộ tương đắc không hề biết chiếc *micro* vẫn còn mở. Trong một lúc vui chuyện, ông tương ra một câu mà báo giới gọi là một trái bom…thối. *"No one fucks with a Biden"*. *"Fucks"* là một chữ tục có sức nặng tương đương với chữ "Đ...Mẹ" của Việt Nam. Nhìn hình ông Thị Trưởng Ray Murphy thấy cũng có vẻ là dân chịu chơi với chiếc kính thả lỏng tới ngực, chiếc mũ cao bồi và hàm râu khá đậm. Ông đáp lại: *"Yeah, you're goddamn right"*. *"Goddamn"* cũng là một chữ dữ dằn, có thể tạm dịch là "chết tiệt". Tôi chịu không biết dịch sao cho chính xác hai câu đi vào…lịch sử này. Hai người đàn ông văng tục với nhau chút đỉnh, chuyện không có gì phải ầm ỹ.

Chỉ tại cái *micro*…chết tiệt. Ông Thị Trưởng Ray Murphy xuề xòa: "Câu nói không nhắm vào ai. Chỉ là hai người đàn ông nói chuyện với nhau. Nó không làm tôi bối rối chút nào. Đó chỉ là cách mà hai người nói chuyện với nhau từ hai quan niệm khác nhau". Không biết có cần nhắc lại là ông Biden thuộc đảng Dân Chủ và ông Murphy Cộng Hòa. Nhưng ông Thị Trưởng nhấn mạnh là hai người có nhiều điểm chung. "Chúng tôi đều là người Công giáo gốc Ái Nhĩ Lan. Cả hai đều sùng đạo nhưng lâu lâu cũng phát ra thứ ngôn ngữ "mặn" một chút".

Tổng Thống Joe Biden và Thị Trưởng Fort Myers Beach Ray Murphy.

Tonton Biden bị bắt gặp vài lần buông ra chữ cấm ky khởi đầu bằng F… Khi còn làm phó cho *tonton* Obama, trong buổi lễ công bố luật *Affordable Healthcare Act* về y tế mà người ta thường gọi là Obamacare vào năm 2010, ông Biden đã lên bục giới thiệu *tonton* Obama. Khi dứt lời, ông ôm hôn chúc mừng Tổng Thống và thì thầm vào tai ông này: "Đây quả là một thành công lớn". Câu trên tôi dịch ra tiếng

Việt nghe rất vô tội, nhưng trong nguyên văn tiếng Anh, ông nói: *"a big fucking deal"*. Lại có cái…đù nhảy vào. Sau khi biết câu nói nhỏ bị cái *micro* mách lẻo, ông xí xóa: "May quá, cám ơn Chúa, mẹ tôi không có mặt ở đây!".

Lời thì thầm của ông Biden với Obama đã bị một chiếc mic bắt được.

Trong một buổi họp báo vào ngày 24 tháng giêng năm nay tại tòa Bạch Ốc, phóng viên Peter Doocy của đài Fox hỏi ông Biden về tình trạng lạm phát nhưng không được trả lời. Khi ông Biden tuyên bố chấm dứt buổi họp báo, phóng viên này còn lẳng nhẳng hỏi với theo: "Ông có dám trả lời các câu hỏi về lạm phát của tôi không? Ông có nghĩ tình trạng lạm phát có phải là một món nợ chính trị trong cuộc bầu cử sắp tới không?". Ông Biden không biết là chiếc máy vi âm vẫn chưa tắt, ông lầm bầm nói nhỏ tên này là *"a stupid son of a bitch"* (Đồ chó đẻ!).

Tại một buổi họp mới đây tại Đại Hội Đồng Liên Hiệp Quốc về vấn đề chiến tranh ở Ukraine, Ngoại Trưởng Nga Sergey Lavrov đã chửi thề nhắm vào Tổng Thống Ukraine Zelanskyy. Ông này dùng tiếng Nga. Bộ Trưởng Ngoại Giao Ukraine Dmytro Kuleba đã phản ứng. Theo ông Kuleba, ông Lavrov đã dùng tiếng lóng thông dụng ở Nga. Những người biết tiếng Nga cho biết đó là những từ ngữ hạ cấp, chỉ phường đầu đường xó chợ mới dùng.

Các vị mẫu nghi thiên hạ hay chửi thề cũng có lý do. Họ bị *stress* nhiều trong khi thi hành chức vụ nên thỉnh thoảng họ phải xả. Giữ chức vụ *tonton* Mỹ là một cách tàn phá nhan sắc. Cứ nhìn các *tonton* trước và sau khi ngồi trong tòa Bạch Ốc thì rõ. Thường thì họ ngồi tám năm, đó là một thời gian đủ để làm thay đổi một con người, nhưng tám năm điên đầu mỗi giây phút, sự tàn phá chắc chắn tản hồn hơn. Có thể ví như trong tâm bão. Tôi thấy rõ nhất là mái tóc của ông Obama, ngày ra khỏi tòa nhà trắng đã trắng gần hết, khác xa với ngày vô.

Có mặt trên cuộc đời, chẳng ai tránh khỏi những lần dập mặt. Mỗi lần như vậy là *stress*. Dân cũng như quan. *Stress* thì xả. Ngày 8 tháng 10 vừa qua, ký giả Emily Lefroy có một bài viết khá lý thú về chuyện dân Mỹ chửi thề: *"The Surprising US City That Swears The Most"*. Bà thăm dò 1500 người Mỹ sống tại 30 thành phố lớn trên khắp nước để dọ hỏi về chuyện chửi thề. Kết quả đưa ra khá bất ngờ. Thành phố Columbus, tiểu bang Ohio, chiếm ngôi đầu bảng. Dân nơi đây chửi thề trung bình 36 lần một ngày. Ai cũng tưởng thành phố cờ bạc Las Vegas phải chiếm vị trí này, nhưng không, Las Vegas chỉ là…á quân. Dân của thành phố cờ bịch khét tiếng này chỉ chửi thề trung bình một ngày 30 lần. Hai thành phố lớn nhiều giang hồ tứ chiếng là New York và Chicago, tưởng là chửi thề ăn đứt thiên hạ lại hiền khô. Cả hai đều đứng hạng 11 với trung bình có 17 lần chửi thề trong một ngày.

Kết quả trên tôi thấy thiếu phần chính xác. Tôi chẳng thăm dò chi nhưng nghĩ là vậy. Dù sao cũng ghi lại đây thứ hạng của vài thành phố tôi có nhiều bạn bè trú ngụ. Xứ cao bồi Texas có Dallas đứng hạng 4 với tần suất 25 lần chửi thề mỗi ngày, Fort Worth đứng hạng 5 với 24 lần, Austin đứng hạng 7 với 21 lần. Bạn bè tôi ở xứ cao bồi này phần lớn ngụ tại Houston được…tha bổng. Dân thủ đô Washington D.C., tưởng là người Tràng An lụa là, cũng chửi thề vào loại khá, đứng thứ 6 với 22 lần. Nơi người Việt cư ngụ nhiều nhất, tiểu bang California, có hai thành phố có tên trong mười hạng đầu, đó là San Francisco, hạng 5 với 24 lần và Los Angeles, đồng hạng 7 với 21 lần. Vậy là dân ta cũng khá lịch lãm.

Phải công nhận người là một động vật khó tính. Ít ai bằng lòng với cuộc sống chung quanh. Lấy chuyện lái xe ra nói trước. Nếu bạn đã cầm tay lái, hầu như chắc chắn bạn đã có lần chửi thề. Tôi vốn không phải là người thích lầm bầm nhưng phải thú thật đã có nhiều lần văng con nọ con kia trên xa lộ. Xe trước chạy chậm, cản đường, lầm bầm ngay. Luồn lách đổi làn đường, chạy ngang qua, ngó một cái coi xem tên này mặt mũi ra sao. Thường thì là một bà đang tô son

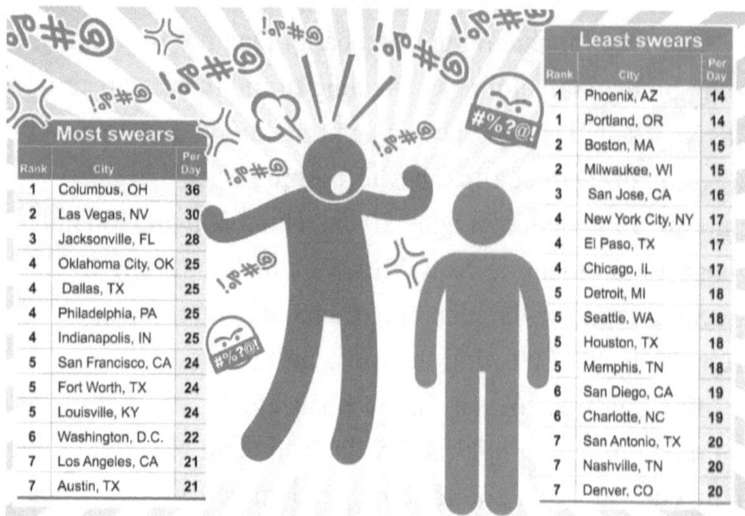

Most swears		
Rank	City	Per Day
1	Columbus, OH	36
2	Las Vegas, NV	30
3	Jacksonville, FL	28
4	Oklahoma City, OK	25
4	Dallas, TX	25
4	Philadelphia, PA	25
4	Indianapolis, IN	25
5	San Francisco, CA	24
5	Fort Worth, TX	24
5	Louisville, KY	24
6	Washington, D.C.	22
7	Los Angeles, CA	21
7	Austin, TX	21

Least swears		
Rank	City	Per Day
1	Phoenix, AZ	14
1	Portland, OR	14
2	Boston, MA	15
2	Milwaukee, WI	15
3	San Jose, CA	16
4	New York City, NY	17
4	El Paso, TX	17
4	Chicago, IL	17
5	Detroit, MI	18
5	Seattle, WA	18
5	Houston, TX	18
5	Memphis, TN	18
6	San Diego, CA	19
6	Charlotte, NC	19
7	San Antonio, TX	20
7	Nashville, TN	20
7	Denver, CO	20

Bảng xếp hạng chửi thề của các thành phố Mỹ.

điểm phấn, nói chuyện lia lịa trên *phone* hay đang nhỏ nhẹ ăn từng miếng từng miếng. Thông cảm. Lòng trần bỗng từ bi bất ngờ. Xe xẹt nhanh qua mặt cũng lầm bầm. Chửi thằng ăn cướp trong khi lòng ước mong có một xe cảnh sát trờ tới chớp đèn cho nó cái *ticket* là mình hả dạ. Nhưng nếu đang ngon trớn lăn bánh, bỗng nhìn kính chiếu hậu thấy xe cảnh sát tò tò theo sau, mình lại lầm bầm chửi anh cảnh sát, rồi đổi làn xe cho đỡ bực bội.

Tôi có một ông bạn ôm tay lái nhất định phải chửi ngang chửi dọc. Xe trước xe sau, xe bên trái bên phải lăn bánh thế nào cũng không vừa lòng ông. Ngồi xe với ông chẳng khi nào tĩnh lặng được tâm hồn. Xe nào cũng là thứ lạng quạng cà chớn.

Ít người trong chúng ta bằng lòng với những người bên cạnh. Chúng ta tự làm mình ngột ngạt. Trời nóng quá, lạnh quá, ẩm ướt quá, khô khan quá, khi gió khi mưa, khi nắng gắt, lúc ui ui. Chẳng có lúc nào ông trời làm vừa lòng chúng ta. Ít ai chấp nhận ông trời không có bổn phận phục vụ mỗi người chúng ta. Chửi trời chửi đất là tạo cho mình nỗi bất an.

Nhưng chửi thề khi làm việc coi bộ phổ biến nhất. Lầm bầm với sếp, lầm bầm với đồng nghiệp, chuyện hầu như xảy ra hàng…giờ. Tôi hưu hiếc đã lâu, quên hẳn chuyện đôi co trong sở làm. Không nhớ hồi đó tần suất chửi chiếc của mình ra sao. Lang thang trên mạng, vớ được bài báo của ký giả Jessica Stillman: *"Swearing at Work Was Up 60 Percent in 2021, New Report Finds. That's a *S^%-ing Good Thing"*. Bài báo nhắc tới một khảo sát của cơ quan tài chánh Sentieo. Trong năm 2021, chuyện chửi thề trong sở làm đã tăng tới 60%. Nguyên do là vì dịch *covid*. Mọi người đều bí bách nên xả bớt ra cho đồng nghiệp. Nhiều công tư sở cho làm việc tại nhà làm tăng thêm sự bực tức vì tối ngày bị nhốt trong nhà. Đang họp qua *zoom*, chú cún cưng bỗng leo lên người, sủa vài tiếng góp ý, khiến quê độ với đồng nghiệp. Rồi phải son phấn, quần áo chỉnh tề mà ngồi một chỗ từ sáng tới chiều cũng làm người ta dễ giận. Nhà cửa phải dọn dẹp cho gọn ghẽ cứ như sắp tiếp khách mà chẳng có khách nào, chỉ có chiếc ống kính lom ngom dòm ngó cũng dễ gây bực bội. Tựu chung, cuộc sống không bình thường. Mà chuyện chi không vào khuôn khổ là dễ nổi sùng. Có dịp là xả ra cho đã.

Theo chuyên viên nghiên cứu về chửi thề (có loại chuyên viên này nữa sao?) thì những lý do trên không đúng. Giáo sư người Anh Michael Adams, trong cuốn *"In Praise of Profan-*

ity", cho chửi thề, với tầm mức nhẹ, là một phương cách làm cho mọi người trong một nhóm thân thiện với nhau hơn.

Phải công nhận chửi thề được một phát là giải tỏa được bao ấm ức trong lòng. Tôi đã nhiều lần được hưởng thành quả của việc phát ra những lời có cánh này. Chúng bay ra như một giải thoát. Nhưng chuyện chi cũng có giới hạn của nó. Nếu, như một anh bạn tôi, chửi thề vung vít làm tiếng dẫn đầu cho mỗi câu nói thì khác. Một câu nói của ảnh nếu không có tiếng Đ.M. dẫn đầu thì không bao giờ thoát ra được. Tiếng chửi mất hết ép-phê, trở thành một từ ngữ thông thường chẳng gây ra một chút…giông bão nào. Anh bạn tôi đã lột mất nghĩa của từ, tiếng chửi thề trở nên hiền khô, như tiếng con trẻ bi bô. Anh thiệt có tội với hai chữ sừng sộ Đ.M.

Chửi thề mang lại nhiều lợi ích nhãn tiền. Nói nghe như giỡn! Nhưng nhiều nhà "chửi thề học" đã chứng minh. Nó như một thứ thuốc giảm đau. Chuyện các bà trên bàn sanh, đau quá, chửi chồng có thể là một ví dụ thông thường. Năm 2009, Đại học Anh Keele làm một thử nghiệm. Họ cho các sinh viên chia thành hai nhóm nhúng tay vào một chậu nước đá. Một nhóm được chửi thề và một nhóm phải im lặng. Kết quả nhóm chửi thề giữ tay trong nước đá lâu hơn nhóm không được chửi thề. Việc chửi thề giúp họ giảm cảm giác đau và buốt. Giáo sư Richard Stephens giải thích: chửi thề tăng tốc độ nhịp tim và kích thích hạch hạnh nhân não, gây ra phản ứng được gọi là *fight-or-flight mode* (chiến đấu hay cao bay xa chạy). Khi cơ thể rơi vào tình trạng căng thẳng, một lượng lớn *hormone endorphin* và *adrenaline* được tiết ra. *Endorphine* giúp cơ thể giảm đau và *adrenaline* giúp tăng cường thể lực để vượt qua căng thẳng.

Chửi thề giúp ta giảm *stress*. Chuyện này ai cũng biết trừ những người được liệt vào loại "con nhà gia giáo" cả đời chẳng một lần…văng. Theo chuyên gia tâm lý Raffaello Antonino, chửi thề hoạt động như một cơ chế đối phó với cảm xúc của cơ thể khi gặp khó khăn, nhất là khi chúng ta không kiểm soát được cảm xúc này. Vì hạch hạnh nhân có vai trò trong việc bày tỏ cảm xúc, não bộ có xu hướng liên kết chửi thề với việc giải phóng chúng. Điển hình là các công việc có *stress* cao như phi công hay bác sĩ giải phẫu, họ cảm thấy bớt căng thẳng hơn nếu chửi được vài ba câu. Ông bác sĩ mổ mắt cho tôi vài năm trước đây lại có một lối xả *stress* khác. Ông nghe nhạc nhẹ và hát theo. May là ông này có một giọng hát nghe được. Nếu không chính tôi lại là người sẽ bị *stress* cao!

Chửi thề gây đoàn kết hơn. Chuyện nghe ra nghịch lý nhưng có lý! Đại học Victoria ở New Zealand đã thí nghiệm quan sát các công nhân làm việc trong một nhà máy. Thường các công nhân chỉ chửi thề khi họ làm chung lâu ngày trong một nhóm thân thiết với nhau. Những câu chửi thề như những lời nói thân mật với nhau, thể hiện sự đoàn kết, giảm căng thẳng và thu hẹp khoảng cách giữa mọi người dù là sếp hay chỉ là thợ quèn. Họ không chửi thề với người của nhóm khác. Trong cuộc sống thường nhật của chúng ta cũng vậy. Chúng ta chỉ chửi thề một cách thân mật với những người quen biết mày tao chi tớ.

Dân ta biết chửi thề từ khi nào? Tác giả Nguyễn Dư,

trong bài "Chửi Thề, Văng Tục" đã có công nghiên cứu chuyện văng miệng của dân ta. Ông cho biết trong văn thơ chữ nôm, chửi thề bắt đầu xuất hiện vào cuối thế kỷ 18, thời vua Lê chúa Trịnh. Nguyễn Du lúc còn trẻ, đi chọc gái, đã từng văng tục: *Phụt ngọn đèn trước mặt, đếch sự đời! Chẳng phải đứa tiểu tâm / Đùng tiếng lói sau nhà, đù mẹ kiếp! Bổng có thằng đại phá.* Nguyễn Công Trứ đã viết khi đùa với sư, chửi thế tình bạc bẽo: *Thuộc ba mươi sáu đường kinh, chẳng thần thánh phật tiên song khác tục / Hay tám vạn tư mặc kệ, không quân thần phụ tử, đếch ra người.* Nguyễn Khuyến cũng đã từng văng trong thơ: *Xem hoa, ta chỉ xem bằng mũi / Đếch thấy hơi hương một tiếng khà.*

Kịp tới thời kỳ dân ta dùng chữ quốc ngữ trong thơ văn có Vũ Trọng Phụng là nhà văn mô tả được những sống sượng của xã hội trung thực nhất. Trong cuốn tiểu thuyết "Số Đỏ", xuất bản năm 1936, ông đã viết những chữ: cần đếch gì, mẹ kiếp, có xấu cái đếch ông đây này!

"Đếch" là cách nói chệch của chữ "đ...". Nghe có vẻ thanh tao hơn. Nhà văn Mai Thảo là vua văng "đếch". Những lần ngồi nói chuyện với ông, trước sau chi chữ "đếch" cũng có dịp chen chân vào. Ngay trong thơ, thứ ông coi trọng hết mực, ông vẫn "đếch" như thường.

> *Có lúc nghĩ điều này điều nọ*
> *Cảm thấy hồn như một biển đầy*
> *Có khi đếch nghĩ điều chi hết*
> *Hệt kẻ ngu đần cũng rất hay*

Dân chửi thề đã đành, quan chức nước ta có chửi thề không. Đó là "bí mật quốc gia". Mới đây, ngày 13/5/2022, phái đoàn cao cấp Việt Nam do Thủ Tướng Phạm Minh Chính dẫn đầu, tới bộ Ngoại Giao Mỹ để gặp Ngoại Trưởng Anthony Blinken. Trong khi chờ đợi, các ngài tụm năm tụm ba vô tư đứng nói chuyện bằng tiếng Việt mà không hề biết máy quay phim của phòng đợi đã mở. Thủ Tướng Phạm Minh Chính đã bỗ bã: "Rõ ràng, sòng phẳng. Mẹ nó! Sợ gì!". Câu chửi thề tưởng lén lút nhưng bị bóc trần này đã được mua vui nhiều lần trên facebook trong những ngày gần đây. Kể cũng là một loại giải *stress* của bàn dân thiên hạ!

10/2022

CỎ DẠI

Madonna, Miley Cyrus, Julia Roberts, Beyoncé, Drew Barrymore, Sophia Loren, Britney Spears, là ai? Trăm phần trăm chúng ta, nếu có nghía tới màn bạc, đều biết rõ họ là những nữ tài tử nổi tiếng của Holywood. Nhưng ít ai biết họ đều là những người để lông nách! Cái thứ cỏ nằm dưới nách ai cũng có nhưng hầu như các bậc nữ lưu đều cho đó là thứ cỏ dại cần nhổ bỏ. Nhất là những người nữ có danh vọng trong làng giải trí. Thường thì vùng nối giữa thân mình và cánh tay, nơi các minh tinh hay phô bày khi mặc những chiếc áo dạ hội, đều bóng láng, không một sợi lạc loài.

Từ trước tới nay, chẳng chỉ các nàng trong làng giải trí mà hầu như tất cả các chị em phụ nữ đều một mực xua đuổi những sợi lông mất thẩm mỹ nơi rất dễ lấp ló này, khiến nơi vùng tối này trơn láng sạch sẽ hơn. Đó là một…đạo mà họ tuân theo từ thời ông bành tổ tới chừ.

Nhưng chừ bành tổ già hung, họ lờn mặt. Cả một phong

trào sống tự nhiên như nhiên khiến chuyện tưởng đã thành chân lý bỗng sụp đổ. Các bà thi nhau sum suê nơi góc tối này. Phong trào này được các ông cổ võ tức thời. Họ vẫn nghĩ chỗ này nhắc nhở tới chỗ khác. Như một thứ chim báo bão. Nơi đây sao nơi đó cũng vậy. Đàn ông là thứ được trời phú cho chí mạo hiểm. Cái chi cũng muốn tỏ tường tới nơi tới chốn. Khi không tới nơi tới chốn được, họ dùng óc tưởng tượng. Chuyện "cách mạng" của các bà làm cho trí tưởng tượng có chỗ dựa. Nơi này là hình bóng của nơi kia.

Các ông nghĩ chi, mặc các ông, chuyện các bà làm thì đường ta ta cứ đi, chẳng quan tâm tới những ánh mắt dại

Sophia Loren

khờ chung quanh. Ngay từ năm 2014, nữ hoàng nhạc *pop* Madonna đã đăng trên trang cá nhân bức hình để lộ đám cỏ dưới nách với lời chú thích: "Lông dài, không sao cả. Đây là chuyện bình thường, không vi phạm pháp luật hay đạo đức". Người ca sĩ có phong cách riêng này rất tự tin, muốn được là chính mình chứ không phải chạy theo những chuẩn mực sắc đẹp do người khác đặt ra. Bà có ngay một đệ tử, chính là cô con gái Lourdes Léon của bà. Cô này chủ trương để lông trên cơ thể phát triển tự nhiên. Khi đi dự Met Gala 2021, Lourdes còn cố tình mặc áo không tay để lộ phần kín phía dưới. Người đẹp trẻ tuổi này nói: "Thời học trung học, tôi thấy cách các cô gái nổi tiếng trong trường hành động để cua những chàng trai họ thích. Tôi biết mình không phù hợp với cung cách đó. Bởi vậy, tôi quyết định làm ngược lại. Tôi không trang điểm, không tạo kiểu tóc, không cạo lông chân và lông nách như số đông". Năm 2015, nữ ca sĩ trẻ hay le lưỡi gợi tình Miley Cyrus không những xum xuê mà còn nhuộm mớ loăn xoăn cho nổi đình nổi đám. Màu nhuộm thay đổi xoành xoạch tùy theo sở thích. Sophia Loren, thần tượng của thế hệ chúng tôi với thân hình bốc lửa, là một trong những ngôi sao tiên phong trong việc ủng hộ nữ quyền, đã được tờ Vogue đăng hình với lời bình luận: "Nàng đã chứng minh lông nách không khiến phụ nữ bất thanh lịch. Tấm hình này nói lên điều đó". Trong một buổi xuất hiện trước công chúng vào năm 1999 khi ra mắt cuốn phim Notting Hill, Julia Roberts mặc một chiếc áo đỏ, thấp thoáng dưới nách là vệt lông đen. Nàng tỉnh bơ rất tự tin khi các phóng viên xúm vào chụp khoảnh khắc rất thật này. Julia phát biểu: "Tấm hình thực sự sống động trong tâm trí tôi. Tôi nghĩ tôi chỉ thực sự chưa tính toán được chiều dài tay áo và cách vẫy tay. Hai thứ đó kết hợp với nhau và đã tiết lộ những điều cá nhân về tôi. Điều này không phải là một tuyên bố gì to tát, nó chỉ là một phần của việc thể hiện tôi với tư cách là một con người trên hành tinh sống cho bản thân mình". Khi đến dự buổi ra mắt "Hồ Sơ Cadillac" vào năm 2009, Beyoncé bị giới chụp hình phát hiện chuyện lơ thơ tơ liễu dưới nách. Cô biện bạch đó là chuyện cô thích làm. Drew Barrymore, người đã xuất hiện trên màn ảnh từ thời thơ ấu, là một khuôn mặt khá dễ thương. Từ năm 2000, cô để cho cỏ mọc tự do, không thèm dọn dẹp chi. Britney Spears cũng vậy. Người ta đã thấy rất nhiều lần cô xuất hiện với vùng nách rậm rạp. Hỏi thì cô cho biết cô lười biếng không cạo. Thiệt vậy không, chẳng ai tin như vậy.

Khi các thần tượng màn bạc hùa nhau để cho cỏ dại um tùm nơi vùng mà từ trước tới nay phụ nữ thường cạo láng, các tín đồ của họ nhất định sẽ chạy theo.

Nữ sinh viên người Anh tên Laura Jackson đã khởi xướng phong trào *Jamuhairy* nuôi lông nách lông chân trong một tháng, được nhiều thanh nữ hưởng ứng, trưng hình rậm rạp lên mạng xã hội. Laura Jackson cho biết muốn tạo ra phong trào này vì muốn thách thức những gì gọi là "chuẩn mực vẻ đẹp xã hội", những gì gọi là "điều cấm kỵ" đối với phụ nữ. Xã hội chị em đang sống là một xã hội tự do, không ai phải ép mình tuân theo những tiêu chuẩn không tự nhiên, không thực tế và cũ kỹ lỗi thời. Mục tiêu của phong trào *Januhairy* là khuyến khích tất cả các bạn gái tự tin vào chính mình, đẹp

Hai mẹ con Madona và Lourdes Leon.

theo cách riêng của chính bản thân, không thèm theo một áp đặt nào của xã hội.

Nơi quê hương của Khổng Tử tưởng là sẽ yên ắng theo nếp cũ ngàn năm đông cứng nhưng cũng cựa mình dữ. Năm 2015, trên trang mạng Weibo, một thứ Facebook của Trung quốc, bà Xiao Meili phát động một cuộc thi "khoe lông nách" với mong muốn phụ nữ sẽ đạp tung những quan niệm xã hội lỗi thời để được tự do hơn với cơ thể của mình. Bà nói: "Tôi có nên cạo lông nách không? Các cô gái thường lo âu về lông nách như thể nó là biểu hiện của dơ dáy, thiếu văn minh. Nhưng chúng ta cần được tự do để lựa chọn cho lông nách được mọc tự nhiên trên cơ thể". Bà mang ngay ông Khổng Tử ra để biện minh khi nhắc lại lời dạy: không nên gây tổn thương tới cơ thể, lông tóc, da thịt do cha mẹ ban tặng. Chuyện "cách mạng" tại một đất nước bao ngàn năm sống trong những lời dạy của các bậc thánh hiền không phải là suông sẻ. Một người phản đối trên mạng: "Để lông nách hoặc không cạo râu đều là bất lịch sự cho dù là nam hay nữ". Một phụ nữ phản bác: "Chẳng ai bắt tôi phải cạo lông nách cả. Tôi làm điều này chỉ vì tôi muốn làm như thế!". Một nữ sinh viên dữ dội hơn. Cô *post* tấm hình cô đứng dựa vào chiếc giường trong một ký túc xá, khoe cánh tay: "Tôi là một sinh viên đại học. Tôi thích lông nách của tôi. Tôi ủng hộ lông nách tự nhiên, tự tin và bình đẳng". Một nhà hoạt động cho nữ quyền rất năng nổ, cô Li Tingting, cũng đã *post* tấm hình bán khỏa thân với chùm lông nách và ghi chú: "Tôi nghĩ cuộc vận động này rất có ý nghĩa. Thị trường hiện nay tràn ngập các sản phẩm cạo lông dành cho phụ nữ. Chúng ta cần suy nghĩ xem tại sao phụ nữ lại có nghĩa vụ cạo lông nách? Phụ nữ chúng ta cần giải phóng tư tưởng và cơ thể. Đàn ông Trung Quốc có thể cởi trần đi lại trên đường suốt ngày, tại sao phụ nữ lại không thể? Đối với tôi, cơ thể là chiến trường!".

Nữ sinh đại học ủng hộ lông nách tự nhiên, tự tin và bình đẳng.

Một anh đực rựa tên Shen Dian Tong Ji Lin chẳng… chiến trường chi. Anh là một *blogger* trên mạng Weibo được hơn 10 triệu lượt người theo dõi. Sau khi nhận được một tấm hình của một *fan* với lời than phiền về việc lông tay lông chân mình quá dài, anh nảy ra ý mở cuộc thi hình *selfie* độc đáo với *hashtag # Girls BodyhairCompetition#* với giải thưởng khá bèo. Giải nhất có 88 nhân dân tệ, nhì 66 tệ và ba 55 tệ. Tính ra tiền Mỹ giải nhất chỉ có 13 đô! Vậy mà cũng có tới 190 triệu lượt người vào theo dõi. Anh mở màn: "Giờ đang là mùa hè ở Trung quốc, các cô thường lựa chọn mặc áo cộc tay hoặc áo ba lỗ nhưng có người lại lo ngại về lông của mình. Vì vậy tôi đã đứng ra phát động phong trào này". Tấm hình được mọi người khoái nhất, có tới 43 ngàn *comment* và 22 ngàn rưỡi *like* là hình cánh tay của một cô gái phủ kín lông đen và dài, đôi chân cũng lún phún cỏ đen với một chú muỗi leo trèo trên mớ lông. Cô giải thích: "Đến vòi của muỗi còn không xuyên qua được lớp áo giáp này. Mình là con gái nhé. Có ai có nhiều lông hơn mình không?". Một nàng khác hưởng ứng: "Mẹ em hay bảo em là con đàn ông. Thế mà vào xem hình của mấy chị (không biết có phải là chị không nữa), em thấy mình tự tin hơn nhiều". Cô Yuan Jiayu, 20 tuổi, cho phổ biến một tấm hình lông ơi là lông: "Tôi nghĩ rằng đã là con gái, dù có nhiều lông hay không, da trắng hay da màu, hoặc cả cách ăn mặc nữa, đều phụ thuộc vào gu thẩm mỹ của mỗi người. Vì thế tôi chẳng mấy quan tâm đến việc cạo lông hay những điều người ta bàn tán về tôi".

Thấy đàn bà con gái khoe khoang sự rậm rạp, một cậu trai tủi phận khi đăng một tấm hình tay trắng nõn, không một cọng lông với hàng chữ: "Mình cảm thấy lạc lõng và nữ tính quá đi mất!".

Thiệt là một cuộc cách mạng thú vị. Nhiều ông bạn tôi chê ỏng chê eo cuộc cách mạng này. Các ông ấy bị sốc khi thấy khu rừng U Minh lồ lộ trên vùng chiến thuật. Trông không được mắt. Tôi nghĩ mắt các ông ấy quen với sự nhẵn nhụi từ bé tới chừ, nay bỗng thấy sự nhẵn nhụi biến mất, trông không được sáng sủa. Rừng lá thấp phải ở đúng nơi đúng chốn. Các ông này có cái nhìn cổ điển. Rừng nào chẳng là rừng. Rừng lá thấp hay rừng lá cao, khác chi mô mà bận tâm.

Sự nhẵn nhụi nơi cánh gà của các bậc nữ lưu là chuyện có từ xưa, xưa lắm rồi. Từ thời kỳ đồ đá lận. Thời kỳ đó, phương tiện để triệt lông chưa hiện đại và tiện lợi ngày nay. Họ dùng vỏ sò, sáp ong và một vài chất tẩy thô sơ khác. Người La Mã quan niệm da dẻ càng mịn thì càng có đẳng cấp cao. Ở Trung Đông và Đông Nam Á, người ta dùng sợi chỉ để tẩy lông trên mặt. Người Ba Tư cho rằng tẩy lông và tạo hình lông mày là dấu hiệu của tuổi trưởng thành và sẵn sàng đi vào hôn nhân của các thiếu nữ. Từ khi Nữ Hoàng Elizabeth I lên ngôi vào năm 1558, bà đã nâng việc tẩy lông mày lên thành mốt được nhiều người theo. Mãi tới thập niên 1800, phụ nữ ở cả hai bên bờ Đại Tây Dương mới biến việc tẩy lông là một phần không thể thiếu trong quy trình làm đẹp của phụ nữ. Mãi tới đầu thế kỷ 20, các phụ nữ da trắng thuộc tầng lớp thượng lưu và trung lưu mới coi da trắng mịn màng là biểu hiện của nữ tính. Lông lá trên người bị coi là một thứ ghê tởm, chỉ có ở những người nhập cư là thành phần thấp hơn trong xã hội.

Thứ cỏ dại dưới cánh tay mà chúng ta nói tới chỉ bị chỉ mặt vào năm 1915, khi tạp chí của nữ giới Harper's Bazaar phát động chiến dịch tẩy thứ cỏ không được ưa chuộng này. Cùng năm đó, hãng làm dao cạo Gillette tung ra thị trường chiếc dao cạo đầu tiên dành cho phụ nữ. Tạp chí Harper,s Bazaar là một tạp chí lâu đời rất có uy tín về thời trang và trang điểm của phụ nữ. Ra đời từ năm 1867, sống liên tục tới nay, tạp chí vừa tái xuất hiện sau thời gian đình bản vì Covid-19. Từ thập niên 1930, nhiều phụ nữ Mỹ bắt đầu chú ý tới việc dọn dẹp lông chân. Khi chiếc áo tắm hai mảnh bikini ra đời vào năm 1946, cỏ dại nơi khu trung tâm vũ trụ của chị em mới được dọn dẹp. Năm 1953, tạp chí dành cho các ông Playboy ra đời, hình các người mẫu xuất hiện trên báo trơn láng tạo ra một tiêu chuẩn mới về sự gợi cảm khiến chị em phụ nữ ồ ạt làm theo. Từ năm 1964, người ta tính có tới 98% phụ nữ Mỹ từ 15 đến 44 tuổi thường xuyên cạo lông chân và các loại sáp và phương pháp triệt lông bằng *laser* ra đời.

Gió đổi chiều vào thập niên 1960. Giáo sư Heather Widdows của Đại học Birmingham, Anh, tác giả cuốn "Perfect Me: Beauty as a Ethical Ideal", cho biết: "Vào cuối thập niên 1960 và 1970, làn sóng nữ quyền thứ hai và sự lan rộng của văn hóa *hippie* đã từ chối những cơ thể không có lông. Đối với rất nhiều phụ nữ, lông trên cơ thể là biểu tượng của cuộc chiến bình đẳng giới tính".

Giáo sư Breanne Fahs của Đại học Arizona, Mỹ, từ năm 2010, nhìn thấy hiện tượng cỏ dại lan tràn như một trào lưu mới của giới trẻ. Bà nói: "Thông qua phong trào #MeToo, người ta nhận thức sâu sắc hơn về những hạn chế trên cơ thể phụ nữ, về nữ quyền, giới tính, tình dục và sẵn sàng đẩy lùi tất cả, hoặc ít nhất là thoát ra khỏi vùng an toàn".

Trên tạp chí Harper's Bazaar, nữ diễn viên Emily Ratajkowski đã khoe bộ lông nách không cạo. Kể cũng tức cười. Chính tạp chí này từ khi ra đời vào năm 1915 để hướng dẫn các bà làm đẹp theo thời trang với sự làm láng da thịt, sau khoảng trăm năm, đã quay ngược 180 độ!

Các hãng làm dao cạo dành cho phụ nữ dọn dẹp thân hình cũng phải đằng sau quay để khỏi bị việt vị. Công ty chế tạo dao cạo Billie dành cho phụ nữ, được thành lập vào năm 2017, thay vì quảng cáo bằng những thân hình người mẫu trơn láng, đã trưng ra những hình ảnh của các người đẹp lông lá đó đây. Nhà sáng lập công ty Billie này vớt vát: "Lâu nay quảng cáo chỉ củng cố những đều cấm kỵ xung quanh chủ đề này. Chúng tôi muốn truyền tải thông điệp rằng phụ nữ có lông trên cơ thể hãy khoe nó vì tẩy lông chỉ là một lựa chọn". Nhiếp ảnh gia Ashley Armitage của Billie thêm thắt: "Lông trên cơ thể là một lựa chọn cá nhân. Cạo, tẩy hay nuôi lông đều là lựa chọn hợp lệ và tất cả tùy thuộc vào từng người".

Vậy là phe ta toàn thắng. Các giai nhân không có tí lấp ló dưới cánh tay coi bộ hụt hẫng. Phải có với người ta mới đúng trào lưu tân tiến.

Đó là chuyện cỏ dại của mấy bà. Đối với các ông, cỏ dưới nách không phải là cỏ dại mà là cỏ khẳng định nam tính. Có ông nào, trong phim ảnh hay ngoài đời, khi giơ tay lên mà chẳng một nạm. *Vai u, thịt bắp, mồ hôi dầu / Lông nách một nạm, chè tàu một hơi*" là câu tục ngữ bỉ thử người đàn ông cục mịch quê mùa. Nhưng các công tử lịch thiệp, các văn nhân nho nhã cũng vẫn...một nạm. Chẳng thấy ông nào nghĩ tới chuyện vạt đi mớ cỏ bề bộn mỗi khi giơ tay ba hoa chích chòe. Cỏ này là cỏ quý. Cỏ của chị em phụ nữ ngày nay cũng...quý. Làm chi có cái thứ gọi là cỏ dại!

07/2022

CỜ TÂY

Một buổi sáng, mắt nhắm mắt mở ngủ dậy, thấy có một *e-mail* của một anh bạn ở Toronto gửi mà giật mình. Dụi mắt nhìn cho rõ mà lòng còn hồ nghi. *E-mail* cho biết là tại Toronto vừa có một công ty chuyên bán thịt chó mời khách vãng lai nếm thử tại một công viên đông người.

Thiệt không? Ngụ cư tại Canada gần bốn chục năm, tôi chưa hề nghe nói là ở đây có bán cầy tơ công khai. Lùng sục một hồi trên mạng, tìm thấy bài báo của tờ báo địa phương Thời Báo cho biết sự tình. Ngày thứ năm 4/8/2022, công ty Canada chuyên bán thịt chó *Elwood's Organic Dog Meat* đã thiết lập một lều ngay trong công viên Christie Pits của thành phố Toronto và mời khách vãng lai ăn thử thịt chó. Công ty này có trụ sở tại Labrador thuộc miền Bắc Canada. Chó được làm thịt là chó được thả chạy tự do trong vườn, không cho ăn những chất hóa học, nuôi với mục đích cung cấp thực phẩm cho người chứ không phải là chó kiểng hay chó hoang.

Vậy đây là thịt chó *organic* đàng hoàng!

Thử tìm vào báo tây cho chắc ăn, tôi đọc được trên trang TO. Họ cho biết là chuyện này có thật. Khách vãng lai được mời ăn thử. Có người ăn và nói cũng giống như thịt bò thôi. Có người kinh tởm, tức giận khi được mời nếm thử. Công ty *Elwood's Organic Dog Meat* phát cho khách tờ quảng cáo có ghi: "Thịt chó ngon, từ năm 1981. Hãy dọn lên bàn ăn thứ thịt được ưa thích nhất. Nếu thịt chó của chúng tôi làm quý vị bối rối, xin nghĩ lại: thịt chó của chúng tôi làm từ chó được nuôi để ăn thịt. Ăn thịt chó là sự lựa chọn của từng người. Có người thích vị của thịt chó. Thịt này cung cấp nhiều chất bổ dưỡng. Chó được giết một cách êm thắm". Họ có hẳn một *website*. Tôi tìm vào ngay, chuyện…sống chết vậy mà không tò mò ngay tức thì sao đặng. Họ viết như sau: "Hãy dọn bàn ăn với thứ thịt ngon nhất. *Elwood's Organic Dog Meat* là một công ty gia đình đã hoạt động qua hai thế hệ. Chúng tôi cam đoan gửi tới các bạn thứ thịt chó ngon nhất được nuôi để ăn thịt. Chúng được nuôi trong các cánh đồng trong những ngày tháng hạ và chỉ được ăn những thực phẩm *organic* và không có đậu. Chó của chúng tôi: được chạy nhảy tự do, giống chó địa phương, *organic,* tươi ngon không bao giờ đông lạnh, không ăn thực phẩm có trụ sinh, được nuôi cẩn thận, giết thịt một cách êm ái, được thương yêu. *Website* ghi rõ: khách hàng có thể mua một miếng, một phần tư con, nửa con hay nguyên con. Công ty cũng có một số ít nước hầm xương chó, khách có thể đặt mua trước".

Công ty *Elwood's Organic Dog Meat* được thành lập từ năm 1981, trước khi tôi đặt chân tới Canada định cư. Vậy

Logo của "Elwood's Organic Dog Meat".

mà tôi mù tịt trong khi thỉnh thoảng vẫn cùng bạn bè ôn cố tri tân tới những bữa nhậu thịt chó nơi quê nhà. Có ông bạn ở San Francisco có cô con dâu người Đại Hàn về xứ thăm nhà, giấu mang qua được một cái đùi chó, đã khoe nhặng lên, thách thức tôi mua vé máy bay qua bày cuộc. Thiệt tình! Cái thứ có trong tầm tay mà cứ…vọng ngoại!

Trong một bài viết "Thịt Mèo và Thịt Chó tại Hải Ngoại" vào năm 2011, ông bạn đồng hương tại Montreal chúng tôi, bác sĩ Thú y Nguyễn Thượng Chánh, đã cho biết: *"Dân Canada không ăn thịt chó thịt mèo và xem đó là một vấn đề cấm kỵ. Luật bảo vệ thú hoang dã Canada's Wildlife Act cấm bán các loại thịt thú rừng. Nhưng không có điều luật nào nói đến việc cấm ăn thịt chó và thịt mèo cả. Năm 2003, inspectors đã phát hiện ra bốn quầy thịt chó đông lạnh trong một nhà hàng Tàu tại thành phố Edmonton, Alberta. Nhưng sau đó họ xác nhận lại đó là chó rừng coyotes hay chó sói wolves chớ không phải là chó nhà. Cơ quan Kiểm Tra Thực Phẩm*

Canada (CFIA) nói rằng không có gì sai luật trong việc bán và ăn thịt chó (và các loại thú cùng loài với chó) nếu chúng đã được các inspectors *kiểm soát lúc hạ thịt"*.

Báo chí hồi đó đã làm rùm beng vụ nhà hàng Panda Garden bán thịt chó khi thanh tra tìm thấy bốn chú chó được làm thịt sạch sẽ nằm trong tủ đông lạnh. Thanh Tra Richard Reive cho biết ông đã được an ninh trong khu thương mại có nhà hàng này mật báo. "Họ đưa tôi tới một kho lạnh, mở một cánh tủ và thấy bốn xác chó nằm trong đó. Hai được gói kín trong bao đựng rác màu đen và hai được nằm trơ trọi trên ngăn tủ". Thanh Tra Reive không biết chắc bốn xác chó này thuộc loại nào: chó sói, chó rừng hay chó nhà. Nhưng có một điều chắc chắn là nhà hàng này sẽ bị phạt tội dùng thịt không được thanh tra kiểm nghiệm. Tiệm này sau đó đã tự ý đóng cửa và chủ nhân trốn mất tiêu!

Đang nói chuyện cờ tây tại Canada thì nói cho chót. Năm 2013, có một người Canada chính cống ở tỉnh bang Québec chúng tôi đã ăn thịt chó một cách bất đắc dĩ. Chuyện xảy ra vào năm 2013, khi đó ông Marco Lavoie được 44 tuổi. Ông bị lạc trong rừng rậm ba tháng và được tìm thấy trong tình trạng mất nước, hạ nhiệt, sút nửa trọng lượng và gần như không thể ăn hoặc nói. Theo tờ New York Daily News, ông Lavoie đã một mình một thuyền thám hiểm gần vịnh James hồi giữa tháng 7 và bị một con gấu tấn công khoảng một tháng sau đó. Con gấu này đã ăn hết số thực phẩm dự trữ của ông và phá hư con thuyền. Hết lương thực, ông đã phải giết chú chó cưng bằng cách đập đá vào đầu cho chết và hạ thịt. Nhiệt độ khi đó đã rất lạnh và nếu không có chút mộc tồn,

ICAL · ORGANIC · FREE-RANGE · FARM-FRESH

ood's Organic Dog Meat has been family-
ed & operated for 2+ generations! We're
icated to offering friends & neighbors the
t, sustainably raised dog meat available.

ke some farms, our pups never receive
ibiotics & spend little time cooped up. They
e access to green pastures during the
mer months & are fed only organic, soy-
feed. Our dogs are:

Free-range
Local & Organic
Fresh, never frozen
Free from antibiotics & hormones
Humanely slaughtered!
Loved

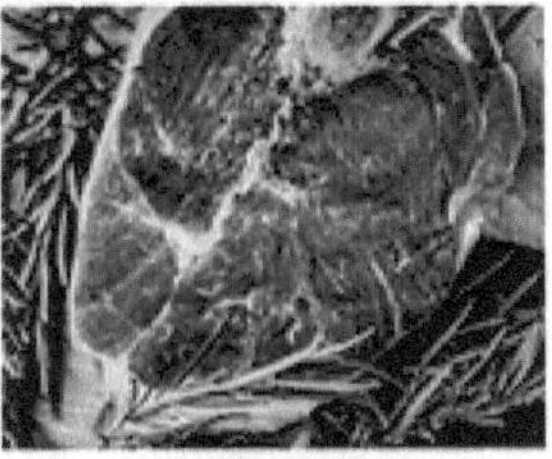

VISIT THE FARM!
rm tours, workshops, Corn Maze, & more!
Elwood's Organic Dog Meat
3489 River Rd. (past Rte 6)
For breed availability or tour info,
call (279) 732-8DOG or visit:

Quảng cáo thịt chó của Elwood Dog Meat.

ông Lavoie có thể chết trong vài ngày.

Chuyện ông Marco Lavoie ăn thịt chó là chuyện "mưu sinh thoát hiểm". Khi đó có ăn thịt người cũng chẳng ai dám chê trách. Canada chúng tôi cờ tây thong dong như vậy chắc cũng làm mếch lòng ông bạn Mỹ có cô con dâu Đại Hàn của

Ông Marco Lavoie. Hình: NewYork Dailynews

tôi bên San Francisco. Vậy thì chuyện cờ tây bên Mỹ ra sao? Tôi ghi nhận được vài vụ.

Tháng 3 năm 1989, tòa án Long Beach đã xử vụ hai người Kampuchia mần thịt chó. Họ dùng búa đập chết chó, mổ bụng cạo lông và xẻ thịt. Đúng như quy trình giết chó ở quê hương họ. Chuyện cũng tương tự như ở Việt nam chúng ta. Công tố xin tòa xử tội tàn ác với thú vật. Họ không xin kết tội ăn thịt chó vì tại Mỹ, không hề có quy định cấm ăn thịt chó. Sau một hồi cãi vã giữa hai luật sư của bên kiện và bên bị với sự cổ võ của hai bên da trắng và da vàng có mặt tại tòa, tòa tha bổng hai bị can. Sau vụ kiện này, ngay ngày đầu năm 1990, California đã ban hành luật cấm ăn thịt chó. Nhật báo San Jose Mercury đã phỏng vấn Tiến sĩ Trần An Bài về vụ cấm này, ông trả lời: "Tôi không nghĩ rằng đạo luật cấm ăn thịt chó này là kỳ thị chủng tộc, nó chỉ phản ảnh sự khác biệt về văn hóa. Là dân thiểu số của xứ tự do dân chủ này, người Việt Nam chúng tôi phải tôn trọng luật pháp của đa số. Nếu đa số không muốn chó mèo bị ăn thịt thì chúng tôi không ăn. Điều quan trọng là chúng ta phải tìm hiểu phong tục tập quán của nhau để có thể sống hòa hợp với nhau nhằm phục vụ sự thịnh vượng của xã hội chúng ta đang sống. Chẳng hạn khi nhóm thiểu số chúng tôi mới đến xứ này thì chúng tôi rất ngạc nhiên là các trường học không có lễ chào quốc kỳ hàng ngày, lại còn thấy người dân có thể đốt cờ Mỹ, nữ tài tử mặc quần lót hình quốc kỳ mà không bị tội gì cả. Hy vọng với thời gian nhiều người sẽ hiểu vì sao chúng tôi thích ăn thịt chó".

Không biết có phải California có nhiều người Việt nam cư ngụ nên có luật cấm ăn thịt chó như vậy không? Không phải. Có 6 tiểu bang khác, ngoài California, cũng cấm như vậy. Đó là Georgia, Hawaii, Michigan, New Jersey, New York và Virginia. Tuy nhiên trên toàn nước Mỹ các lò sát sinh bị cấm tiếp nhận chó và các cửa hàng không được rao bán thịt chó. Lệnh cấm này không áp dụng với cá nhân, nghĩa là một cư dân vẫn có thể giết mổ, tiêu thụ hoặc bán thịt chó miễn là không làm thương mại. Người ta vẫn nói liên bang Hoa Kỳ là một quốc gia có 50 quốc gia khác nhau. Vậy là cùng cấm nhưng khó dễ khác nhau. New York cấm "không được giết mổ chó hoặc mèo nuôi trong nhà để làm thực phẩm hoặc lấy thịt cho người ăn". California ngặt nghèo hơn, cấm cả việc sở hữu thịt chó. Trong khi đó Virginia nghiêm cấm hành vi vô cớ giết hại những loài động vật không có liên hệ tới hoạt động nông nghiệp. Nhưng tại Mỹ cũng đã có tới 44 tiểu bang không cấm cản chi cả.

Tất cả những khác biệt giữa các tiểu bang về hai anh chó mèo này chấm dứt khi Hoa Kỳ có một luật chung áp dụng cho toàn quốc. Ngày 12/9/2018, Hạ Viện Mỹ đã thông qua dự luật 'cấm mua bán thịt chó mèo" do hai dân biểu của tiểu bang Florida là Vern Buchanan và Alcee Hastings đệ trình. Dự luật có tên *"Dog and Cat Meat Prohibition Act"* cấm giết chó mèo để ăn thịt. Ông Buchanan phát biểu: "Chó và mèo mang lại tình thương và tình bạn cho hàng triệu người và người ta không nên giết chúng làm thực phẩm. Hơn phân nửa gia đình Mỹ coi chó và mèo như một phần tử trong gia đình họ. Chúng tôi muốn gửi thông điệp rõ ràng rằng giết mổ động vật yêu quý làm thực phẩm là không thể chấp nhận và sẽ bị xử phạt mạnh tay". Dân biểu Hastings nói thêm: "Tôi hài lòng khi cùng dân biểu Buchanan bênh vực việc cấm buôn bán thịt chó, thịt mèo tại Mỹ. Dự luật này phản ánh giá trị của chúng ta và cho chúng ta một chỗ đứng mạnh mẽ hơn trong việc thúc đẩy các nước khác chấm dứt tập tục khủng khiếp này. Tôi muốn nỗ lực để bảo đảm luật này được thông qua nhanh chóng". Hình phạt cho tội giết mổ chó mèo dùng làm thực phẩm là 5 ngàn đô.

Dự luật sau đó đã được Thượng Viện thông qua. Ngày 20/12/2018, Tổng thống lúc bấy giờ là ông Donald Trump đã ký ban hành. Thừa thắng xông lên, Hạ Viện Mỹ làm tới. Họ thông qua một nghị quyết kêu gọi các nước Trung Quốc, Đại Hàn, Việt Nam, Thái Lan, Philippines, Indonesia, Kampuchia, Lào và Ấn Độ chấm dứt việc buôn bán thịt chó mèo.

Mỹ quả có chơi ngặt các nước Á châu vốn là những xứ sở mặn thịt cầy. Theo ước lượng thì tại Á châu, mỗi năm có 30 triệu anh cầy bị cho về với Diêm Vương. Trung Quốc đứng đầu sổ với 10 triệu, Việt Nam thứ nhì với 5 triệu, Đại Hàn chiếm hạng ba với 2 triệu. Xưa lắm rồi, từ năm 1889, thi hào Ấn Độ Rudyard Kipling, trong bài thơ *"The Ballad of East and West"*, đã viết: *"Oh, East is East, and West is West, and never the twain shall meet"*. Đông là Đông và Tây là Tây, hai bên không bao giờ gặp nhau. Đúng y boong cho chuyện cờ tây!

Một bên đớp thịt cầy như điên, một bên khinh khỉnh đứng nhìn. Có điều hơi khác là các nước Á châu không ăn chó cảnh, thứ mà các em đầm ôm ấp cho ngủ chung, mà chỉ thịt chó cỏ. Theo Giáo sư Trần Quốc Vượng thì cội nguồn ăn thịt chó tại Việt Nam bắt nguồn từ lễ hiến tế chó trong tín ngưỡng dân gian.Người ăn đầu tiên là thầy cúng, thầy phù thủy mà họ cũng chỉ ăn lén, ăn vào lúc tối trời, đêm hôm. Do mặc cảm tội lỗi xưa nay chẳng ai nói toạc ra là ăn thịt chó. Do kiêng kỵ nên người ta nói chệch là ăn thịt cầy, mộc tồn. Không hiểu vì quá phổ biến hay vì mục đích che giấu mà ít có thứ thịt mang nhiều tên như thịt chó. Người ta gọi thịt chó là thịt cầy, cờ tây (nói lái của cầy tơ), mộc tồn (tiếng Hán là "cây còn", nói lái của "con cầy"), lá mơ (tên một thứ rau đi với thịt chó), sống trên đời (nói tắt câu: "sống trên đời ăn miếng dồi chó /Chết xuống âm phủ hỏi có hay không").

Tại Việt Nam hảo thịt cầy nhất là dân Bắc kỳ. Tôi cũng dân Bắc kỳ. Ông Vũ Bằng cũng Bắc kỳ. Trong cuốn "Miếng Ngon Hà Nội" ông Vũ viết về mộc tồn như sau: *"Đã định không nói nhưng không nói không chịu được. Ờ mà nếu ca tụng thịt cầy mà mang tiếng là thiếu văn minh thì mình cũng đành chịu cái tiếng thiếu văn minh vậy, chớ nói tới miếng ngon Hà Nội mà không nói đến thịt cầy, người ta quả là thấy thiếu thốn rất nhiều. Chỉ thiếu có một người, vũ trụ bao la hiu quạnh…Huống chi lại thiếu thịt cầy thì còn vui sống làm sao?”*.

Bắc kỳ được đồng hóa với thịt chó. Vậy thì dân Bắc kỳ ta ăn thịt chó từ khi mô? Trong cuốn "Ghi Chép Ở Xứ Bắc Kỳ", Đức Ông De la Bissachère, người đã sống tại Việt Nam từ thời Tây Sơn đến đầu đời Gia Long đã ghi: *"Thịt chó được xem là tuyệt hảo hơn cả và được bán với giá rất đắt. Lần đầu tiên một người Âu châu ăn thịt chó cần phải dằn lòng, cảm thấy bị cứa nát trái tim và óc tưởng tượng của mình. Song đã quen rồi thì chẳng cảm thấy khổ đau chi nữa"*. Tác giả Charles-Édouart Hocquard, một bác sĩ trong quân đội Pháp đóng tại Bắc kỳ, trong cuốn *"Un Campagne au Tonkin"*, xuất bản tại Paris vào năm 1892, đã viết: *"Năm 1883, từ trong thành đi ra chợ Cửa Đông, tôi thấy có quá nhiều người bày bán thịt chó. Họ để cả con vàng ươm đã được mang từ ngoại ô vào"*. Trong cuốn *"Histoire Naturelle Civile et Politique du Tonkin"*, xuất bản tại Paris năm 1778, Linh Mục Richard đã viết về thú ăn thịt chó của dân Đàng Ngoài: *"Tôi chứng kiến họ mổ thịt con chó, sau đó họ chế biến ra các món"*.

Thịt chó được chế biến ra sao, nghe mà tốn nước miếng! Giản dị nhất là luộc, nhưng giản dị không có nghĩa là dễ làm. Tôi đã từng kể là trong một lần về Sài Gòn, nhà văn Văn Quang đã cất công đi xa mua chỉ một đĩa thịt chó luộc của

HISTOIRE
NATURELLE,
CIVILE ET POLITIQUE
DU TONQUIN,

Par M. l'Abbé RICHARD,

Chanoine de l'Eglise Royale de Vezelai.

TOME PREMIER.

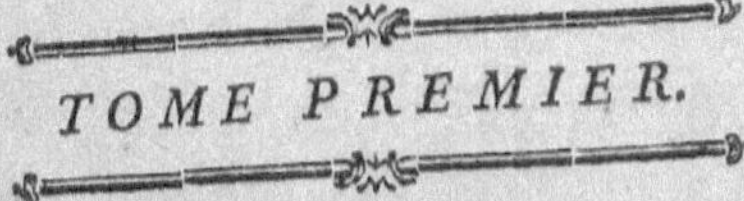

A PARIS,

Chez MOUTARD, Imprimeur-Libraire
de la REINE, de MADAME & de Madame
la Comtesse d'ARTOIS, Hôtel de Cluny,
rue des Mathurins.

M. DCC. LXXVIII.

Avec Approbation & Privilége du Roi.

Hình bìa cuốn "Histoire Naturelle, Civile et Politique" của Linh Mục Richard.

một nhà hàng chuyên luộc thịt chó cho tôi thưởng thức. Quả thật tôi chưa từng bao giờ được ăn thịt chó luộc chấm mắm tôm ngon như vậy. Chẳng thế mà các cụ nhà ta đã ca tụng đây là thứ thịt "giắt răng ba ngày vẫn còn thơm". Chả chìa, lòng hấp, rựa mận, xáo măng và dồi nướng là vài cách chế biến khác. Gia vị chính để nấu thịt chó gồm sả, giềng, mẻ, mắm tôm. Ăn kèm với cầy tơ là lá mơ, rau thơm, húng chó, hành sống, sả, ớt trái và bánh đa. Kể sơ sơ vậy thôi, chẳng nên tiêu phí nước miếng của dân thịt chó!

Các bạn ở Mỹ và các nước chê thịt chó, xin mời tới Canada chúng tôi, một nước văn minh hết cỡ. Muốn chỉ một miếng, một phần tư, nửa con hay nguyên con hay nước hầm xương chó đều có hết. Tự do…chó. Có một điều công ty *Elwood's Organic Dog Meat* không nói chi tới bộ đồ lòng của chó. Có lẽ họ vứt bỏ hết. Thôi rồi món dồi chó nướng thơm phức, thứ mà xuống âm phủ không biết có hay không. Ông bạn ái thịt chó ở San Francisco của tôi đã bỏ chúng ta ra đi từ ít năm trước, có lẽ hỏi ông sẽ rõ, nhưng ông chẳng thèm trả lời trả vốn chi!

09/2022

DIANA VÀ LÊ VĂN THANH

Thực ra hai cái tên này được đặt chung với nhau là vì… định mệnh. Trong cuộc đời Công Nương Diana nàng chẳng biết anh Lê Văn Thanh là ai. Bởi vì khi định mệnh ra tay thì nàng đã nhắm mắt.

Diana qua đời trong một tai nạn lưu thông vào ngày 31/8/1997, tính đến nay là đúng một phần tư thế kỷ. Khi đó Diana ngồi trên một chiếc xe Mercedes chung với bạn trai tên Dodi Fayed do tài xế lái, và có một vệ sĩ ngồi ở ghế hành khách phía trên. Ba người tử nạn gồm Diana, Dodi và viên tài xế. Vệ sĩ Trevor Rees-Jones bị thương nặng. Tai nạn xảy ra bên trong đường hầm dưới chân cầu Alma ở Paris. Đường hầm này có hai chiều xe chạy ngược nhau, ngăn cách bằng một hàng cột. Mỗi chiều có hai làn đường khá hẹp. Năm 2008, 11 năm sau tai nạn, tôi đã đi qua đường hầm này, thấy khá hẹp và tối. Có thể vì tôi ngồi trên xe buýt du lịch nên thấy vậy. Chiếc xe Mercedes chở Diana đụng vào cây cột số

13. Khi đi ngang qua đường hầm, hướng dẫn viên du lịch đã đếm từng cây cột để chỉ cho chúng tôi cây cột oan nghiệt này.

Khi tai nạn xảy ra, có một chiếc xe Fiat Uno màu trắng chạy song song và đụng vào chiếc Mercedes. Người ta nghi chiếc xe do một nhiếp ảnh gia săn hình *paparazzi* đuổi theo để chụp hình. Lập tức cảnh sát tìm kiếm 4 ngàn chiếc Fiat Uno màu trắng đang lưu hành tại Paris. Cuộc điều tra chốt lại vào hai chiếc đáng nghi nhất, một của phóng viên người Pháp James Andanson, một của Lê văn Thanh, người Pháp gốc Việt.

Trong hai người thì phải nghi anh phóng viên trước. Cha của Dodi, tỷ phú Mohamed Al-Fayed, liền kết tội anh phóng viên này là kẻ sát nhân. Cảnh sát điều tra đã quan sát và tìm thấy vết cọ dính sơn trắng phía đuôi bên phải của chiếc Mercedes. Đem chất sơn này đi nghiên cứu, họ biết đây là loại sơn trắng *bianco corfu 224*, được hãng xe Fiat dùng cho loại xe Uno đời xe từ 1983 tới tháng 9 năm 1987. Chiếc Fiat của phóng viên James Andanson mua vào năm 1988, tức một năm sau khi hãng Fiat ngưng việc sử dụng loại sơn *bianco corfu 224*. Nhưng loại sơn trắng dùng cho các xe sau đó của hãng Fiat là *bianco 210* cũng tương tự như loại sơn *bianco corfu 224*. Anh phóng viên vẫn còn bị theo dõi. Nhưng vào bữa đó, xe của anh phóng viên đã bị hư, bánh xe bị tháo ra và xe được gác lên những cục gạch tại nhà của anh nằm cách Paris 170 cây số. Vậy chuyện xe của anh va vào chiếc xe Mercedes không thể xảy ra được.

Cuộc điều tra của cảnh sát hướng về anh Lê văn Thanh.

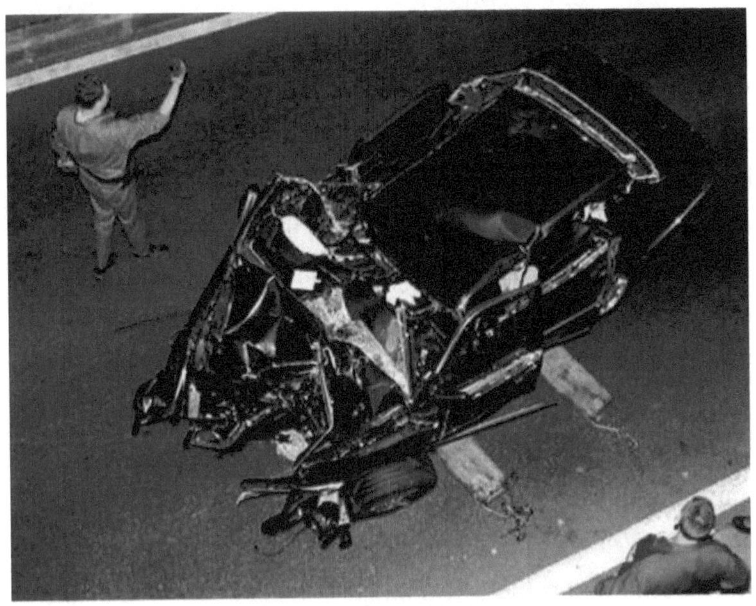

Chiếc Mercedes tan nát.

Xe của anh Thanh đã được sơn lại màu đỏ. Anh Thanh khai là anh đã sơn lại chiếc xe Fiat trước khi xảy ra vụ tai nạn làm chết ba người và một người bị trọng thương. Sau 6 tiếng đồng hồ bị thẩm vấn, anh Thanh được tha về cho dù lớp sơn trắng dưới lớp sơn đỏ được xác định là trùng hợp với loại sơn tìm thấy tại đuôi xe Mercedes. Phía Anh quốc cũng có một cuộc điều tra riêng do Hầu Tước Stevens cầm đầu. Ông cho biết mục tiêu cuộc điều tra của ông không phải để tìm ra nguyên nhân của tai nạn mà là để xác định lời tố cáo của ông Mohamed Al-Fayed về việc hoàng gia Anh có âm mưu ám sát Công Nương Diana và con trai ông ta.

Tháng 12 năm 2006, báo The Independent cho biết có tới 14 *camera* được lắp đặt trong đường hầm nhưng không có hình ảnh ghi lại thời khắc khi chiếc xe Mercedes bị nạn. Giải thích cho việc này, các chuyên viên điều tra cho biết, phần lớn các *camera* được lắp đặt không phải để thu hình giao thông trong hầm mà mục đích để bảo vệ các tòa nhà chung quanh nên không có ống kính chĩa vào con đường trong hầm. Chỉ có một chiếc của thành phố Paris nhắm vào việc lưu thông trong đường hầm nhưng sau 11 giờ đêm máy tắt vì không có người trực máy, trong khi tai nạn xảy ra vào lúc 0 giờ 25 sáng ngày 31/8. Không có gì chứng minh là sự va quệt của chiếc Fiat là nguyên do gây nên tai nạn. Vậy nên anh Lê văn Thanh không bị bắt giữ.

Tại sao anh Thanh sơn lại chiếc xe từ màu trắng thành màu đỏ, anh cho biết: "Cảnh sát biết tại sao tôi sơn lại nó. Khi bạn không có tiền và bạn có một chiếc xe hơi cũ, bạn sẽ làm gì?". Theo anh Thanh thì anh cho sơn lại xe vào ngày 30/8, trước khi tại nạn xảy ra. Nhưng năm 2006, sau 9 năm im lặng, ông Thomas Lê, cha của anh Thanh, đã tiết lộ chuyện sơn xe này hoàn toàn khác. Theo ông, năm đó anh Thanh mới 22 tuổi và là nhân viên bảo vệ làm việc ca đêm cho một hãng xe hơi. Đêm xảy ra tai nạn, anh Thanh về nhà có vẻ rất hoảng hốt và lo sợ. Anh Thanh không nói chi với cha mà chỉ thì thầm với người em là Lê Dũng, một thợ máy xe hơi. Hai anh em vội vã bỏ đi giữa đêm và dùng sơn đỏ xịt vào chiếc xe Fiat trắng đã 15 năm tuổi. Công việc hoàn tất sau hai tiếng đồng hồ. Phản ứng với tiết lộ của cha, anh Thanh cho biết cha anh đã nói không đúng sự thực vì hai cha con không thuận hòa với nhau.

Thêm một chi tiết là anh Thanh là một nhân viên bảo

vệ nên có nuôi một chú chó giống Rottweiler. Anh thường mang chú chó này theo. Các nhân chứng cho biết trong chiếc xe Fiat màu trắng xuất hiện đêm đó có một con chó.

Anh Thanh, chiếc xe Fiat Uno đã được sơn đỏ và con chó giống Rottweiler

Chuyện cái chết của Diana có nhiều ẩn khuất vì có lý do chính trị trong đó. Người ta vẫn đặt giả thuyết là tai nạn do hoàng gia Anh đạo diễn. Sau khi ly dị với Thái Tử Charles vào năm 1996, Công Nương Diana đã có một cuộc sống rất phóng túng. Bà có nhiều cuộc tình. Không biết tình thiệt hay tình vờ. Tôi nghĩ đó có thể là phản ứng thiếu kiềm chế với cuộc hôn nhân không tình yêu của chồng. Thái Tử Charles, người vừa lên ngôi với tước hiệu Charles III, tuy đã cưới Diana nhưng không dứt được mối tình với người yêu cũ Camilla. Những người tình của Diana sau khi bà ly hôn vào năm 1992 có thể kể: tay chơi *football* Will Carling, vệ sĩ Barry Manakee, sĩ quan kỵ binh James Hewitt, nhà truyền thông James Gilbey và thương gia Oliver Hoare.

Sau đó, khi Diana yêu một bác sĩ người Pakistan tên Hasnat Khan thì bị áp lực mạnh mẽ, nhất là từ phía hoàng gia Anh. Hasnat Khan là bác sĩ chuyên khoa tim mạch. Cuộc tình của họ kéo dài khoảng hai năm. Diana hy vọng sẽ theo người tình rời Anh để xây tổ ấm mới, xa rời hẳn Anh quốc. Người đầu tiên phản đối cuộc tình này chính là thân mẫu của Diana, bà Frances Shand Kydd. Có nguồn tin cho biết bà đã điện thoại mắng Diana là *"the whore"* (con điếm) vì *"messing around with f....Muslim man"* (lăng nhăng với đồ Hồi giáo ....). Vì vậy khi Diana bồ với Dodi, cũng một người Hồi giáo, thì bố của Dodi quả quyết cái chết của hai người không phải là một tai nạn giao thông bình thường mà là một vụ mưu sát ngụy trang thành một tai nạn. Ông này cũng khẳng định tình báo Anh đã dùng thủ đoạn chiếu tia sáng chói lòa vào chiếc Mercedes khiến tài xế bị chóa mắt đâm vào trụ hầm hoặc dùng một chiếc xe khác chèn xe của Diana khiến tài xế lạc tay lái.

Tại sao tình báo Anh phải hạ độc thủ với vị công nương của nước Anh? Nhóm tạo ra nghi vấn này đưa ra lý do: Diana là thân mẫu của Hoàng tử William, người đứng thứ hai trong hàng kế vị ngai vàng. Nay, sau cái chết của Nữ Hoàng Elizabeth II, William đã lên chức Thái Tử, ngồi chờ kế nghiệp phụ vương. Nếu Diana thành hôn với một người Trung Đông Hồi Giáo thì khi hoàng tử William lên ngôi báu, vua nước Anh sẽ có một ông bố dượng người Hồi giáo. Từ nghi vấn đó, ông tỷ phú chủ tập đoàn Harrods giầu có nức tiếng ở Anh cho rằng đã có bàn tay của tình báo Anh bí mật xen vào vụ mưu sát hòng loại trừ những người bị coi là nguy hại cho nước Anh.

Trước giả thuyết có thể làm mất mặt hoàng gia và nước Anh này, chính phủ Anh phải thành lập một ủy ban điều tra về tai nạn xe hơi năm 1997 mang tên "chiến dịch Paget" do Hầu Tước Stevens cầm đầu. Sau ba năm tìm tòi tỉ mỉ các khía cạnh của tai nạn, Ủy Ban này đã đưa ra phúc trình dày 833 trang kết luận cái chết của Diana, Dodi và viên tài xế Henri Paul là do tài xế đã phóng xe quá tốc độ trong khi say rượu khiến xe đâm vào trụ đường hầm. Tỷ phú Al Fayed dĩ nhiên không đồng ý với kết luận này. Ông muốn có một bồi thẩm đoàn xét lại kết luận này. Cho tới năm 2008, hồ sơ vụ án vẫn chưa được đóng lại.

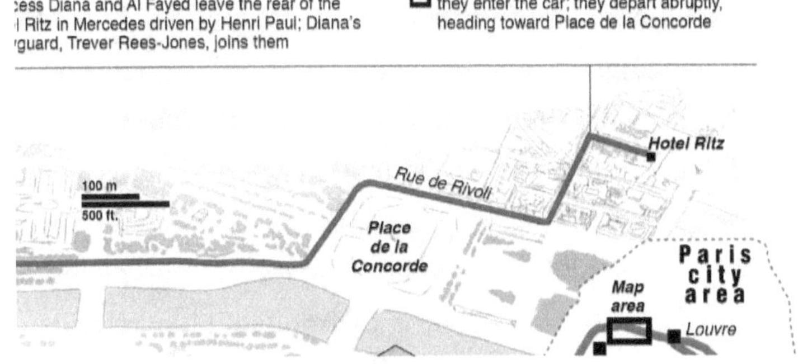

Sơ đồ tai nạn.

Viên vệ sĩ Trevor Rees-Jones, người duy nhất trên chiếc xe gặp tai nạn bị chấn thương não hôn mê một thời gian. Sau khi tỉnh lại đã cho biết anh nhớ mang máng có một chiếc xe màu trắng, có thể là một chiếc Fiat Uno, do một thanh niên lái, có chở theo một con chó dữ tợn ở phía sau, đã đâm vào xe của công nương khiến tài xế Henri Paul lạc tay lái và húc vào trụ hầm.

Hai chiếc xe Fiat Uno bị nghi có mặt tại hiện trường tai nạn, như đã nói ở trên, là xe của anh Lê Văn Thanh và phóng viên nhiếp ảnh James Andanson. Phóng viên Andanson đã được "giải oan" vì xe của anh lúc đó đang nằm ụ tại một nơi cách Paris 170 cây số. Nhưng chuyện chưa hạ màn. Bốn tháng sau khi xảy ra tai nạn, anh này đã ba hoa là anh đã bám theo chiếc xe Mercedes vào đường hầm và đã khôn khéo qua mặt được cảnh sát nên trốn thoát. Anh cũng huênh hoang là anh đã chụp được nhiều tấm hình sẽ làm nhiều người toát mồ hôi khi được công bố. Những tấm hình này hiện được anh cất giữ tại một nơi an toàn. Làm sao anh có mặt tại hầm cầu Alma khi xe của anh đang kê trên mấy cục gạch? Ông tỷ phú Al Fayed nói là *paparazzi* ngu chi mà dùng xe đứng tên mình khi hành nghề. Cảnh sát đã thẩm vấn anh Andanson về tiết lộ của anh, anh xìu như bánh tráng nhúng nước và trưng ra những bằng chứng vào tối đó anh đang ở Lignieres, cách Paris 170 dặm!

Tháng 5 năm 2000 anh qua đời. Thi thể của anh đã được tìm thấy trong một chiếc xe bốc cháy trong một khu rừng gần thị trấn Nant, kế bên Millau ở miền Nam nước Pháp. Nhân viên điều tra người Pháp Jean-Michel Lauzun cho biết khi ông tới hiện trường, chiếc xe vẫn còn cháy và thấy thi thể của Andanson nằm dưới tay lái với một lỗ ở thái dương trái dài khoảng 5 phân. Một nhà bệnh lý học người Pháp kết luận lỗ hổng này là do sức nóng dữ dội của lửa chứ không phải do một viên đạn hoặc một hung khí gây ra. Khám nghiệm tử thi, các bác sĩ tìm thấy một lượng khí *carbon monoxide* lớn trong máu. Điều này chứng tỏ khi lửa cháy, anh còn thở chứ không phải bị giết trước. Các điều tra viên kết luận cái chết của anh là một vụ tự tử. Nguyên do có lẽ vì chuyện gia đình.

Anh Lê văn Thanh.

Tháng 9 năm 2019, nhà báo Dylan Howard và cựu thám tử người Úc Colin McLaren đã cho ra mắt cuốn *"Diana: Case Solved"* nói về cái chết của công nương Diana. Trong sách có đề cập tới một cuộc phỏng vấn anh Lê văn Thanh. Anh Thanh nói anh được lệnh giữ im lặng không tiết lộ chi với Huân Tước Stevens, người cầm đầu cuộc điều tra mang tên "Chiến dịch Paget" của người Anh. Hai tác giả viết: "Vào đêm hôm đó, Le van Thanh đã nghỉ việc sớm và, theo các nhân chứng, đang ở trong đường hầm. Điều đó có thể kiểm chứng được. Ông ấy trờ tới từ một làn đường hợp nhất gây va chạm với chiếc Mercedes của Công Nương Diana khiến chiếc xe Mercedes tông vào trụ thứ 13 bên trong đường hầm Alma". Howard thắc mắc tại sao trong suốt 22 năm, anh Thanh không nói chuyện với nhà chức trách. Ông cho biết: "Cựu thám tử Collin McLaren và tôi đã tới Paris cách đây khoảng 6 tuần và nói chuyện với Le van Thanh lần đầu tiên, và chúng tôi đã hỏi ông câu hỏi đó. Ông ta trả lời là cơ quan thực thi pháp luật bảo ông ta không được nói những gì đã xảy ra đêm đó". Howard kể tiếp: "Ông ta bảo có nói chuyện với chính quyền Pháp nhưng không bao giờ nói chuyện với chiến dịch Paget. Hầu Tước Stevens, người giám sát cuộc điều tra của Anh, đã hai lần yêu cầu Le van Thanh trả lời các câu hỏi, và ông ta đã không trả lời. Ông ta nói rằng ông không có lý do gì để phải trả lời. Điều này đặt ra câu hỏi: liệu có một âm mưu im lặng, và nếu có, tại sao?...Colin và tôi đã đi đến kết luận rằng chính phủ Pháp không muốn một người mang quốc tịch Pháp phải chịu trách nhiệm cho cái chết của Công Nương Diana. Vì thế, lần đầu tiên chúng tôi có thể cung cấp một đánh giá dứt khoát về những gì thực sự xảy ra, dựa trên những phân tích tại hiện trường tai nạn, báo cáo điều tra và những phát biểu mới từ ông Le van Thanh… Những lời nói của ông ấy đã nói lên tất cả. Nó cho thấy chẳng có gì bí ẩn về vụ tai nạn của Công Nương Diana và bác bỏ hết những thuyết âm mưu mà người ta đặt ra. Chỉ là Le van Thanh đã ở sai vị trí và sai thời điểm. Và suốt 22 năm qua, ông ấy đã sống trong ác mộng".

Giờ đây, anh Lê văn Thanh đã có nhiều thay đổi trong cuộc sống. Anh đã trở thành một vận động viên thể hình nổi tiếng, có một cuộc sống thầm lặng, kín đáo. Anh luyện tập thường xuyên tại một câu lạc bộ ở trung tâm Paris. Anh cũng đã đoạt được nhiều giải trong các cuộc thi thể hình tại Pháp cũng như tại nhiều nước khác.

Năm nay, 2022, trong dịp kỷ niệm 25 năm ngày mất của Công Nương Diana, trang mạng Radar đã xin phỏng vấn anh Thanh. Anh đã đòi 500 ngàn *euro* để nói về những gì thực sự xảy ra trong đêm định mệnh đó. Anh nói: "Không có chi miễn phí trên đời này!".

Chẳng lẽ vẫn còn những điều bí mật trị giá 500 ngàn *euro*?

09/2022

ĐÀN ÔNG ĐÀN BÀ

Ối dào! Đây là chuyện muôn thuở, dính vào mệt phải biết! Nhà văn Minh Đức Hoài Trinh đã viết trên bán nguyệt san Thời Nay, trước 1975, loạt bài "Ôi Đàn Bà". Tác giả là đàn bà bị các bà hỏi han sao lại chỉ viết về đàn bà, còn đàn ông nữa chi? Vậy là bà Minh Đức Hoài Trinh phải cho đi tiếp theo loạt bài thứ hai: "Ôi Đàn Ông".

Đàn ông đàn bà từ thuở tạo thiên lập địa tới giờ là hai phạm trù đối nghịch nhau. Thiệt bậy! Bởi vì đàn ông hay đàn bà đều cùng xương cùng thịt. Đàn bà được Thiên Chúa lên khung bằng chiếc xương sườn của đàn ông. Sách Khôn Ngoan Cổ Do Thái viết: *"Thiên Chúa đã không tạo dựng người đàn bà từ khúc xương đầu của người đàn ông, bởi vì như thế bà ta sẽ cai trị chồng; Thiên Chúa cũng không tạo dựng người đàn bà bởi khúc xương ngón chân của người đàn ông, vì như thế bà sẽ trở nên nô lệ của chồng; nhưng Thiên Chúa đã tạo dựng nên bà từ khúc xương sườn, điều đó có nghĩa là hai người cùng có một phẩm giá ngang nhau."*

"Phẩm giá ngang nhau", chuyện tào lao, rất nhiều ông đã nghĩ như thế. Đàn bà ngày nay lên chân phát ớn. Đó là lời phàn nàn của nhiều ông chồng. Chẳng lẽ Thiên Chúa có sự nhầm lẫn, thay vì lấy khúc xương sườn đã lấy mảnh xương đầu nên các ông chồng mới phàn nàn.

Ông Quan Dương không nghĩ như vậy. Theo ông thì rõ ràng ông thấy mất cái xương sườn.

Đàn bà chỉ là miếng xương
Thượng Đế cắt lấy từ sườn đàn ông
Nên khi trái chứng trở lòng
Thấy đau nhoi nhói bên hông biết liền.

Đàn ông mất cái xương nhưng lại được khuyến mãi thêm được cái khác. Đó là cái mà tác giả Nguyễn Quỳnh Anh ấm ức: *"Đàn ông ơi, các anh được cha mẹ sinh ra với hình hài lãi hơn đàn bà chúng tôi vì được bà mụ khuyến mại thêm một mẩu tưởng nhỏ mà rất quan trọng. Cái mẩu ấy, nếu các quý anh dùng nó theo đúng chức năng tạo giống nòi cho dòng họ và duy trì loài người thì phải nói là tuyệt đỉnh, nhưng nếu các anh sử dụng nó bừa bãi như cái gậy thằng ăn mày thì hiểm hoạ đến với các anh sẽ là không nhỏ đâu, có thể huỷ hoại sự nghiệp và thể chất của các anh đấy"*.

Đó là nguyên ủy của sự khác biệt giữa đàn ông và đàn bà. Cuốn tiểu thuyết "Một Nửa Đàn Ông Là Đàn Bà" của nhà văn Trương Hiền Lượng bên Trung Quốc làm rắc rối thêm sự việc. Tại sao lại có chuyện nửa nọ nửa kia như vậy? Trương Hiền Lượng sanh năm 1936. Năm 1954 ông bắt đầu tí toáy làm thơ. Năm 1957, bài thơ "Khúc Hát Đại Phong" gây họa cho ông. Ông bị liệt vào thành phần hữu khuynh phản động, bị đầy đi lao động khổ sai suốt 22 năm. Trong thời gian này ông viết cuốn tiểu thuyết "Một Nửa Đàn Ông Là Đàn Bà". Năm 1979, Trương Hiền Lượng được phục hồi danh dự. Năm 1980 ông quay lại sống tại Trấn Bắc Bảo thuộc tỉnh Ninh Hạ, nơi ông bị lưu đầy 22 năm trước. Ông kinh doanh địa ốc và rất thành công. Sự nghiệp văn chương của ông nổi bật với hai tiểu thuyết "Cây Hợp Hoan" và "Một Nửa Đàn Ông Là Đàn Bà". Cuốn sau được xếp vào danh sách 100 tác phẩm có ảnh hưởng sâu rộng nhất tại Trung Quốc.

Nhân vật chính trong "Một Nửa Đàn Ông Là Đàn Bà" là một chàng trai trí thức bị cưỡng bách đi lao cải trong thời cách mạng văn hóa. Nửa đầu cuốn truyện không dính dáng chi tới đàn bà. Nửa sau, chàng trai này gặp một cô gái ở nông trường và cưới cô này. Đêm tân hôn được ông diễn tả: *"Tôi vén chăn, hóa ra lúc này cô đang hoàn toàn giống hệt như tôi đã thấy trong bãi lau năm xưa. Đây là một bãi lầy nóng bỏng, tôi lăn lộn trong đám bãi lầy ấy; đây là một ngọn núi lửa sục sôi nham thạch, vừa đẹp đẽ hoành tráng vừa ghê sợ khủng khiếp; đây là một con ốc anh vũ xinh đẹp, đột nhiên thò cái vòi thịt nần nẫn dính nhơn nhớt từ trong vách buồng ra, ra sức quấn chặt lấy tôi mà lôi tôi xuống đáy biển; đây là khối bọt biển màu sắc rực rỡ bám chặt vào tảng san hô trắng, nó liều mạng toan hút kiệt đến giọt nước cuối cùng trong cơ thể tôi, đến nỗi tôi cơ hồ ngất lịm đi như một cơn choáng; đây là ảo giác thành phố trên sa mạc; đây là ảo giác xanh trong ảo giác thành phố lâu đài; đây là vườn hoa của người khổng lồ trong đồng thoại xa xưa nhất, mà chuyện đồng thoại xa xưa nhất lại là chuyện mới mẻ nhất, xa vời hư ảo nhất. Cuộc giao đấu lớn nhất của nhân loại không phải là cuộc giao đấu giữa người với người, giữa con người với con thú, mà là cuộc giao đấu giữa đàn ông với đàn bà".*

Bìa sách "Một Nửa Đàn Ông Là Đàn Bà".

Đàn ông và đàn bà cùng cái mẩu của đàn ông được Thượng Đế khuyến mãi là cuộc đời đích thực, là trung tâm của cuộc sống. Đó là sự nối kết cần thiết để nhân loại tồn tại nhưng cũng là sự liên kết tình cảm giữa đàn ông và đàn bà. Như hai cục nam châm. Khi sát gần thì hút nhau. Nhà văn Y Ban có một truyện ngắn mang cái tên lai căng "I Am Đàn Bà". Nhân vật chính là một người đàn bà nhân ái. Tuy nhà nghèo, chị vẫn nhận nuôi một đứa trẻ bị bỏ rơi. Nhiều người không cảm nhận được hành động đầy tình thương của chị. Cũng vì nhà nghèo, chị phải đi xuất khẩu lao động ở Đài Loan. Chị làm "ô sin" nuôi một người đàn ông bị liệt và câm. Trong căn nhà vắng vẻ và biệt lập, cuộc sống của chị như bị giam vào một hoang đảo. Chị và người đàn ông không nói chuyện được với nhau vì ngôn ngữ bất đồng. Chị nuôi người đàn ông xa lạ như một người mẹ nuôi con, như một người chị nuôi em rất thuần khiết. Nhưng bỗng một ngày, người đàn ông hồi phục một phần thân thể, đặc biệt là phục hồi khả năng sinh lý. Việc gì phải xảy ra đã xảy ra. Bà chủ nhà có đặt *camera* nên đã thấy mọi việc. Bà đưa chị ra tòa với tội danh "quấy rối tình dục". Trước tòa, chị không biết cãi làm sao. Trước sau chỉ nói được một câu: *I am đàn bà*. Và chỉ cầu xin tòa đừng cắt lương để có tiền gửi về cho chồng. Truyện chấm dứt lơ lửng như vậy.

Đàn bà và đàn ông, đó là hai thực thể xa mà gần. Đối nghịch nhưng cũng hòa đồng. Họ có những điểm tương đồng về mặt thể chất nhưng cũng có những điểm khác biệt để phù hợp với vai trò của mỗi giới. Có vậy mới có sự thu hút để tìm tới nhau.

Trong những lần tán chuyện dóc với nhau, chúng tôi vẫn thắc mắc tại sao con tạo lại sanh ra cái thứ vô ích là tí đàn ông. Đúng là cái thứ thậm vô duyên. Nhưng khi nghe Tiến Sĩ Tommy Mitchel giải thích mới tha tào cho con tạo. Ông cho biết: "Thuyết tiến hóa thường đề cập đến vấn đề trên như một sự phản đối khái niệm về đấng tạo hóa. Suy cho cùng, nếu đấng tạo hóa tồn tại thì tại sao Người lại tạo ra người đàn ông với bộ phận mà họ không sử dụng tới? Ở phụ nữ,

Bìa cuốn sách "I am Đàn Bà" của nhà văn Y Ban

vú có chức năng là để cho con bú, đồng thời thu hút phái mạnh và thể hiện tiềm năng sinh sản của mình. Vậy mới xuất hiện câu hỏi: 'Núm vú ở nam giới có tác dụng gì?'. Theo lý thuyết sáng tạo, núm vú ở đàn ông không phải là dấu tích của quá trình tiến hóa mà là dấu tích của phôi thai. Phôi thai của nam và nữ căn bản là giống nhau về cấu trúc, hình thành các đặc tính vật lý xác định của đàn ông và đàn bà. Hệ thống ống tuyến vú và núm vú cũng tương tự nhau ở cả hai giới và phát triển trong tuần thứ sáu của thai kỳ. Hệ thống ống tuyến vú thô sơ gần như không thể phân biệt khi sanh ra cho đến khi nữ giới chịu ảnh hưởng của nội tiết tố nữ *estrogen* trong giai đoạn đầu của tuổi dậy thì". Khi đó nam nữ tách ra hai ngả, một ngả phì nhiêu, một ngả phẳng lì. Nhưng núm vú của nam giới không hoàn toàn vô dụng như chúng ta nghĩ. Chúng cũng nhạy cảm và là nguồn hứng khởi tình dục khi được kích thích. Ngẫm ra mới thấy dân tán chuyện chúng tôi nông nổi. Ngồi nghĩ lại thấy cái thứ dẹp lép vô dụng hóa ra cũng có công dụng.

Giọng nói là thứ khác biệt rõ ràng nhất giữa đàn ông và đàn bà. Đàn ông có giọng trầm và đàn bà có giọng thanh. Tạo hóa đều cho cả hai giới có thanh quản giống nhau. Cả hai đều có sụn bao quanh nhưng thanh quản của đàn ông lớn hơn, các sụn nhô ra tạo nên "trái táo Adam" đè lên dây thanh quản khiến giọng nói của đàn ông trầm hơn. Giọng ông nào càng trầm thì càng có nhiều nội tiết tố *estrogen*. Nội tiết tố này có liên quan mật thiết tới chất lượng và nhu cầu tình dục. Theo bản năng, người phụ nữ thấy người đàn ông càng có giọng trầm càng cuốn hút hơn vì đó là người giúp phụ nữ duy trì nòi giống tốt hơn. Người ta đã làm khảo sát về chuyện sung độ này. Năm 2009, một cuộc khảo sát đã được tiến hành tại bộ lạc Hazda ở Tanzania cho thấy đàn ông có giọng trầm có nhiều con hơn những người khác. Một nghiên cứu khác diễn ra vào năm 2011 cũng đưa tới kết luận là phụ nữ khoái những người đàn ông có giọng trầm hơn. Chuyện này cần hỏi lại các bà. Nếu thiệt như vậy thì mấy ông có giọng trầm mở cờ trong bụng vì thuộc giống…thượng đẳng!

Người nào cũng có mặt mũi gồm các thành phần mắt, tai, mũi, miệng giống nhau nhưng mặt đàn ông khác mặt đàn bà. Phía các ông, lượng *testerone* dồi dào khiến trán cao hơn, lông mày rậm hơn, cằm và gò má bạnh và góc cạnh hơn. Chúng ta thường gọi là mặt chữ điền. Mặt các bà có xu hướng thanh thoát, môi mọng và cặp lông mày nhỏ. Đó là khuôn mặt mà chúng ta thường âu yếm ca tụng là mặt trái soan hay mặt búp sen. Nhà thơ Hoàng Cầm đã từng thơ: *Ai về bên kia sông Đuống / Có nhớ từng khuôn mặt búp sen*. Đó là khuôn mặt hiền dịu của phái nữ.

Nhưng nhà thơ Hàn Mặc Tử lại gây thêm rắc rối với hai câu trong bài thơ "Đây Thôn Vỹ Dạ": *Vườn ai mướt quá xanh như ngọc / Lá trúc che ngang mặt chữ điền*. Hai câu thơ như đánh đố này làm tốn biết bao nhiêu giấy mực. Vì lá trúc che nên nhà thơ nhìn thấy như mặt chữ điền, hay trong vườn lúc đó là một nam nhân? Càng tìm hiểu càng thấy rối rắm. Tôi tìm đọc được hai giả thuyết khác. Tác giả Vũ Nho viết: *"Gần đây nhất, tháng 3 năm 2009, tôi được nghe nhà thơ Nguyễn Xuân Thâm quê ở Thừa Thiên Huế giải thích rằng chữ điền chính là chữ điền ở bức bình phong trước nhà. Các nhà giàu ở Huế thường xây bình phong trước nhà theo thuật phong thủy và đó là một kiểu kiến trúc phổ biến. Chữ điền chính là chữ trên bức bình phong đó. Cái đó thì rất có thể. Người ta nói nhiều về kiểu nhà vườn ở Huế. Nếu như diện tích vườn bao gồm cả phần trước nhà thì càng có cớ để chúng ta tin chắc mặt chữ điền là mặt chữ chứ không phải mặt người. Không biết là cách hiểu mặt chữ điền là mặt chữ này có được bao người đồng cảm. Nhưng với tôi thì có lẽ đấy là cách hiểu dễ chấp nhận hơn cả"*. Trong một bài báo không ghi tên tác giả trên tờ Văn Nghệ của Hội Nhà Văn Việt Nam, số ra ngày 15/5/2020, câu chuyện lại được diễn giải khác. Tác giả đã vào tới thôn Vỹ Dạ, quan sát những mảnh vườn và đưa ra một giả thuyết của người đã tận mắt nhìn thấy những bức tường bao quanh vườn, nơi có thể Hàn Mặc Tử nhìn vào trong vườn. *"Trong một dịp công tác vào Huế, chúng tôi nóng lòng muốn thấy lại chút gì đó nhắc nhớ tới cái hồn của "Đây Thôn Vỹ Dạ", cái làng thôn bình dị bên sông Hương đã trở nên nổi tiếng nhờ một bài thơ. Cái mà chúng tôi chú ý khi đi theo từng ngõ ngách của Vỹ Dạ chính là những mảnh vườn quê. Ngăn cách vườn nhà với đường thôn là hàng rào hoặc tường xây, với những ô trống như con mắt của mảnh vườn. Qua những "mắt vườn" có thể nhìn ra ngoài đường và từ bên ngoài cũng có thể nhìn qua đó để thấy được cây lá bên trong... Sau khi quan sát các "mắt vườn" ở Vỹ Dạ, những khoảng trống trang trí trên tường bao, chúng tôi nảy ra ý nghĩ, có thể lý giải "mặt chữ điền" một cách dung dị hơn. Đành rằng những khoảng trống "mắt vườn" đó không phải đã có từ thời bài "Đây Thôn Vỹ Dạ" được viết ra, nhưng chúng vẫn như một vật chứng vượt qua thời gian, muốn mách bảo cho chúng ta một điều gì đó...Phần lớn những "mắt vườn" hôm nay có hình chữ nhật kéo dài theo chiều thẳng đứng, khá thông thoáng. Song cũng không hiếm những ô vuông. Các ô có thể trống rỗng, nhưng đa phần được lắp gạch trang trí. Ngày xưa có một thứ gạch trang trí hình vuông, phía trong có một chữ ĐIỀN rất rõ, được gọi là "gạch chữ điền"... Nếu đúng vậy, thì hẳn người thơ đã nhìn vào mảnh vườn Vỹ Dạ, qua một "mắt vườn" hình chữ điền, có mấy lá trúc che ngang"*.

Ông Hàn Mặc Tử đã kéo chúng ta đi lạc đường. Trở lại với chuyện đàn ông đàn bà. Tuổi dậy thì làm rõ khác biệt giữa nam và nữ. Nam giới có xu hướng mọc nhiều lông, tóc trên cơ thể, đặc biệt là râu trên mặt do lượng *hormone androgen* dồi dào hơn nữ giới. Râu thường là thứ độc quyền của nam giới. Tôi nói "thường" là vì mấy bà hàng xóm người Hy Lạp của tôi cũng lún phún như các ông. Theo các nhà khoa học nghiên cứu về tiến hóa thì phụ nữ cảm thấy đàn ông có nhiều râu trên mặt trông hấp dẫn hơn. Đó là thứ chỉ dấu báo hiệu của những khả năng dồi dào hơn trong sinh hoạt tình dục.

Đàn ông đàn bà, hai thứ đã có từ ngày tạo thiên lập địa. Đã thành nếp. Nhưng thời đại ngày nay đã có chuyện nhảy rào. Một nửa đàn ông là đàn bà. Nhiều chàng thanh niên ngày nay không yên phận đàn ông. Họ ẻo lả, bóng bẩy như đàn bà. Như họ đã là vậy từ thuở cha sanh mẹ đẻ. Xã hội đã chấp nhận sự nhảy rào như một xu hướng sống mới. Giáo hội công giáo La Mã cũng xuôi theo. Năm 2013, sau chuyến viếng thăm Brazil, trên đường trở về Vatican, Đức Giáo Hoàng Francis đã nói: "Nếu một người đồng tính có thiện chí và tìm đến Chúa thì tôi là ai mà phán xét họ?".

Ôi đàn ông! Ôi đàn bà! Ôi nửa đàn ông nửa đàn bà! Tôi thiệt dại dột khi nhảy vào cái mớ bòng bong này!

12/2022

HAPPY BIRTHDAY Mr. PRESIDENT

Ngày 7/10 vừa qua là ngày sinh nhật 70 tuổi của Putin. Ông ăn mừng ngày sống dai này rất long trọng tại thủ đô Moscow. Ngày hôm sau, chiếc cầu nối liền Nga và bán đảo Crimea, bị đánh sập hai nhịp, giao thông gián đoạn. Đây là cây cầu gồm đường xe lửa và đường bộ dài nhất Âu châu được ông Putin long trọng khánh thành vào năm 2018. Trong cuộc chiến do Putin phát động tại Ukraine, cây cầu này là huyết mạch tiếp tế cho quân Nga tại chiến trường. Tên chính của cây cầu là cầu Crimea hay cầu Kerch nhưng người ta thường gọi là cầu Putin.

Sau khi cầu sập, trên mạng xuất hiện một *video* do ông Oleksiy Danilov, Bộ Trưởng Bộ An Ninh và Quốc Phòng Ukraine *post* trên Twitter. *Video* được chia ra hai phần. Phần bên trái là đoạn quay cảnh cây cầu đang bốc lửa, bên phải là đoạn *video* cô đào cũng bốc lửa Marilyn Monroe hát bài *"Happy Birthday Mr. President"*. Coi đoạn *video* này, tôi

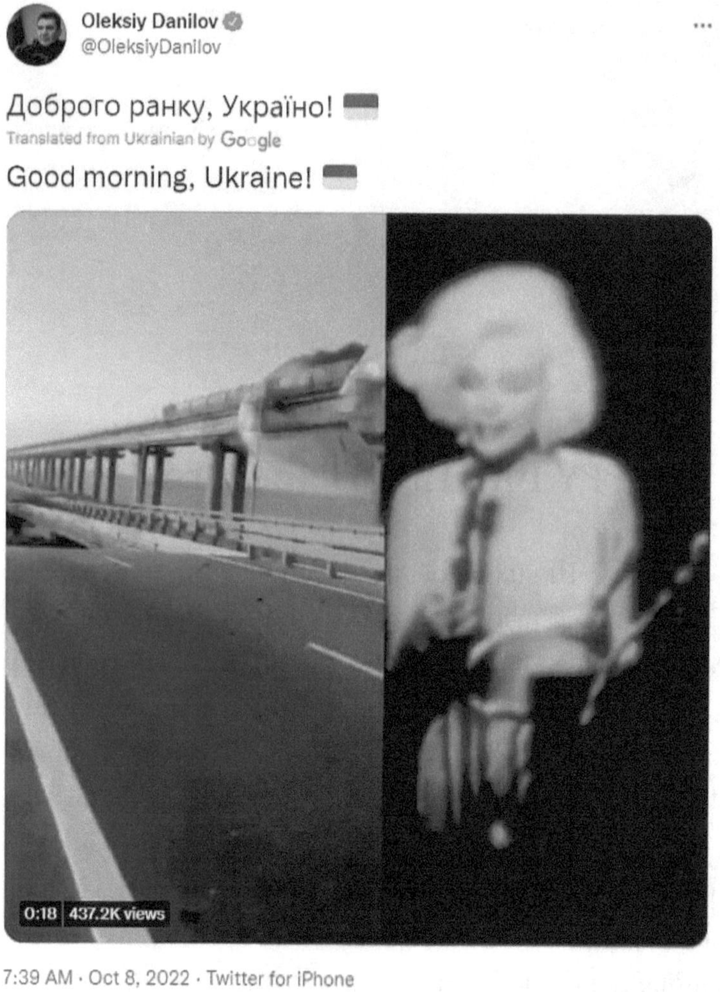

Oleksiy Danilov ✓
@OleksiyDanilov

Доброго ранку, Україно! 🇺🇦

Translated from Ukrainian by Google

Good morning, Ukraine! 🇺🇦

7:39 AM · Oct 8, 2022 · Twitter for iPhone

Hình video chọc quê Tổng Thống Putin.

thầm phục người đã sáng chế ra lối chọc quê ông Putin một cách hóm hỉnh và cay đắng. Ông Putin chắc phải chửi thề khi nhận được món quà sinh nhật này.

"Happy Birthday" là bài hát mà từ trẻ em tới người lớn

đều thuộc lòng. Nhưng *bài "Happy Birthday Mr. President"* này lại khác. Với thân hình uốn éo mời gọi, với chiếc áo bó sát thân hình không có đồ lót, Marilyn Monroe như đang ở trong khuê phòng, đã diễn tả được hết nét *sexy* của giống cái. Dĩ nhiên ông *President* được tặng bài hát này không phải là *President* Putin mà là *President* Kennedy.

Tiệc mừng sinh nhật của *tonton* Kennedy vào ngày 19/5/1962, được tổ chức lồng trong khuôn khổ Đại Hội của đảng Dân Chủ nên có tới 15 ngàn quan khách tham dự trong đó có nhiều ngôi sao nổi tiếng. Cô đào Marilyn đã ưỡn ẹo hát bài hát quen thuộc *"Happy Birthday"* nhưng thay câu: *"Happy Birthday to You"* bằng câu *"Happy Birthday Mr. President"*. Ông *tonton* trẻ tuổi đẹp trai chắc phải rớt tim ra ngoài. Sau đó một chiếc bánh sinh nhật to đùng được mang ra. Tổng thống Kennedy cắt bánh và nói: "Giờ đây tôi có thể buông bỏ chính trị sau khi có được bài *Happy Birthday* được hát tặng tôi một cách ngọt ngào và đẹp đẽ đến như vậy". Đệ Nhất Phu Nhân Jacqueline Kennedy rất ít khi tham dự các sự kiện chính trị của đảng Dân Chủ nhưng đêm đó đã có mặt cùng với hai con John và Caroline. Cô đào Monroe đã được chú ý ngay khi bước chân vào khán phòng, khoác tay danh cầm nhạc jazz Hank Jones. Có lẽ vì chiếc áo hết sức *sexy*. Nàng được tài tử Peter Lawford giới thiệu khi bước lên sân khấu trong chiếc áo khoác lông màu trắng. Monroe từ từ cởi chiếc áo khoác để lộ ra chiếc áo được may sát sạt vào người làm nổi bật những đường cong chết người không có đồ lót. Chiếc áo có đính 2.500 viên đá quý là tác phẩm của một sinh viên mới ra trường tên Bob

Mackie. Đây là chiếc áo đầu tay của *designer* mới 23 tuổi này. Marilyn đã trả 1.440 đô, nếu tính theo trị giá của năm 2022 này thì vào khoảng 13.700 đô. Chiếc áo sau đó đã được nhiều tay sưu tầm săn tìm nên giá phóng lên cao như hỏa tiễn. Trong một cuộc đấu giá vào năm 1999, chiếc áo đã được mua với giá 1 triệu 260 ngàn đô. Năm 2016, viện bảo tàng *Ripley's Believe It or Not* mua lại với cái giá ngất ngưởng 4 triệu 800 ngàn đô. Ngày nay chiếc áo được trưng bày tại *Ripley's Hollywood Boulevard.*

Trong sự kiện *2022 Met Gala*, Kim Kardashian đã bước vào hội trường trong chiếc áo này khiến mọi người xôn xao ngưỡng mộ. Nhưng cô đào văm này chỉ được bận chiếc áo thật trong một thời gian ngắn, chỉ vài phút khi xuất hiện trên thảm đỏ. Sau đó cô phải thay vào bằng một chiếc áo giống y hệt nhưng là đồ nhái!

Kim Kardashian có thân hình cũng bốc lửa nhưng lửa hơi lớn hơn Marilyn Monroe. Tuy cô đã phải nhịn ăn cho ốm bớt nhưng khi nong người vào chiếc áo được may đúng kích thước từng ly từng tý một của Marilyn, người ta đã phải dùng thủ thuật cho vừa. Tác giả của chiếc áo, anh Bob Mackie, đã biểu lộ sự bất mãn khi trả lời phỏng vấn của báo Entertainment Weekly: "Tôi nghĩ đây là một lỗi lầm lớn. Marilyn là một nữ thần. Một nữ thần điên loạn nhưng vẫn là một nữ thần. Nàng đã quá nổi tiếng. Không ai được chụp hình có thể giống như nàng được. Chiếc áo đã được may cho chỉ một mình nàng, được thiết kế cho riêng nàng. Không ai khác có thể mặc chiếc áo này". Bà Alicia Malone, người tổ chức chương trình *Turner Classic Movies* chuyên

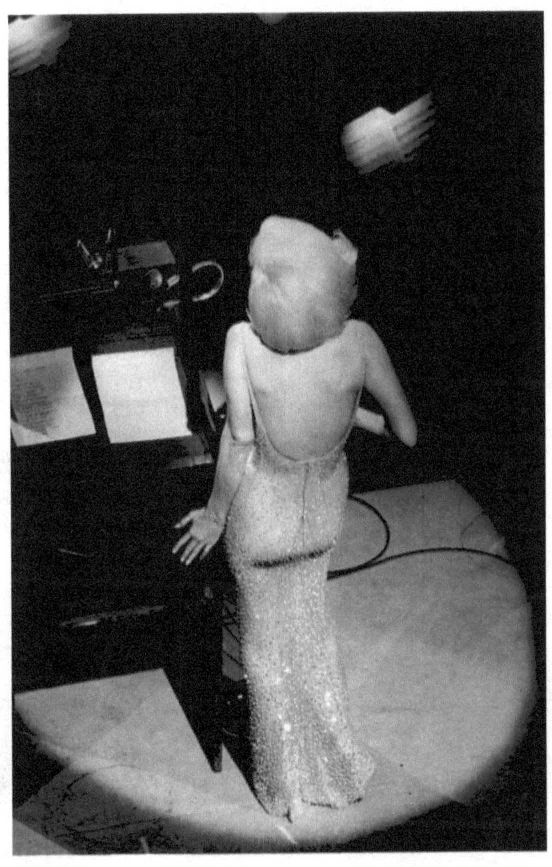

Marilyn Monroe hát bài "Happy Birthday Mr. President".

trình chiếu những phim kinh điển cũng phát biểu: "Có nhiều điều cần phải cẩn thận trong việc bảo quản chiếc áo vì ngay cả khí *oxy* cũng có thể ảnh hưởng tới áo. Thông thường những bảo vật này phải được cất trong một môi trường được kiểm soát. Vậy nên đáng báo động khi chiếc áo này được mang ra mặc". Trong một cuộc phỏng vấn của đài BBC vào tháng 6 năm 2022 vừa qua, Giảng viên về Văn Hóa của Đại Học Falmouth, Tiến Sĩ Kate Strasdin, đã lưu ý: "Người ta không chỉ cầm chiếc áo trong tay mà không làm tổn hại nó cách này hay cách khác, nói chi tới mặc nó. Vậy nên không thể không gây tổn hại dù chỉ mặc trong vài phút trên thảm đỏ. Dầu trên da của cô Kim sẽ tạo nhiều phản ứng với chất tơ lụa dễ tổn thương này".

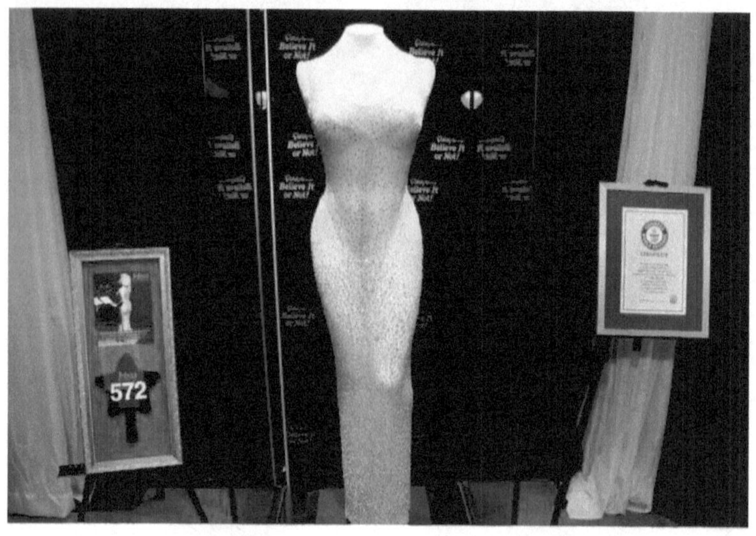

Chiếc áo của Marilyn trưng bày tại viện bảo tàng Ripley.

Tất cả những diễn tiến với chiếc áo này, Marilyn Monroe không hề biết vì chưa đầy ba tháng sau khi hát sinh nhật *tonton* Kennedy, nàng đã vĩnh viễn nhắm mắt lìa đời vào ngày 4/8/1962. Cái chết bất ngờ của nữ minh tinh núi lửa không biết do uống thuốc quá liều hay đột quỵ, nay vẫn còn là một nghi vấn. Ngày cuối cùng của Marilyn, ngày 4/8/1962, diễn tiến như sau. Mới sáng ra, nàng đã nhận được nhiều cú phôn đe dọa. Bác sĩ Ralph Greenson, y sĩ riêng của Marilyn viết trong một tài liệu: "Tôi cảm thấy có thể Marilyn buồn vì bị một vài người thân cận bỏ rơi". Pat Newcombe đã qua đêm hôm trước tại nhà Marilyn, và đã rời nhà vào buổi chiều. Bác sĩ Greenson có hẹn đi ăn tối nơi khác. Marilyn có vẻ bồn chồn vì cô độc. Khoảng 7 giờ rưỡi, nàng phôn cho bác sĩ cho biết là con trai của người chồng thứ hai có điện thoại tới. Peter Lawford cũng điện thoại mời nàng đi ăn tối nhưng nàng từ chối. Lawford sau đó cho biết giọng nói của nàng có vẻ bị líu lưỡi. Lúc trời đã tối Marilyn còn nhận được nhiều cú phôn khác. Marilyn mất vào khoảng từ 9 giờ rưỡi tới 11 giờ rưỡi. Người hầu gái cho biết tới khuya cô nhìn thấy qua khe cửa phía dưới sàn nhà đèn trong phòng ngủ còn sáng. Cửa phòng ngủ bị khóa. Quá nửa đêm, cô kêu cảnh sát đồng thời kêu luôn bác sĩ Ralph Greenson. Ông vội tới ngay nhưng không phá được cửa phòng ngủ. Ông phải phá cửa sổ phòng và thấy Marilyn nằm chết trên giường. Bác sĩ giảo nghiệm tử thi cho biết Marilyn chết vì uống một loại độc dược mạnh, có thể là tự tử.

Cái chết tức tưởi của Marilyn có thể là kết cục của một cuộc đời ngắn ngủi nhưng đầy bão tố. Sanh ra vào ngày 1/6/1926 dưới cái tên trên khai sanh là Norma Jeane Mortenson, nàng là con của bà Gladys Pearl. Sau này người ta phải thử DNA mới biết cha nàng là Charles Stanley Gifford. Mẹ nàng bị tâm thần và không có tiền nên phải cho gia đình The Bolenders bảo trợ nuôi nấng. Khi nàng được 7 tuổi, gia đình Bolenders muốn nhận nàng làm con nuôi nhưng mẹ nàng, khi đó đã phục hồi, đưa nàng về nhà. Nhưng chỉ trong một thời gian ngắn, bệnh bà mẹ tái phát và phải vào bệnh viện tâm thần. Bà mất vào năm 1984. Marilyn được bạn thân của gia đình là bà Grace Goddard mang về nuôi nhưng cuộc đời nàng không yên ổn sau đó khi chuyển qua hết gia đình nọ tới gia đình kia. Cuối cùng người ta phải đưa nàng vào viện mồ côi Los Angeles Orphan's Home. Bà Grace Goddard lại lãnh nàng ra vào năm 1937 nhưng Marilyn bị ông chồng của bà này quấy nhiễu tình dục. Nàng lưu lạc qua nhà bà dì của bà Grace là bà Ana, rồi trở lại nhà bà Grace khi bà dì quá già yếu không chăm nuôi nổi. Cuối cùng, khi Marilyn được 16 tuổi, nàng phải chọn lựa giữa việc trở lại viện mồ côi hay lấy chồng. Nàng lấy đại anh hàng xóm tên James Dougherty. Họ ly dị vào năm 1946. Hai năm sau, nàng ký giao kèo đóng phim đầu tiên với hãng phim Columbia rồi hãng 20th Century. Nàng đã đóng tổng cộng 30 phim. Phim cuối cùng là phim *The Misfits* vào năm 1961 với nam tài tử Clark Gable. Đây cũng là phim cuối cùng của danh tài Clark Gable. Ông xuôi tay vào cuối năm 1961. Những ngày cuối đời, Marilyn bị xáo trộn tâm thần và thường tới phim trường trễ hoặc bỏ không tới. Việc này làm hãng phim tổn hại hàng đống tiền. Hãng phim Fox đã chịu không nổi, sa thải Marilyn vào năm 1962 khi cuốn phim *Something's Got To Give* đang quay dở dang. Khi đó nàng mới 36 tuổi. Marilyn chết cũng vào năm đó.

Cái chết của minh tinh nổi tiếng vì thân hình quyến rũ đã lụy tới một nhà thơ Việt Nam: "ngài" Bùi Giáng. Ngài than khóc:

Đùng đùng gió giục mây vần
Nghe tin sét đánh thành phần Mông Rô
Khuynh thành phấn điểm son tô

Một thời quán tuyệt Lồ Gồ Marilyn
Sát na quỷ dị uy quyền
Đập tan tành suốt cõi miền bình sinh
Trời xanh úp mặt nghe tin
Thôi rồi! Em Má-Rý-Lyn đi rồi
Một vạn tiếng! Một triệu lời
Một muôn muôn một cũng rồi một ra
Một Cửa Quỷ! Một Nhà Ma
Một Mông Rô đã vội qua đời rồi
Một Cõi Đất! Một Bầu Trời
Một Thiên Tuyệt Bút một đời trung niên.

Sống trên đời vỏn vẹn 36 năm nhưng bóng hình Marilyn Monroe lưu lại rất lâu trong lòng mọi người. Tôi cũng không được miễn trừ. Cảnh phim tôi khoái nhất là cảnh trong phim *The Seven Years Itch*, khi Marilyn mặc chiếc áo trắng đứng trên nắp thông gió của *metro* New York. Gió từ dưới thổi lên làm chiếc áo phấp phới khiến lộ ra chút xíu quần lót. Thời đó, chỉ có vậy đã được coi là quá *sexy*. Tôi coi phim này tại Sài Gòn vào cuối thập niên 1950 và hình ảnh đó không bao giờ phai nhạt.

Điêu khắc gia Seward Johnson chắc cũng giống tôi, và nhiều người khác, khi đã tạc một bức tượng khổng lồ hình ảnh này. Tượng cao tới gần 8 thước, nặng 15 ngàn ký, làm bằng thép không rỉ và nhôm, được đặt tên là *"Forever Marilyn"*. Marilyn bất diệt! Tượng hoàn thành vào năm 2011 và được đặt tại Pioneer Court ở Chicago. Tôi tới Chicago vào năm 2015, hối hả đi tìm lại nàng Marilyn bất diệt. Tới *downtown* thành phố rộng lớn Chicago, tôi hỏi thăm nơi đặt

Tượng "Forever Marilyn".

tượng. Hỏi người đi đường, hỏi mấy công nhân làm đường, hỏi nhiều nhân viên bán hàng trong các cửa hàng lớn, tất cả đều ngơ ngẩn. Lang thang trên hè phố, tôi vớ được vài cô nàng tre trẻ vui tính và được chỉ tới nơi tới chốn. Vội vã tìm tới thì ôi thôi người xưa đâu tá? Chỗ đặt tượng trống hốc trống hoác. Hỏi thăm vài người trên công viên, họ cho biết tượng đã được rời đi từ năm 2012 rồi.

Lòng ái mộ người đẹp của tôi chỉ tới vậy, nhiều người đắm đuối với thần tượng Marilyn hơn. Chỉ ba ngày sau khi mất, Marilyn được chôn cất tại nghĩa trang Westwood Village Memorial Cemetery. Đây là một nghĩa trang cổ, được thành lập vào năm 1904, ít người biết tới. Người lo tang lễ là Joe DiMaggio, chồng cũ của Marilyn, ly dị vào năm 1954 sau một thời gian ngắn chung sống. Nàng không được chôn dưới đất mà chôn trong một hộc lộ thiên. Bên ngoài hộc chôn nàng được trang trí rất giản dị. Chỉ một bảng tên có ghi năm sinh và năm mất, và một bình cắm hoa. Từ khi Marilyn yên nghỉ tại đây, nghĩa trang hầu như vô danh bỗng nhộn nhịp với những tên tuổi tới tá túc. Có thể kể: Dean Martin, Jack Lemmon, Frank Zappa, Truman Capote, Natalie Wood, Zsa Zsa Gabor, Farrah Fawcett và nhiều người khác. Hộc mộ nàng mang số 24. Trong suốt 20 năm, Di Maggio đã cho cắm hoa hồng đỏ vào bình hoa ba lần mỗi tuần. Ngày nay, những *fan* của nàng tiếp tục mang hoa, thiệp, thư và nhiều vật trang trí kỷ niệm khác tới đặt nơi mộ. Mỗi năm hai lần, lễ tưởng niệm Marilyn được tổ chức vào ngày sanh của nàng, 1 tháng 6, và ngày mất, 5 tháng 8. Muốn tìm tới mộ của thần tượng rất dễ. Cứ thấy hộc mộ nào có đầy những vết son hôn môi do các *fan* để lại thì đích thị là nơi an nghỉ của Marilyn.

Thân xác Marilyn đã theo thời gian mai một dần. Nét *sexy* chắc đã tàn tạ nhưng hình bóng nàng vẫn làm mê mẩn nhiều người. Toàn những người có tên tuổi. Họ không ngại bỏ ra cả đống tiền để được nằm cạnh người đẹp. Thương gia giầu có Richard Poncher tìm mọi cách để được chôn trong hộc mộ nằm phía trên của Marilyn. Ông mất vào năm 1986 khi đã 86 tuổi. Bà vợ góa của ông, bà Elsie Poncher, kể lại với báo Los Angeles Times: "Ông ấy nói nếu tôi không chôn ông ấy nằm sấp phía trên Marilyn thì ông ấy sẽ hiện về ám ảnh tôi suốt đời". Bà này coi bộ can đảm. Năm 2009, bà rao bán hộc mộ này trên eBay với giá 4 triệu 600 ngàn vì thiếu tiền. May cho ông Poncher là không ai dám mua hộc mộ này nên tới nay ông vẫn nằm úp xuống nàng Marilyn ngửa lên phía dưới. Chỉ hơi phiền là khi bà Elsie mất, bà nằm ngay cạnh ông!

Ông chủ tạp chí Playboy Hugh Hefner là tay chơi thứ thiệt. Ông mua hộc bên cạnh Marilyn vào năm 1992 với giá

Hộp mộ Hugh Heffner bên cạnh Marilyn Monroe

75 ngàn đô. Ông nói với báo Los Angeles Times: "Tôi là một tín đồ của thần tượng. Được nằm vĩnh viễn sát Marilyn thiệt là ngọt ngào cho cái chết". Ông mất năm 2017.

Cầm lòng không đậu, tôi tìm coi lại *clip video* bài *"Happy Birthday Mr. President"* do Marilyn trình bày năm xưa. Nàng vẫn hiển hiện như chưa bao giờ nằm xuống dù đã 60 năm lìa xa dương thế. Ngày đó chắc *tonton* Kennedy khoái chí tử. Ngày nay người ta ghép *video* này vào với hình cây cầu Putin đang ngùn ngụt khói lửa vào dịp sinh nhật 70 tuổi của ông mắt hí trán sói này là một chuyện bậy bạ, tôi thầm nghĩ như vậy. Sức mấy Marilyn hát mừng ông Tổng Thống nước Nga đang điên cuồng xâm lăng Ukraine! Còn lâu! Nói theo kiểu các bạn trẻ trong nước: Cứ mơ đi!

10/2022

MÃ QR

Hồi *covid* còn hoành hành, chuyện đi ăn nhà hàng lích kích vô cùng. Thường tôi *order* mang về, chẳng dám lê la nơi có thể có *covid* nằm vùng. Mua về ăn và ăn ngay tại chỗ khác nhau nhiều. Thường thì ngồi ăn nóng sốt vẫn hơn. Kịp khi *covid* tạm thời rút lui, chính phủ cho phép nhà hàng nhận thực khách ăn tại chỗ nhưng phải cách ly 2 thước, tôi lò mò tới. Mỗi bàn là một ốc đảo, màn che trướng rủ, cứ như vào chốn thâm cung, chỉ có hôn nhau là tiện. Một bữa kia, tôi vào một nhà hàng tây, chờ mãi chẳng thấy anh chạy bàn mang thực đơn tới, tôi hỏi cho ra lẽ. Anh chỉ vào bàn. Bàn trống không. Tôi đưa mắt dò hỏi. Anh đứng xa xa chỉ vào cái hình vuông trông như một lá bùa nằm ở một góc bàn. Anh giơ cái điện thoại tay của anh ra dí vào cái lá bùa chụp. Anh không đưa cho tôi coi mà bảo tôi làm y như vậy. Tôi vốn cũng không cả đẫn lắm, rút điện thoại trong túi ra, bấm vào hình chiếc máy chụp ảnh, lựa cho cái lá bùa vào cái ô màu vàng, bấm tách một cái. Trên điện thoại của tôi hiện ra tờ thực đơn. Vậy là học thêm được một nét văn minh mới.

Dịch *covid* làm thay đổi cách sống của chúng ta. Mọi người phải làm quen với lối sống mới. Chuyện cái thực đơn trong nhà hàng là một cái mới. Cái thực đơn chúng ta quen dùng bỗng mất chỗ đứng. Nó thường được dùng chung chạ, truyền từ tay này tới tay khác, anh *covid* có thể lợi dụng thời cơ nằm vùng, nhảy từ người nay tới người khác. Có ngồi giãn cách trong cái lều riêng biệt mà tờ thực đơn truyền từ bàn này qua bàn khác, chuyện lây lan cũng khó tránh. Cái khó nảy sinh ra…sáng kiến. Bỡ ngỡ lần đầu rồi cũng quen, chuyện chi chẳng vậy.

Nay *covid* đã tạm nhạt nhòa, cuộc sống đã dần trở về bình thường như trước, chuyện giãn cách, kiêng cữ không còn nữa, nhiều nhà hàng vẫn không bỏ lá bùa trên bàn, coi như khách đã quen. Họ phe lờ như vậy cũng có lý do. Thực đơn lá bùa khiến họ tiết kiệm được nhiều. Không phải bỏ tiền ra in, đỡ công cho nhân viên phục vụ khi việc thuê mướn người ngày càng khó khăn. Thời buổi lạm phát, chuyện chi cũng tăng giá. Thịt cá rau quả nhảy vọt, lương công nhân tăng, vật dụng nhà hàng cũng nhảy vọt đưa tới chuyện phải tăng giá tô phở, đĩa *pad Thai*. Nếu in thực đơn, mỗi khi tăng giá phải in lại, tốn phí. Nếu thực đơn là lá bùa thì chỉ việc sửa lại, chẳng tốn kém chi. Vậy nên các nhà hàng cứ…văn minh với thực đơn ảo, khách phải chụp hình đọc trước khi *order.*

Văn minh như vậy cũng bị phàn nàn. Tôi mới đọc được bài báo của cô phóng viên đài CNN, Danielle Wiener-Bronner, nhan đề: *"Why QR-code Menus Are Still Around"*. Cô

Quét mã QR đọc thực đơn tại tiệm ăn.

cho chuyện dùng thực đơn bằng mã QR trong thời kỳ *covid* lây lan nhiều là đúng. Nhưng chừ *covid* đã thúc thủ, sao những cái mã QR thực đơn trên bàn vẫn còn hiện diện. Cô viết: "Với các tiệm ăn, mã QR không chỉ là một cách để thực khách coi thực đơn mà không động chạm tay. Kỹ thuật này đã giải quyết được một vấn đề mà các nhà hàng chịu đựng từ lâu và đặc biệt đau khổ trong lúc này: chuyện tốn phí in thực đơn và thiếu người làm". Nhà hàng khoái nhưng thực khách không khoái. Theo thăm dò của Technomic mới đây, có tới 88% thực khách thích thực đơn giấy hơn cái hình loằng ngoằng trên bàn. Ngồi vào bàn, có người đưa thực đơn in màu mè rõ ràng, món nào ra món đó, dễ chọn lựa, thích hơn phải móc điện thoại ra trật vuột canh cho lá bùa nằm vào cái khung màu vàng rồi nhấp nhem đọc trên màn hình nhỏ xíu. Trước áp lực của khách hàng, nhiều tiệm đã trở lại thực đơn giấy. Ông Jeremy Wladis, Chủ Tịch *The Restaurant Group*, có tới tám nhà hàng tại North Carolina, Washington D.C. và

New York, cho biết: "Tôi nghĩ khách hàng coi rõ ràng và có nhiều món để chọn hơn trên thực đơn giấy. Tôi cũng thích vậy. Tôi là một người thủ cựu!".

Mã QR, tiếng Anh là *QR-code*, không phải mới xuất hiện trong mùa dịch. QR là viết tắt của *"quick response"*, phản ứng nhanh. Nó có từ lâu rồi nhưng nhờ có *covid* nó bỗng có giá. Khi chúng ta chích ngừa dịch, chúng ta được cấp cái gọi là *"passport covid"*. Đó cũng là…lá bùa mà đây chắc là bùa Lỗ Ban. Chích đủ hai mũi sẽ được cấp lá bùa này. Bùa dùng để đi máy bay, *métro*, xe buýt, xe lửa, vào nhà hàng, sân khấu hay các cửa hàng. Nếu có điện thoại thông minh, chúng ta sẽ *download* lá bùa này về, khi cần thì mở ra. Nếu các cụ không dùng điện thoại tay thì in ra giấy. Nhân viên kiểm soát sẽ dùng máy quét đọc thông tin. Tên họ, ngày sinh và số lần đã chích. Máy quét của các nhân viên kiểm soát có thể khám phá ra lá bùa giả hay thiệt, đối chứng với lý lịch được ghi trong căn cước. Chỉ có hình là không gài được vào QR. Bạn sẽ phải trình một giấy cá nhân có hình như bằng lái xe hoặc một thứ thẻ chi đó có dán hình để các nhân viên kiểm soát nhận diện

Mã QR do một kỹ sư người Nhật của công ty Denso Wave, một công ty con của Toyota, sáng chế vào năm 1994. Ban đầu mã này được dùng trong các nhà máy của Toyota để theo dõi các phụ tùng thay thế trên dây chuyền sản xuất. Vì vậy Nhật Bản là quốc gia sử dụng mã QR nhiều nhất. Tới năm 2010, mã QR mới bắt đầu phổ biến tại nhiều quốc gia khác. Trung Quốc là nước có số lượng người sử dụng điện thoại có cài *QR-code* nhiều nhất trên thế giới. Họ đã dùng mã QR nhiều nhất để trả tiền thay vì dùng tiền mặt. Pháp là nước tận dụng *QR-code* trong các nước Âu châu. Họ dùng thay vé giấy khi đi *métro*, xe buýt, vé vào cửa coi văn nghệ và nhiều dịch vụ khác.

Nhìn vào mã QR, người ta thấy những đường ngoằn ngoèo chạy ngang dọc, không giống như một loại mã có những vạch thẳng đứng mà chúng ta quen thuộc từ lâu. Đó là mã người ta gọi là *barcode* gồm những vạch đậm nhạt thẳng đứng. Đi mua hàng, trên hộp chúng ta thấy có những vạch này, muốn biết giá của món hàng này, chúng ta kiếm một cái máy quét gắn trên tường cửa hàng để *check* giá. Để cái *barcode* này vào vùng có đèn đỏ thường nằm dưới máy, máy sẽ nhận đọc và cho chúng ta biết giá món hàng. Nếu chúng ta dùng điện thoại chụp vào *barcode* để coi giá như dùng với *QR-code*, điện thoại của chúng ta sẽ chịu chết, không đọc được. Khi chúng ta ra quầy trả tiền, thu ngân viên sẽ dùng một cái máy quét để tính tiền. Máy sẽ kêu một tiếng tít tít khi nhận ra giá. Và chúng ta rút ví ra trả tiền. Từ khi có mã *barcode* này, chuyện tính tiền mau hơn là phải đánh con số giá tiền của mỗi món hàng. Độc giả của sách, sách Phiếm chẳng hạn, chắc cũng nhận thấy phía dưới cùng bên phải của bìa sau sách cũng có in mã *barcode* ghi giá tiền sách để tiện trả tiền tại quầy thu ngân của tiệm sách.

Barcode chỉ lưu trữ dữ liệu theo dạng vạch đứng nên không chứa được nhiều thông tin như *QR-code* lưu trữ dữ liệu theo hai chiều ngang và dọc. Nhiều hơn bao nhiêu, nhiều lắm. Thông thường *barcode* chỉ lưu trữ được 30 số trong khi mã QR có thể chứa được tới 7.089 chữ số! Sở dĩ cách biệt nhiều như vậy vì *barcode* chỉ có thể đọc theo một chiều từ trên xuống dưới trong khi *QR-code* có thể đọc từ trên xuống dưới và từ phải sang trái.

Dân Việt ta có một danh từ khá chính xác để chỉ thị nội dung mã QR, đó là một "ma trận". Nghe đã thấy…lung tung. Mới nhìn vào một mã QR, chúng ta thấy rối mắt thiệt. Thứ gì mà chỗ thì hình vuông, chỗ thì có những vạch ngoắt ngoéo ngang dọc lung tung. Tôi nhìn thấy chúng như một trò chơi hồi nhỏ: trò lần theo những vạch rắc rối để tìm đường tới một điểm nào đó. Đó là cái nhìn của những tay mơ khi đụng vào một hình vuông của mã QR. Thực ra trong cái rối mắt của mã này, chúng cũng có những quy củ đàng hoàng mà chỉ những người có chút hiểu biết mới nhận ra.

Chi tiết nội dung của mã QR.

Chúng gồm sáu thành phần chính. Thứ nhất là "vùng yên tĩnh" *(Quiet Zone).* Đó là đường viền trắng bao quanh mã như một bức tường rào dậu vuông vức. Nếu không có hàng rào này, điện thoại hoặc máy quét không đọc được những gì bên trong. Các yếu tố bên ngoài sẽ can thiệp vào làm trở ngại việc đọc mã.

Thứ hai là "mẫu tìm kiếm" *(Finder Pattern)*. Đó là ba hình vuông nằm tại ba góc. Hai góc phía trên, bên trái và bên phải và một góc bên trái phía dưới. Những hình vuông này cho thiết bị đọc mã QR biết vị trí của mã QR.

Thứ ba, mẫu căn chỉnh *(Alignment Pattern)* là một hình vuông nhỏ nằm ở góc dưới bên phải của mã *code*. Mẫu này giúp thiết bị đọc được mã QR dù hình bị lệch.

Thứ tư, mẫu thời gian *(Timing Pattern)*, là một đường có dạng hình chữ L, chạy giữa ba ô vuông trong mẫu tìm kiếm *(finding pattern)* giúp thiết bị quét xác định các ô vuông riêng lẻ trong mẫu và giúp đọc được các mã QR bị hư hỏng như trầy hoặc mất góc.

Thứ năm, phiên bản thông tin *(Version Information)*, nằm ở gần góc phải của mã, cho biết phiên bản thông tin QR mà thiết bị đang đọc.

Cuối cùng, thứ sáu, ô dữ liệu *(Data Cells)*, phần còn lại của mã QR truyền đạt thông tin thực tế.

Chắc bạn đọc đã nhức đầu với đoạn viết trên, mô tả nội dung của mã QR. Tôi đã tính xúp phần này đi nhưng tiếc. Nói tới mã QR như một ma trận mà không nói tới nội dung nó là cái chi chi thì đâu có hiểu được cái ma trận này. Vậy bạn chỉ nên coi qua rồi bỏ, hoặc nhảy cóc đoạn này cũng không sao. Cho đỡ nhức đầu.

Mã QR ngày nay được sử dụng trong nhiều lãnh vực. Hầu như chỗ nào cũng có thể dùng thứ mã tiện lợi này. Ngày xưa, cũng chưa xưa lắm, các doanh nghiệp hay dùng *carte visite* trong đó có tên, địa chỉ, số điện thoại và một vài chi tiết cần cho khách hàng biết. Ngày nay, họ chỉ cần tạo một mã QR cho doanh nghiệp là có thể phổ biến mọi chi tiết cần thiết, muốn bỏ vào bao nhiêu thông tin cũng được. Tôi đang viết bài này thì có việc phải ra nhà băng. Đứng xếp hàng chờ, tôi thấy trên tấm kính của các quầy tiếp khách đều có một tờ giấy trắng trên đó có in chỉ một chữ *"Centraide"*. Đây là tên của một cơ quan từ thiện nổi tiếng. Bên cạnh cái tên này chỉ có một hình mã QR. Ai cũng hiểu đây là một chiến dịch gây quỹ nhưng chi tiết như thế nào, phải rút phôn ra, *scan* cái mã QR mới biết. Lích kích đó nhưng trào lưu bây giờ là vậy, dần dần người ta sẽ quen thôi.

Áp dụng vào đời sống cá nhân, chúng ta có thể tạo riêng mã QR cho mình, lưu vào đó các chi tiết mình cần xài hoài. Người sống tạo mã, người chết cũng có thể có riêng cho mình mã QR. Trào lưu tân tiến này đang lan tràn trên nhiều nước. Tại Nhật, người ta đã để một mã QR trên mộ. Muốn biết về người nằm ở dưới, chỉ cần *scan* ra là được dẫn tới một trang *web* có đầy đủ tiểu sử và hình ảnh của người quá cố. Tại Trung Quốc cũng vậy, kể từ năm 2013, nhiều người lập mộ không có hình và chữ, chỉ có một mã QR dẫn tới một *website*. Trong trang *web* này nhiều khi tang gia còn để số chia buồn để mọi người có thể phân ưu với gia đình người đã khuất. Nhiều người tồn cổ đã chỉ trích cách lập mộ mã QR này là thiếu tôn kính người đã thành thiên cổ.

Nhiều năm trước, một số nghĩa trang tại Mỹ cũng đã thêm mã QR vào bia mộ. Người thân khi viếng mộ không chỉ nhìn vào mộ mà còn có thể quét mã QR để coi hình ảnh và *video* của người thân đã mãn phần. Tại nghĩa trang Roskilde ở thị trấn Holbaek, Đan Mạch, cũng đã xuất hiện những ngôi mộ QR. Nhiều quốc gia Âu châu khác cũng đã theo trào lưu mới này.

Dùng phôn tay quét mã trên các phần mộ.

Tại thủ đô San Salvador của El Salvador, nằm tại vùng Trung Mỹ, anh Frederick Meza đã lập mộ mã QR cho những người thân. Anh cho biết: "Ý tưởng này là để tưởng nhớ người đã khuất như thể họ còn sống, để họ không bị rơi vào quên lãng và ký ức về họ được lưu giữ mãi mãi".

Ma chay, cưới hỏi là những dịp đáng ghi nhớ trong mỗi gia đình. Ma chay đã có mã QR, cưới hỏi cũng đâu có chịu lép vế. Tại Ấn Độ, vào đầu năm 2021, một cặp tân hôn đã in mã QR trên thiệp cưới để mọi người có thể mừng *online*. Họ đã nhận được 30 quà mừng bằng chuyển khoản theo cách này. Hỏi lý do, họ cho biết là từ khi có *covid*, mọi người tránh tiếp xúc trực tiếp nên nghĩ ra cách mừng này cho an toàn.

Người tới dự không cần mang theo phong bì, người không tới dự cũng có thể chia vui với cô dâu chú rể. Thiệt tiện lợi đôi đường, mọi người đều vui trong an toàn. Tại Trung Quốc, các mã QR nhận tiền mừng được gắn trên áo của các cô phù dâu. Tân khách chỉ cần dí điện thoại vào các cô gái trẻ phơi phới là có thể hoàn thành nhiệm vụ. Tại Việt Nam, một đám cưới tại thành phố Nam Định đã trưng một mã QR bự tổ chảng ngay trước cửa phòng tiệc để khách tiện dụng.

Mã QR có tại khắp nơi nhưng tôi vẫn bất ngờ khi chúng xuất hiện tại một nơi mà chúng ta ít nghĩ sẽ xảy ra. Đó là các người ăn mày. Giới mạt hạng này tại Trung Quốc ngày nay cũng theo kịp đà tiến hóa của nhân loại. Có người in mã QR trên một tấm bảng để cạnh, có người dán trên lon xin tiền, có người đeo trước ngực. Những người hảo tâm chỉ cần rút điện thoại ra, chụp mã QR, bấm số tiền cho là xong. Số tiền này sẽ xuất hiện ngay trong tài khoản của cái bang qua các ứng dụng chi trả *Alipay* hoặc *Wechat Pay*. Báo tiếng Anh *China Daily*, một tờ báo của chính phủ, đã có một bài xã luận cảnh báo hiện tượng này. Họ viết: "Người dân nên biết rằng người ăn xin nào có điện thoại di động và thành thạo việc sử dụng tài khoản chuyển tiền thì chắc chắn không phải là người thiếu thốn". Trang *China Channel* đã làm một nghiên cứu nhỏ. Họ quét mã QR của một số người ăn xin tại một ga *métro*, lập tức màn ảnh của điện thoại hiện lên tài khoản *WeChat* của một địa chỉ bán hàng trên mạng. Sau đó, họ tiếp tục nhận được lời chào mua hàng. Hỏi những người ăn mày thì họ đánh trống lảng, không trả lời hoặc nói là họ muốn giúp những người bạn khởi nghiệp bán hàng trên mạng. Chỉ có một người nói thiệt khi cho biết họ được trả một tệ khi có khách quét mã. *China Channel* ước tính một người siêng năng mời chào ông đi qua bà đi lại quét mã QR có thể kiếm được khoảng 700 đô Mỹ mỗi tháng!

Người ăn xin dùng QR Code tại Tế Nam. Hình: chinatt.news

Tận dụng mọi cách thu tiền, một số chùa tại Trung Quốc, Thái Lan, Lào và ngay tại Việt Nam cũng đã dùng mã QR cho thiện nam tín nữ cúng dường mà không đau ruột. Thường đồng tiền trả bằng thẻ tín dụng không làm cho người ta cảm thấy đau xót bằng móc túi chi ra đồng tiền giấy. Mô Phật!

09/2022

MẮM TÔM

Trên Facebook, nhà văn Đông Duy mới *post* bài viết mang tên: *"Vang…vang một trời…Vang Vang"*. Ông viết về rượu vang, một món quốc hồn quốc túy của Pháp. Sau khi bàn về rượu vang, ông…quẹo. "Tây có bao nhiêu loại vang thì Việt Nam có từng ấy loại mắm. Tương ứng với các loại rượu vang quý trong lâu đài của vua chúa của Tây thì Việt Nam có đủ các loại mắm". Ông hài ra: mắm tép, mắm cáy, mắm tôm, mắm nêm, mắm nhum, mắm rươi, mắm ba khía, mắm cá sặc. Trong tôi bỗng tưng bừng theo bước quẹo của ông. Tôi là người mê mắm. Tất cả các loại mắm. Đáng lẽ tôi không chơi với ông Luân Hoán, người kỵ tất cả các loại mắm kể cả…nước mắm, nhưng lỡ rồi, chỉ cần ngồi xa ông ấy trên bàn ăn là vẫn có tình bạn mặn mà.

Tác giả Đông Duy kể chuyện Tây ăn mắm. *"Uống rượu vang phải đúng phong cách truyền thống văn hóa Âu Châu nên ăn mắm cũng phải đúng phong cách Việt nam. Có một* lần tôi mời một ông bạn nhà báo ngoại quốc tới nhà ăn mắm tôm chua. Quý vị cũng biết đấy, ăn mắm tôm chua đúng cách thì một miếng ăn phải đủ mùi vị hỉ nộ ái ố dục lạc sầu bi của cuộc đời tức là phải cay chua mặn ngọt chát bùi. Phải có khế chua, vài nhánh gừng cay, một lá húng quế thơm thơm, ớt, hành hăng hăng, miếng chuối xanh với vị chát, miếng thịt ba chỉ beo béo, miếng đậu phụ chiên, miếng cơm, bún, con tôm chua chua ngọt ngọt vv... Ông bạn xứ Tây, sợ mất phong cách ngoại giao và thể diện quốc gia nên e dè gắp từng món bỏ vào miệng. Tôi cười nói: "Ăn như vậy là vô văn hoá".. Uncivilised .. Sorry..Xin lỗi.. "Vô văn hoá Việt Nam". Muốn thưởng thức tới tận cùng hương vị của món mắm thì phải tọng vô miệng đầy đủ mọi thứ rồi phồng má nhồm nhoàm nhai đồng loạt mọi thứ. Ăn như thế mới thấy được trọn vẹn cái hương vị, cái phẩm chất của yếu tính Việt Nam, của sự dung nạp, thẩm thấu rồi biến chế thành một cái gì hài hoà tiềm ẩn trong tâm hồn người Việt. Kiểu như người ta nói Cali là cái lò nấu chảy (melting pot) mọi loại kim loại trắng vàng đen đỏ. Tôi lộng ngôn tán phét về văn hoá dân tộc trong lúc ông bạn ngoại quốc nhồm nhoàm nhai rồi giơ ngón tay cái lên nói "tuyệt vời", chưa bao giờ được ăn một món ăn văn hoá ngon như thế.!!! (fantastic)!!!".

Mắm tôm chua dĩ nhiên tôi thích. Mắm tôm không chua tôi cũng thích. So ra thì với người ngoại quốc, mắm tôm chua dễ nuốt hơn món mắm tôm chính hiệu bà lang trọc nhiều. Ít nhất mắm tôm chua không có mùi vị khăm khẳm nhưng quyến rũ của mắm tôm. Ông bạn tây trong ngành ngoại giao của ông Đông Duy chỉ mới tới trình độ thưởng thức mắm tôm chua. Anh *blogger* tây tên Max McFarlin, người xứ Arkansas bên Mỹ, siêu hơn. Anh chơi luôn món bún đậu mắm tôm trên vỉa hè Hà Nội. Ăn thử xong, ông tây này ngôn: *"Bún đậu mắm tôm thú vị ở chỗ, nếu mình chấm miếng bún vào mắm tôm thì mình nghĩ mình sẽ thích bún nhất. Nhưng khi mình ăn miếng đậu phụ rán thì mình kiểu 'ô không, sai rồi', mình thích đậu phụ rán nhất, tiếp đó lại ăn thêm miếng nem, có khi mình lại thích nem nhất... Nói chung nếu mình ăn thứ gì cuối cùng thì mình sẽ thích thứ đó nhất. Ăn món này mà đầu óc mình thay đổi như chong chóng vậy đó"*. Mùi mắm tôm là cái mùi khó ngửi nhưng khi đã lậm vào là ghiền. Phiền cho cái mũi nhưng khoái cho cái miệng. Miệng anh McFarlin là một cái miệng khoái ra...miệng: *"Lý do mà mình thích ăn món này là vì bún ngập tràn vị mắm tôm, sự chuyển giao giữa vị mắm tôm cùng bún rất ngon. Ngọt ngọt mặn mặn thơm mùi mắm đặc trưng và có chút béo ngậy của dầu"*. Cái miệng tây rất Việt này coi bộ Việt hơn miệng của người Việt. Bởi vì mới ăn hết nửa mẹt bún đậu, chén mắm tôm đã sạch sành sanh. Anh phải xin thêm một chén mắm tôm nữa!

Bún đậu mắm tôm có lẽ là món mới, tôi chưa hề thấy bán nơi tôi ngụ cư. Dân Bắc kỳ hẩu mắm tôm mà chưa thử món...thời trang này thiệt bực mình hết sức. Có lẽ phải tìm đâu đó cho biết với người ta. Mấy ông bạn tôi bảo qua New York mà ăn. New York chỉ cách Montreal chừng 8 giờ lái xe, có một nhà hàng mang cái tên rất hách: "Mắm"!

Nhà hàng Mắm ở gần phố Tàu New York do cặp vợ chồng Nhung Dao và Jerald Head làm chủ. Ký giả Nguyễn Xuân

Bún đậu mắm tôm tại quán Mắm

Thủy cho biết: *"Vợ chồng Nhung Dao - Jerald Head nhập khẩu mắm tôm từ Việt Nam, khi phục vụ khách thì cho thêm đường, nước cốt chanh và ớt Thái. Từ đó, họ bày biện món ăn, bắt đầu bằng một chiếc lá tre và sắp xếp các thành phần theo hình tròn. Có những miếng đậu phụ rán vàng (được làm bằng máy nặng 60 cân nhập từ Việt Nam) và những miếng bún lá sợi dai. Tiếp theo là tiết lợn, hay nói đúng hơn là các bộ phận của lợn: lòng nướng giòn, dồi lợn (được làm theo công thức mà Jerald học được từ bố vợ, tức bố đẻ Nhung),*

Vợ chồng Nhung Dao-Jerald Head, chủ nhân quán Mắm tại New York.

ba chỉ lợn luộc, xôi nếp, nước mắm, tỏi và hẹ tây. Ngoài ra là các loại rau sống tươi rói như diếp cá và tía tô mà hai vợ chồng mua từ "một người phụ nữ bán rau trên xe tải ở phố Grand"".

Thực khách của tiệm Mắm vừa dân Việt vừa dân Mỹ. Tyler T., một thực khách người Mỹ, viết trên trang mạng chuyên về ẩm thực: "Thành thật mà nói (ở đây có phục vụ) một số món ăn Việt Nam tốt nhất trong thành phố New York. Họ chuyên về bún đậu và nước mắm (cá). Họ phục vụ nhiều loại rau sống ngon lành, không giống như nhiều nơi khác chỉ cho bạn bạc hà và húng quế. Món yêu thích của tôi là dồi và lòng lợn, nhưng thành thật mà nói thì mọi thứ đều tuyệt vời. Đồ uống làm từ trái me cũng thực sự ngon. Hy vọng sẽ thấy những gì khác mà họ mang lại theo thời gian!". Bà Sandy N., cư dân khu Bronx, New York nhận xét: "Quán ăn nhỏ dễ thương. Đã phát hiện ra địa điểm này trên Tik Tok và phải thử ăn ở đây. Họ chỉ chuyên về một món bún đậu, chỉ phục vụ vào cuối tuần. Thực sự khuyên bạn nên mua *combo* đặc biệt để được lựa chọn mọi thứ, nhưng món lòng và đậu phụ nướng (nhà làm!) đặc biệt ngon. Một suất *combo* đặc biệt dành cho 2 người, nếu đi theo nhóm, hãy gọi thêm nhé! Chắc chắn hãy thử vào lần tới khi bạn đến khu Chinatown và muốn thưởng thức món ăn Việt, khá giống với những món ăn bạn tìm thấy trên đường phố ở Việt Nam".

Trong số người ngoại quốc đủ can đảm tới mức ghiền mắm tôm có một giáo sư Đại Hàn, Tiến Sĩ Sim Sang Joon. Ông đã qua Việt Nam giảng dậy tại trường Đại Học Xã Hội và Nhân Văn Hà Nội vào năm 2001. Ông viết về mắm tôm: *"Mắm tôm mới là loại nước chấm giữ danh hiệu số một. Nó nặng mùi đến nỗi thậm chí có những người Việt Nam cũng không thể thưởng thức nổi. Trên thực tế, từ "mắm" có nghĩa là nặng mùi. Từ đây ta có thể thấy cái tên của những loại nước chấm này đã nói lên đặc trưng của nó, rằng mắm tôm quả thực là loại nước chấm nặng mùi biết chừng nào. Chính vì mùi đặc biệt của nó, rất hiếm có người nước ngoài nào có thể thực sự (và đủ can đảm) thưởng thức loại nước chấm đặc biệt này. Chúng ta có thể hình dung nước mắm như kim chi và mắm tôm như canh tương đặc của Hàn Quốc vậy. Bây giờ, kim chi đã trở thành một món ăn phổ biến tại nhiều nước trên thế giới, nhưng trước đây người nước ngoài mỗi khi ngửi thấy mùi kim chi liền chạy xa cả dặm. Khi đó người Hàn Quốc muốn mang kim chi ra nước ngoài phải rất vất vả gói bọc cẩn thận để giấu được mùi đó đi".*

Mắm tôm là thứ nước chấm cho nhiều món ăn, nhất là món ăn của người Bắc. Cà pháo dầm mắm tôm, nộm rau muống, chả cá, bún thang, bún riêu, lòng lợn, thịt luộc, thịt chó. Thịt chó phải đi với mắm tôm như một cặp bài trùng. Bất cứ món chi của thịt chó đều có mắm tôm dẫn đường. Từ món chấm như thịt luộc, lòng dồi cho tới món nấu như rựa mận. Rựa mận là thứ tôi mê tít thò lò. Món này phải có mắm tôm đi với giềng và mẻ. Nhưng dồi chó mới là món mà Diêm Vương cũng thèm. *Sống trên đời ăn miếng dồi chó / Chết xuống âm phủ biết có hay không.* Dồi chó thơm phức đi với mắm tôm là tri kỷ gặp tri kỷ. Trong cuốn "Miếng Ngon Hà Nội", nhà văn sành ăn Vũ Bằng đã viết: *"Có một hôm trời lạnh bàng bạc màu chì, đứng tựa vào một hàng rào râm bụt xanh, hoa đỏ, ta gọi một hàng thịt chó gánh đi qua, mua một đĩa chả vào trong nhà nhấm rượu, cái ngon cũng đã "lẫm liệt" lắm rồi...Lắm lúc ngồi nhấp chén rượu tăm cất ở Tây Hồ, thưởng thức một mình một đĩa tái chấm muối tiêu, chanh, ớt, tôi vẫn thường nghĩ hình như trời sinh ra thịt chó là để ăn riêng ở Bắc Việt, chứ không phải bất cứ ở đâu đâu. Tháng Tám trời... nặng những mây mù, đìu hiu một ngọn gió hanh hao, lành lạnh, gợi nhiều niềm tưởng nhớ xa xưa... Lòng mình không buồn não ruột, nhưng sầu nhè nhẹ và mình ưa cái sầu đó, bởi vì nó không hại người mà lại nên thơ. Chính trong tâm trạng đó mà thưởng thức một bữa thịt chó thì không còn gì hợp lý, hợp tình, hợp cảnh hơn...".*

Với tôi, ghiền mắm tôm là ghiền thứ hợp với cái miệng của mình. Chấm hết. Nhưng khi đọc những nghiên cứu về mắm tôm mới biết cái ghiền của mình rất có lý. Theo một nghiên cứu mới đây của Tiến sĩ Nemesio Montano và Tiến Sĩ Victro Gavino của Đại Học Montreal chúng tôi thì mắm tôm chứa một lượng lớn DHA, một loại *acid* béo đóng một vai trò quan trọng trong việc phát triển trí thông minh, phát triển võng mạc và hoàn thiện hệ thống thần kinh. DHA giúp phòng chống các bệnh về tim mạch, đột quỵ, các bệnh về khớp xương và hạn chế lượng đường trong máu đối với những người bị bệnh tiểu đường. Một nghiên cứu khác của Viện Chăm Sóc Sức Khỏe Thái Lan cho biết những bệnh nhân cao tuổi có triệu chứng mất trí nhớ, khi được bổ sung DHA trong 6 tháng, đã có những tiến triển khả quan trong việc phục hồi trí nhớ. Cơ thể con người không thể tự tổng hợp được chất này mà phải lấy từ các loại thực phẩm. Mắm tôm là loại thực phẩm số một. Dân phương Tây không ăn mắm tôm nhưng vẫn có thể lấy hợp chất này từ sữa động vật.

Mắm tôm làm bằng nguyên liệu chi mà…thần thánh như thế? Nguyên liệu chính là…tôm, loại tôm nhỏ mà người Bắc kêu là con moi. Lựa những con moi tươi xanh, trộn với muối hạt tinh khiết theo tỷ lệ 4 moi 1 muối, bỏ vào trong thùng gỗ bời lời, ủ chượp từ 8 đến 12 tháng, sẽ ra được mắm tôm có màu sim chín, mùi thơm dịu. Nếu dùng moi ươn hay moi tạp, hoặc trộn ít muối để mắm mau chín hơn, mắm tôm sẽ có màu đen thâm, mùi hôi thối. Trong mắm tôm có chứa các chất giữ nước như *protein, peptide* và *carbohydrate*. Chúng hòa tan với nhau làm giảm hoạt động của nước khiến hạn chế được sự sinh sôi của vi khuẩn. Vì vậy mắm tôm có sự vô trùng tự nhiên, không cần đến chất bảo quản.

Tôi vốn dân thành thị, cả đời xa lạ với con tôm con cá, chỉ biết chúng khi chúng nằm trong đĩa trên bàn ăn. Tác giả Vũ Thế Thành khác hẳn. Ông rành sáu câu về các loại hải sản và cách chế biến chúng. Về mắm, ông cho biết: *"Con ruốc có bà con xa với loài tôm tép, cũng vỏ cứng (giáp xác), cũng mười căng có khớp, nhưng tạng người nhỏ xíu, to lắm cũng chưa bằng cái đầu đũa dẹp. Ruốc lớn (thì cũng cỡ đầu đũa) được đem phơi khô rồi chế biến ra đủ món ăn như bắp xào ruốc, ruốc xào khế... Ruốc khô trở thành quý tộc khi rắc vài con đo đỏ vào món bò bía. Còn ruốc "nhi đồng", bé tí tẹo, ăn đâu bõ bèn gì, chỉ có nước đem làm... mắm. Không chỉ ra mắm, mà còn ra nước mắm ruốc. Về mặt khoa học, làm mắm là cất protein của ruốc thành acid amin với sự xúc tác của enzyme trong nội tạng thủy sản. Còn mùi mắm phát sinh ra muộn lắm, nhờ tác động của vi khuẩn kỵ khí khi ủ chượp. Quá trình này nôm na gọi là lên men, tương tự như ủ chượp làm nước mắm và các loại mắm khác. Mùi mắm là chuyện bí hiểm, khoa học còn lờ mờ chưa hiểu biết hết. Rõ ràng không mùi mắm nào giống mắm nào; mùi mắm cá linh khác mùi mắm cá lóc, mắm sà rinh khác mắm cà xỉu... Thậm chí, cũng là con ruốc đem làm mắm tôm cũng được, mà làm mắm ruốc cũng được. Dĩ nhiên, cách làm mắm tôm, mắm ruốc khác nhau một chút. Một đằng cứ ruốc mang về là chượp muối, một đằng phơi nắng sơ rồi mới chượp. Hai loại mắm này, đứng xa cả thước cũng phân biệt được mùi...Với dân làm mắm, có câu nói nghe quen quen, đó là:"họ ăn của ruốc không từ (sót) thứ gì". Ruốc sống ở vùng nước lợ, cửa sông, ven biển. Việt Nam có bờ biển dài, nên vùng nào hầu như cũng có ruốc, nhưng ruốc ngon thích hợp để làm mắm lại tùy vùng. Vùng duyên hải miền Trung, từ Thanh Hóa, Nghệ An kéo dài xuống Phú Yên, Phan Thiết vào những tháng hè đầu thu là vào mùa ruốc, vỏ mỏng thịt dày, làm mắm mới ngon, mới bắt mắt, bắt mùi, bắt vị. Có điều dân Bắc lấy ruốc làm mắm tôm, dân Nam lấy ruốc làm mắm ruốc. Rừng nào cọp nấy!".*

Những người hảo mắm tôm như tôi thường tự hào mình là dân mắm tôm. Làm như mắm tôm là thứ quốc hồn quốc túy Việt Nam. Thực ra *trasi* (mắm tôm) là thực phẩm quen dùng của nhiều nước và có xuất xứ từ Java trước thế kỷ thứ 6. Nhà thám hiểm Trịnh Hòa của Trung Hoa sau đó đã mang *trasi* đến Trung Quốc. Tại đây mắm tôm được gọi là hàm hà hay hà tương, rất mặn thường được người gốc Quảng Đông dùng trong các món xào thịt heo, hải sản và rau. Hồng Kông là nơi sản xuất và cung cấp hàm hà cho các cộng đồng người Hoa trên khắp thế giới. Mắm tôm có tại nhiều nước Á châu tuy cách làm có khác nhau. Tại Mã Lai là *balacan*; tại Ấn Độ là *galmbo*; tại Myanmar, tên mới của Miến Điện, là *ngapi yay*; tại Indonesia và Malaysia là *petis udang*; tại Kampuchia và Thái Lan là *kapi*.

Tại Philippine, mắm tôm được gọi là *bagoong alamang*. Nhưng cũng được gọi bằng nhiều tên khác nhau như *bagoong, alamang, aramang, uyap, dayok* hay *ginamos*. Chuyện tên phức tạp này tôi mới biết đây. Tôi từng ở Manila gần một năm mà ngu ngơ chưa hề biết là Philippine cũng

Chai mắm tôm bagoong alamang của Philippines.

có mắm tôm. Thời gian tu nghiệp tại Đại học University of Philippine vào năm 1973, mấy tên mít mua thịt tươi rau sống về nấu theo kiểu Việt Nam nên làm lơ với các thứ thực phẩm chế biến của Phi bán tại các cửa tiệm hoặc ngoài lề đường. Vì vậy nên chuyện mắm tôm *bagoong* được dùng trong ẩm thực Phi, tôi mù tịt. Họ dùng *bagoong* ăn với xoài xanh y như chúng ta ăn xoài tượng chấm mắm tôm. *Bagoong* được chế thành bột dùng để nấu ăn. Mắm tôm ê hề chung quanh mà tôi không biết. Cho tới khi một anh bạn Việt Nam một bữa đi chợ về hớt hơ hớt hải khoe mua được mắm tôm thì chúng tôi xúm lại coi. Thứ anh quả quyết là mắm tôm là một lọ bằng thuỷ tinh, có hàng chữ: *"Bagoong Alamang (Salted Shrimp Fry)"*. Có thực là mắm tôm không, chúng tôi nhìn quanh hỏi nhau. Cuối cùng một anh sáng dạ đề nghị mở ra coi có...thối không. Nếu thối là y chang. Lon mắm được mở, thối inh cả không gian nhỏ hẹp trong nhà bếp. Chúng tôi mừng rỡ: chính hắn!

08/2022

MÙI RIÊNG

Mùi riêng là mùi của sầu riêng, cái mùi gây mất đoàn kết nặng nề. Trong nhà tôi hiện chỉ có hai ngoe sống với nhau đã trên nửa thế kỷ, vậy mà vẫn chia rẽ chuyện mùi riêng. Tôi không chịu được cái mùi rất riêng này nhưng bà xã tôi thì lại khoái, nhìn thấy sầu riêng mắt sáng một cách…riêng!

Hai phương trời cách biệt nhưng phương trời của tôi coi bộ chiếm đa số. Chẳng thế mà sầu riêng bị xã hội cho ra riêng. Thái Lan là cái nôi của sầu riêng nhưng thứ trái cây nặng mùi này bị cấm trên các phương tiện giao thông công cộng cũng như tại các khách sạn. Ngay nơi quầy tiếp tân của các khách sạn đều có tấm bảng to tổ chảng nhắc nhở khách trọ không được mang sầu riêng vào phòng.

Cớ sao thứ trái mà nhiều người cho là ngon hết biết này lại bị ghét bỏ tới vậy? Bởi vì "hắn" có cái mùi không vừa mũi của đa số bàn dân thiên hạ, nhất là dân phương Tây, vốn xa lạ với thứ trái cây nhiệt đới này. Họ chạy có cờ khi phảng phất cái mùi khó ngửi này trong không khí.

Năm 2018, một chuyến bay của Indonesia đã bị hoãn cất cánh khoảng một tiếng khi trong khoang hành khách có mùi nằng nặng làm hành khách choáng ngộp. Người ta tìm tòi và phát giác ra có khoảng chục bao tải sầu riêng được chở trong khoang hành lý. Vậy là đám sầu riêng bị tống cổ xuống.

Úc là một nước khá gần Đông Nam Á, có nhiều người Á châu qua định cư hoặc du học, nên khổ vì sầu riêng nhiều lần. Tháng 4 năm 2018, 500 sinh viên Viện Kỹ Thuật Hoàng Gia Melbourne đã chạy như vịt khi ngửi thấy mùi ga nồng nặc phát ra từ thư viện nhà trường. Cảnh sát đặc biệt được kêu tới cấp cứu vì nhà trường tưởng có "chất hóa học nguy hiểm" trong khuôn viên. Cảnh sát đã thận trọng lục soát và phát hiện ra anh chàng sầu riêng. Một năm sau, tháng 5 năm 2019, 550 sinh viên trường Đại học Canberra cũng chạy tóe khói vì cái mùi tưởng là nguy hiểm của thứ trái xù xì này. Tôi nói chạy tóe khói không phải là nói ngoa vì 550 sinh viên đã chạy thoát chỉ trong vòng 6 phút! Lính cứu hỏa được kêu tới và phải mất tới hơn một tiếng đồng hồ mới tìm ra được vỏ một trái sầu riêng vứt trong thùng rác. Hai năm sau, tháng 10 năm 2021, dân chúng đang mua bán trong một siêu thị tại thủ đô Úc Canberra chạy vắt giò lên cổ vì có mùi ga bị rò rỉ nồng nặc. Cảnh sát đặc biệt lại được vời tới. Và họ đã tìm thấy vài trái sầu riêng được cất giấu trong một cửa hàng.

Thiệt đáng thương cho dân Úc nhưng nếu họ biết mùi của sầu riêng đã từng khiến dân Đức vào nằm bệnh viện, chắc họ sẽ được an ủi. Chuyện xảy ra vào tháng 6 năm 2020 trong một trạm bưu điện tại thành phố Schweinfurt, tỉnh bang Bavaria bên Đức. Một bưu phẩm toát ra mùi khí ga khiến nhân viên bưu điện tá hỏa. Họ ùa nhau bỏ chạy. Lực lượng cảnh sát hùng hậu được điều động tới với 6 xe cứu thương, 5 xe phản ứng khẩn cấp và 2 xe chỉ huy. Họ vội cho sơ tán khẩn cấp tất cả 60 nhân viên đang làm việc trong tòa nhà. Gói bưu phẩm khả nghi được mở ra. Nằm chình ình bên trong là bốn trái sầu riêng! Bưu phẩm được gửi tới từ Nuremberg trong nội địa Đức. Kết quả có 12 người cảm thấy khó chịu và buồn nôn đã được sơ cứu tại chỗ và 6 người khác được chở tới bệnh viện vì triệu chứng nặng hơn. Có điều vui vui là sau đó bưu kiện này đã được giao tới địa chỉ người nhận đàng hoàng.

Tưởng "bom hóa học" chỉ nổ sảng ở bên Indonesia, Úc và Đức, ai ngờ ngay tại thành phố Montreal chúng tôi cũng dính. Trên chuyến bay của hàng hàng không Air Canada cất cánh từ Montreal đi Vancouver vào tháng 10 năm 2019, một mùi lạ phát ra từ khoang hàng hóa. Khi đó phi cơ đã bay được 37 phút. Phi công phải đeo mặt nạ dưỡng khí, phát tín hiệu khẩn cấp và nhanh chóng quay lại Montreal. Trên máy bay có 245 hành khách và 8 nhân viên phi hành đoàn. Thanh sát hiện trường, nhân viên công lực phát giác ra một kiện hàng sầu riêng trong khoang máy bay.

Mùi đã khó ngửi, vỏ lại gai góc, trái sầu riêng nhìn chẳng một chút thơ mộng. Vậy mà cũng có thơ. Người ưu ái sầu riêng là Dung Nguyen.

> *Thịt em vừa ngọt vừa thơm .*
> *Múi to hạt nhỏ dày cơm đủ đầy*
> *Ăn vào hồn ngất ngưỡng say*

Sầu Riêng hạt lép, em đây xin mời!

Hương em ngào ngạt xuân thời
Trải bao mưa gió tơi bời vẫn nguyên
Phận em là gái chính chuyên
Giữ mình không để sâu xuyên ong dùi

Anh ơi nhưng nếu ăn rồi
Đừng xa em nhé, ngậm ngùi sầu riêng!

Cái mùi này ra răng? Ai cũng có mũi nhưng mỗi người có một cái mũi riêng nên bá nhân bá…mùi. Thường thì người ta mô tả tổng quát đó là mùi thối. Nhưng thối thì có vạn thứ thối nên có người đi vào chi tiết hơn. Người thì bảo giống như mùi hành tây thối, người thì bảo thối như nước cống. Dân Á châu chúng ta cứ đại khái như vậy, nhưng dân Tây phương có óc phân tích tỉ mỉ hơn. Nhà văn Richard Sterling cho đó là mùi "phân heo, nhựa thông và hành tây được gói trong một chiếc tất tập thể dục chưa giặt". Đầu bếp nổi tiếng Anthony Bourdain cho đó là "hơi thở của bạn sẽ thơm như thể bạn đang hôn người bà đã khuất của mình".

Sầu riêng nặng mùi, ai cũng thấy. Cái mùi nằng nặng này hợp với khứu giác của người này nhưng lại bị những cái mũi khác tránh xa. Số người hạp với mùi sầu riêng chắc không nhiều bằng số người không hạp nhưng cũng đủ để khiến các nhà khoa học chúi mũi vào nghiên cứu.

Một toán nghiên cứu gồm 5 chuyên gia về ung thư ở Singapore đã được một nhóm người ái mộ sầu riêng tài trợ để nghiên cứu về mùi của sầu riêng. Sau ba năm nghiên cứu, trưởng nhóm Patrick Tan đã kết luận trên tạp chí *Nature Genetics*: "Chúng tôi đã thấy đây là mùi lưu huỳnh được tăng áp xuất. Nhận xét này thích hợp với ý kiến của nhiều người cho rằng mùi của sầu riêng là mùi lưu huỳnh". Nhóm nghiên cứu này cũng giải thích tại sao sầu riêng lại nồng mùi như vậy. "Mùi này có mục đích thu hút động vật tìm đến ăn trái và phân tán hạt để sinh trưởng".

Các nhà nghiên cứu tại Đại Học Kỹ Thuật Munich, Đức, tìm thấy chất *acid ethionine* trong cây sầu riêng. Chính hóa chất này là nguyên nhân chính tạo nên mùi đặc biệt của sầu riêng. Người cầm đầu nhóm nghiên cứu Nadine S. Fischer cho biết: "Nghiên cứu của chúng tôi cho thấy khi trái chín, một chất men đặc trưng của cây phát tán *ethionine*. Thêm vào dó chất *ethanethiol* cũng gia tăng. Điều này giải thích tại sao trái sầu riêng lại nặng mùi như vậy".

Một nghiên cứu của Trung Tâm Nghiên Cứu Hóa Học Thực Phẩm Đức đã tìm ra có tới 50 hợp chất góp phần trong việc tạo ra mùi thơm của trái sầu riêng. Người dẫn đầu nhóm Jia-Ziao Li cho biết khi các hợp chất này đứng riêng rẽ thì không có mùi chi đặc biệt nhưng khi chúng kết hợp với nhau mới tạo ra mùi đặc biệt của sầu riêng.

Sầu riêng có tên tây là *durian*. Durian không có nghĩa là sầu riêng nếu hiểu sầu riêng là mối sầu của riêng một người. Sự đồng âm khác nghĩa này tạo cho trái *durian* chút sầu mộng. Bùi Giáng đã hư hư thực thực khi thơ về sầu riêng :

Sầu riêng châu chấu năm xưa

Em về với ruộng cầy bừa đã xong

Em về rắc cỏ vào trong

Vui về với hội trổ đồng đồng xanh
Sầu riêng gác bỏ sau ghềnh
Năm xưa châu chấu mang tên chuồn chuồn

Thái Lan là thiên đường của dân sầu riêng. Chẳng cứ sầu riêng mà tất cả các loại trái cây của vùng nhiệt đới. Họ có một món ăn rất phổ biến: xôi xoài. Tôi rất khoái xôi xoài của Thái Lan. Xôi có vị ngọt rất thanh, mềm dẻo, ăn kèm với xoài chín sao lại hợp nhau đến vậy. Bên cạnh xôi xoài còn có xôi sầu riêng. Dĩ nhiên các đệ tử của sầu riêng không chọn xôi xoài như tôi.

Tôi đã từng đặt chân tới Thái Lan, thánh địa của sầu riêng. Sầu riêng tràn đầy trên đường phố. Ra khỏi khách sạn là chạm mặt anh chàng xấu xí gai góc này. Nhưng chuyện *buffet* sầu riêng quả thật tôi không biết cho tới khi đọc được bài "Lần Đầu Đi Ăn Buffet Sầu Riêng ở Thái Lan" của ký giả Ngọc Lan trên báo Người Việt ngày 23/5/2018. Chúa mẹ ơi! Lại có chuyện đi ăn chỉ có sầu riêng bao quanh nữa sao? Mở đầu bài báo, cô ký giả Ngọc Lan viết: *"Tui tin chắc một điều rằng không mấy ai từng nghe, chứ đừng nói là từng thử qua một "buffet sầu riêng." Đó chính là lý do vì sao khi tình cờ nhìn thấy lời giới thiệu về "sự kiện" buffet sầu riêng diễn ra ở một nhà hàng cao 84 tầng tại Bangkok, Thái Lan, ngay đúng dịp đi công tác bên đó, tui đã bằng mọi cách phải đến để nhìn xem ăn sầu riêng "bao bụng" nó ra làm sao. Theo lời giới thiệu thì thời gian diễn ra "buffet sầu riêng" tại nhà hàng Baiyoke Sky ở Bangkok là từ 15 Tháng Năm đến 30 Tháng Sáu, giá vé là 390 baht một người (khoảng $13), mở cửa mỗi ngày từ 10:30 sáng đến 9 giờ tối, mỗi người có thời*

Một số món ăn chế biến từ sầu riêng tại buffet sầu riêng (Hình: Ngọc Lan/Người Việt)

gian 90 phút để ăn".

Trò sầu riêng toàn tập này chỉ mới có vào năm 2017 và được thực khách khoái chí tử. Không phải muốn ăn là được. Phải mua vé trước trên *internet*. Mà chậm tay bấm chuột liền trở thành thứ trâu chậm chỉ có uống nước đục. Cô Ngọc Lan là một người chậm tay bấm. Nhưng đã tới đây mà không tìm hiểu cái trò hấp dẫn này thì quả phí cả chuyến đi. Cô cùng đồng bọn làm mặt lỳ: *"Đến nơi lại hỏi "Tui muốn mua vé ăn buffet sầu riêng." Họ chỉ mình tiến từ từ vô ngay lãnh địa sầu riêng. Ui cha, họ đang bày hàng. Sầu riêng cơ man là sầu riêng. Thơm nức mũi. "Chị đã đặt chỗ trước chưa?" cô nàng Thái trẻ măng nhỏ nhẹ hỏi. – "Chưa ạ" – "Xin lỗi chị, chúng tôi đã hết chỗ rồi, không còn bán vé tại chỗ nữa."*

Chời chời chời. "Vầy nè em ơi, em có thể ưu tiên cho chị không, chị từ Mỹ bay qua đây chỉ để ăn và viết bài về tiệc sầu riêng này, mà giờ không dự được thì sếp chị đuổi chị mất. Có cách nào giúp chị không em?" Tui nói ngọt còn hơn sầu riêng. Cô nàng lại lắc đầu "Sorry, không còn chỗ nữa." Tui lại tiếp tục ca bài ca "con cá" rằng thì là "Em giúp chị được mà, chị tin là em giúp được."

Cuối cùng, ơn trời, có người bỏ vé và cả 5 người được vào tiệc tùng sầu riêng. Trước sau, trái phải đều chỉ một thứ sầu riêng nức mũi. Sầu riêng tươi loại cơm trắng, loại cơm vàng. Sầu riêng nướng. Món lạ được cô ký giả mô tả: "Thơm. Ngọt. Lạ. Nhưng không thích lắm, vì nó nóng nóng, mềm mềm kiểu nấu chín". Rồi chè sầu riêng, *tom yum* sầu riêng, bánh bao sầu riêng, *pad Thai* sầu riêng, bún gạo xào sầu riêng, đá bào sầu riêng, sầu riêng nhúng *chocolate* và các loại bánh sầu riêng để chật tủ. Không biết dân ghiền sầu riêng nghĩ chi nhưng tôi thấy chết ngộp.

Tội nghiệp thân tôi! Chỉ vì cái mũi bướng bỉnh mà không dự được tiệc *buffet* sầu riêng "hoành tráng". Nhưng cũng có người tội nghiệp tôi. Đó là ông Poj, một chủ vườn sầu riêng rộng tới 480 ngàn thước vuông tại tỉnh Chantaburi, miền đông thái Lan. Ông chủ vườn 59 tuổi này đã lai tạo được một giống sầu riêng không mùi. Một tài liệu khác cho biết người tạo ra giống sầu riêng không mùi là nhà khoa học Songpol Somsri của chính phủ Thái lan. Ai cũng được, miễn là cái mùi gây chia rẽ này biến mất. Nghe mà đã con ráy. Sầu riêng là một thứ trái cây ăn rất ngọt, thịt mềm. Ngặt nỗi cái mùi không được thơm tho đã khiến nhiều người, trong đó có tôi, kính nhi viễn chi. Nay với giống sầu riêng không mùi *Nuan Thong Cha*, chướng ngại này đã được gỡ bỏ.

Tại tỉnh Nakhon Ratchasima thuộc vùng Đông Bắc Thái

Sầu riêng không mùi Nuan Thong Cha.

Lan, người ta cũng đã trồng được giống sầu riêng *Pak Chong-Khao Yai* không mùi. Theo báo China Morning Post ra ngày 19/7/2022, một lễ hội giới thiệu giống sầu riêng…sạch đã được tổ chức. Có tới 39 trang trại sầu riêng ở tỉnh này được trao giấy chứng nhận của Phó Thống Đốc Chusak Chunkoh của tỉnh Nakhon Ratchasima. Giống sầu riêng không mùi này vẫn giữ được vị ngọt, múi khô ráo và mềm rất ngon miệng. Nhà văn chuyên viết về ẩm thực Thái Lan Bob Halliday lại không bằng lòng: "Đây là khởi đầu của sự kết thúc. Làm ra một trái sầu riêng không có mùi cũng giống như một bông hồng không gai. Nó thực sự đã bị cắt bỏ linh hồn!".

Với loại sầu riêng mới này, Thái Lan hy vọng sẽ thu

được thêm nguồn lợi lớn trong việc xuất cảng thứ trái ngon ngọt này. Sầu riêng là sản phẩm xuất khẩu mang về cho Thái Lan nhiều ngoại tệ. Năm 2020, mặc dù có đại dịch, Thái Lan cũng đã thu về được 5 tỷ đô Mỹ trị giá xuất khẩu sầu riêng. Khách hàng sộp nhất là Trung Quốc. Theo số liệu của Liên Hiệp Quốc, năm 2020, Trung Quốc đã nhập tới 2 tỷ 300 ngàn đô Mỹ sầu riêng.

Sầu riêng không mùi, cỡ như tôi nghe mà thấy khoái lỗ nhĩ. Từ nay tôi có thể thưởng thức vị ngọt mềm của sầu riêng mà không phải lo ngại cho lỗ mũi. Nhưng dân ghiền sầu riêng coi bộ không ưng ý. Sầu riêng mà không có mùi đặc trưng thì còn ra cái quái gì. Dù họ thuộc phe đối lập, tôi cũng thông cảm với sự hụt hẫng của dân ghiền này. Chẳng từng có những người nghiện mùi hôi nách sao!

08/2022

NGÀY CAO NIÊN

Nhờ ông Hồ Đình Nghiêm viết trên Facebook tôi mới biết ngày đầu tháng 10 là ngày của người cao niên. Tiếng Mỹ của ngày này là *International Day of Older Persons*. Thường chúng ta gọi những *older persons* là người già nhưng với sự lịch thiệp ngày nay người ta kêu là cao niên. Dù sao, cái loại người phế thải mà cũng còn được nhớ tới là vui rồi. Khi loan báo tin vui này, ông Hồ Đình Nghiêm điểm danh: *"Ở khu chăm nói tiếng mẹ đẻ, tôi thân thiết với hai nhà thơ: Luân Hoán, Hoàng Xuân Sơn. Hai nhà văn: Võ Kỳ Điền, Song Thao. Tôi gọi bốn vị bằng anh, vì tôi tri thiên mệnh trong khi họ thuộc dạng cổ lai hy. Họ chẳng thích nuôi râu, chứ nếu thả giàn để râu ria ra rậm rạp thì e "bác Hồ" phải nể mặt tủi hờn độ không lại kính nhi viễn chi".*

Anh em viết lách nơi đây còn có thêm hai ông nữa là Trang Châu và Lưu Nguyễn. Ông nào cũng đã vượt qua ngưỡng "cổ lai hy". Toàn là thứ quý hiếm! Vậy là có sáu anh "cổ lai hy" và một anh "tri thiên mệnh". Nói theo kiểu bổ bã thì anh nào cũng già hết rồi, bút đã cùn, mực đã cạn. Già hung và già chưa hung. Ông Hồ (ý nói Hồ Đình Nghiêm) là người "trẻ" nhất. Gọi là trẻ nhưng cũng đã đủ tiêu chuẩn xếp vào hạng "cao niên". Cái xứ Montreal này là xứ lạnh, dư thừa tuyết trắng vào mùa đông. Tuyết là thứ chỉ đẹp khi nhìn từ xa. Sống với tuyết cực lắm. Áo trong áo ngoài, áo dạ áo len, quần ba bốn lớp, giầy bốt lót chân. Ông Hoàng Xuân Sơn kể khổ:

40 năm xỏ giầy mang ủng

không dám. chưa quen cái lạnh tràn

hồn tóp teo dưới tầng áo xống

bận, hay đừng đều cũng hở hang

Mùa đông những người cao tuổi như chúng tôi teo tắt lẩn trốn. Tất cả ngồi ôm cái lò sưởi trong nhà, ngại ra ngoài cà phê cà pháo với nhau. Tuổi trẻ họ thách thức cái lạnh, đi ra đi vào như thường tình, giầy vải bước mạnh bạo trên tuyết như giỡn. Giới cao tuổi, mang giầy bốt đế gồ ghề chống tuyết mà đôi khi vẫn lăn kềnh ra lề đường. Điểm hết mặt anh em chúng tôi, hình như chưa có người nào tránh được chuyện vồ ếch ngoài đường. Năm nào như năm nấy, chưa xoạc căng như bà Hồ Xuân Hương được coi như trúng số. Người có cái té nhớ đời nhất, nực cười thay, lại là chú Hồ, người ít thâm niên sống trên đời nhất trong bọn viết lách chúng tôi. Cú vồ đã đưa chú vô nằm bệnh viện mà tay vẫn nắm chú ếch!

Năm 1993, nhà thơ Đỗ Nghê, tức bác sĩ Đỗ Hồng Ngọc, đã ghé qua Montreal chúng tôi. Ông đã ghi lại trong bài thơ "Mới Hôm Qua Thôi". Tôi trích vài đoạn.

Họ ngồi đó
Hói đầu
Bạc trắng
Móm sọm
Nhăn nheo

Mới hôm qua thôi
Nào vương
Nào tướng
Nào tài tử
Nào giai nhân
Ngựa xe
Võng lọng
… ……

Ngoài kia
Tuyết bay
Trắng xóa
Ngoài kia
Dòng sông
Mênh mông
Mênh mông...

Năm 1993, cách đây gần ba chục năm. Tôi nhớ chúng tôi không gặp nhà thơ Đỗ Nghê. Có lẽ ông qua thành phố này vào những ngày đông giá, thời gian chúng tôi rụt cổ co vòi. Vậy những con người trong thơ của ông chắc không phải hình hài chúng tôi. Thiệt may!

Dù măng sữa nhất trong bọn, chú Hồ Đình Nghiêm vẫn

Từ trái sang phải: Song Thao - nhà thơ Hoàng Chiều Nhân - nhà thơ Nguyễn Minh Đức - nhà thơ Trang Châu - nhà văn Hồ Đình Nghiêm (ngồi trên sàn nhà) - nhà thơ Lưu Nguyễn - nhà thơ Hoàng Xuân Sơn - nhà thơ Luân Hoán tại nhà Song Thao (Montréal, 1996)

dư sức được liệt vào hạng cao tuổi. Vậy tất cả đều được có phúc có phần trong ngày này, một ngày được Liên Hiệp Quốc đặt để đàng hoàng chứ không phải thứ cha căng chú kiết. Ngẫm ra cũng khoái cái bụng, nhưng nếu biết trên thế giới này có ngày ong, ngày kiến, ngày trà, ngày cà phê thì cái vui đã bị khoét đi một khúc. Dù sao, cái thứ tưởng đã bị bỏ vào kho mà còn được mang ra đánh bóng, ban cho một ngày ghi nhớ, kể ra cũng nên hỉ hả.

Ngày 14/12/1990, Đại Hội Đồng Liên Hiệp Quốc đã bỏ phiếu tán thành việc lấy ngày 1/10 hàng năm làm ngày Quốc Tế Người Cao Tuổi. Không phải bỗng nhiên mà Liên Hiệp Quốc OK ngày này cái một mà đã có sự bàn thảo từ tám năm trước. Năm 1982, họ đã tổ chức tại Áo một đại hội thế giới về tuổi già với sự tham gia của trên ba ngàn đại biểu từ hầu hết các nước trên thế giới. Hội nghị thông qua chương trình giúp đỡ các ông già bà cả trên toàn thế giới trong sáu lãnh vực: sức khỏe và ăn uống, nhà ở và môi trường, gia đình, dịch vụ và bảo trợ xã hội, việc làm, nâng cao sự hiểu biết của người cao tuổi về cuộc sống.

Ngày quốc tế người cao tuổi đầu tiên được tổ chức vào ngày 1/10/1991. Nhân dịp này, Liên Hiệp Quốc ra một thông báo: "Nội dung và lãnh vực hoạt động nhân Ngày Quốc Tế về Người Cao Tuổi, tùy theo điều kiện của mỗi quốc gia, có thể đề cập đến các lãnh vực cụ thể gồm: sự cống hiến của người cao tuổi trong khoa học, văn học, nghệ thuật, thể thao và phát triển xã hội; những hoạt động hữu ích trong phạm vi gia đình, cộng đồng, học đường và thương mại. Bên cạnh đó, cần biểu dương những đóng góp trong nhiều lãnh vực đối với cộng đồng, cũng cần đề cập đến nghĩa vụ của xã hội đối với người cao tuổi, nhất là những người đang gặp khó khăn trong đời sống do tuổi cao, sức yếu".

Anh em chúng tôi, vừa vác nặng tuổi trên vai, vừa cầm chắc cây viết trong tay, còn ti toe chi được thì cứ ti toe. Người nào cũng run run gõ bàn phím. Nếu có thể được, in tí sách cho vui. Vui theo đúng nghĩa. Sách bi chừ là thứ rất tế nhị. In ra cho vui, tiêu thụ chán lắm. Muốn tặng cũng phải dò ý, chỉ sợ làm phiền người khác. Cứ như kiểu in ngày xưa, mỗi lần phải cả vài ngàn bản, chí ít cũng phải trên 500 cuốn, thì bó tay. Cách in hiện đại, in từng cuốn, không cần bỏ tiền ra nhiều. Nhưng tiền dàn trang, tiền vẽ bìa, phí tổn gửi sách, vẫn còn là trở ngại với cái túi tiền già. Chỉ nhờ bạn bè, người

Nhà văn Võ Kỳ Điền, Song Thao, nhà văn Hồ Đình Nghiêm, nhà thơ Luân Hoán tại nhà già của Võ Kỳ Điền (Montreal, 05/2018).

vẽ bìa chùa như ông Khánh Trường, người dàn trang *free*, may ra sách mới ló mặt ra với đời được. Nhưng thời buổi này, sách đang…già đi, đang trên con đường vào vùng phế thải, người đọc có vẻ hững hờ với sức nặng của sách. Người ta đọc sách điện tử, vừa gọn vừa tiện dụng. Thời buổi này không ai còn luyến lưu với mùi giấy mới, mùi mực in khi cầm trong tay một cuốn sách mới. Sách như một thứ cổ vật, chỉ có giá trị với những người sưu tầm đồ cổ tẩn mẩn lỗi thời. Sinh hoạt của các tác giả nằm trên các trang mạng, trên Facebook. Một thứ mì ăn liền, ồn ào được vài ngày rồi chui xuống mộ huyệt.

Nhìn quanh, chúng tôi như những cổ vật còn vất vưởng trên trần thế, đợi ngày có chuyến bay. Đôi khi ngồi nghĩ lại

Từ trái sang phải: Song Thao, anh chị nhà văn Trang Châu, chị Hoàng Xuân Sơn, nhà thơ Lưu Nguyễn, nhà thơ Luân Hoán, nhà thơ Hoàng Xuân Sơn, họa sĩ Hồ Thành Đức, chị Song Thao, họa sĩ Bé Ký, chị Luân Hoán tại tư gia Hoàng Xuân Sơn. (Montréal, 1998).

những ngày xưa, buồn thấm ruột. Thời gian cứ lừng lững trôi một cách đáng ghét. Ông nhà thơ Hoàng Lộc nổi sùng:

> *bà ngày xưa như thế*
> *bà bây giờ như vầy*
> *thời gian, đồ chó chết*
> *sủa mòn hình hài nhau*
>
> *… ……*
>
> *chào bà không ra tiếng*
> *bà chào cũng hụt hơi*
> *giọng hai ông bà lão*
> *nghe quá chừng chướng tai*
> *hỏi nhau có khỏe không*

đều nghe rằng chẳng khỏe
hỏi chồng con vợ con
cười sún răng chẳng nói
mình ngày xưa là thế
sao ra nông nỗi này?
thời gian, đồ chó đẻ
làm mình thành ri đây

Ông Hoàng Lộc nổi sùng, mắng mỏ thời gian là chuyện

Nhà thơ Hoàng Lộc tại quê nhà (2022).

của ổng. Thời gian là anh tổ sư làm lơ, xá chi chút lên ruột của anh nhà thơ chân yếu tay mềm. Cái thứ mà nhà thơ rủa là "đồ chó đẻ" chi phối mỗi người chúng ta. Chẳng ai mà không bị bào mòn, chỉ khác nhau cường độ. Nhưng cũng có những người coi thời gian như pha, tuổi có thêm nặng nhưng tâm hồn vẫn nhẹ nhàng phơi phới. Càng già càng dẻo càng dai. Cụ Nguyễn Công Trứ khi "mái tuyết đã phau phau" mà vẫn cưới nàng hầu là một thí dụ.

Trong trần thế duyên duyên nợ nợ
Duyên cũng đành mà nợ cũng đành.
Xưa nay mấy kẻ đa tình
Lão Trần là một với mình là hai
Càng già càng dẻo càng dai!

Cụ Nguyễn xưa rồi, chuyện "càng già càng dẻo càng dai" mới toanh là chuyện của hai cụ Ralph Insinger, 87 tuổi, và cụ Roz Lewy, 81 tuổi. Cả hai đã hưu và đều góa. Họ ở cách xa nhau 1500 dặm. Người Boston, tiểu bang Massachusett, kẻ Palm Beach Gardens, tiểu bang Florida. Con chim bắc cầu ô thước chính là con gái của cụ bà Lewy. Cô là một luật sư ở Boston mà cụ ông Insinger là một thân chủ. Cô có cảm tình với ông này vì "ông nhắc tôi nhớ đến cha tôi". Cô mời mẹ tới Boston chơi để giới thiệu hai người. Cụ Lewy, đã có tới 6 đứa cháu, gật đầu liền. Họ gặp nhau và ông Insinger thấy "tim đập nhanh hơn". Ba người cùng nhau đi thăm các viện bảo tàng, các phòng tranh. Tháng 2 năm 2019, ông Insinger bay qua Florida. Ông kể: "Chúng tôi đi thăm nơi này nơi kia, đi ăn tiệm và nói chuyện tâm đắc với nhau". Xa nhau, họ trao đổi với nhau hơn 200 *e-mail*. Trong một *mail*, cụ

Insinger viết: "Mặt trời chưa mọc nhưng ánh trăng của em đã làm cho bữa nay thành một ngày rực rỡ". Thư trao đổi giữa họ đầy những câu chữ và vần thơ rất thơ mộng của một cặp tình nhân nhất định không chịu khuất phục trước tuổi già. Tất cả các e-mail này đã được in trong cuốn sách *"Beyond Beyond: A Chance Encounter, an Online Courtship, and the Language of Love"*. Các cụ muốn cua bà cao tuổi có thể mua cuốn này về tham khảo. Họ đã tổ chức đám cưới vào tháng 9 năm 2020. Trên chiếc bánh cưới chỉ ghi vỏn vẹn hai chữ: *"Ah...Love!"*. Ôi tình yêu! Cụ Insinger cho biết tại sao có hai chữ này: "Nó diễn tả cảm xúc của tôi với Roz. Chúng tôi cảm thấy mỗi người là một món quà tặng cho người kia".

Tôi muốn nhắc ông Hoàng Lộc là với những tâm hồn còn sũng tình yêu, thời gian không phải là "đồ chó đẻ" mà chỉ là những con số vô nghĩa. Mà nhắc ông Hoàng Lộc về tình yêu là chuyện chở củi về rừng. Ông Hoàng Lộc vẫn được anh em viết lách khâm phục những vần trăng hoa. Thơ ông chưa bao giờ hết đẫm tình, từ thuở nào tới giờ.

> *em cứ hoài tơ tóc với anh*
>
> *sớm mai đời cho tới hoàng hôn*
>
> *trăm năm rồi tới trăm năm nữa*
>
> *hai đứa còn nhau mãi được còn.*

"Trăm năm rồi tới trăm năm nữa", hai cụ Insinger và Lewy chỉ đáng xách dép cho bạn tôi!

10/2022

NHẠC BOLERO

Tôi không nhớ năm nào nhưng trước 1975, khi bản nhạc Hàn Mặc Tử của Trần Thiện Thanh đang phổ biến hết cỡ, một nhà trong xóm tôi ở Thị Nghè ngày nào cũng mở oang oang như muốn có lòng tốt cho cả xóm được nghe ké. Tội cho Hàn Mặc Tử, sáng sớm, khoảng 7 giờ mỗi ngày, đều bị đánh thức dậy đi bán trăng. Có lẽ trăng khó bán nên rao bán cả ngày cũng chưa xong. Ngày hôm sau bán tiếp. *"Ai mua trăng tôi bán trăng cho / Trăng nằm im trên cành liễu đợi chờ / Ai mua trăng tôi bán trăng cho / Chẳng bán tình duyên ước hẹn hò"*.

Tôi không phải là người thích nghe nhạc *bolero* nên cũng có lúc khó chịu. Nhưng biết nói sao, dân chúng mải mê với chuyện bán trăng, có kêu cảnh sát can thiệp về chuyện làm ồn ào cả xóm cũng không nỡ. Xóm giềng qua lại nhìn mặt nhau hàng ngày, ai nỡ cản chuyện bán buôn của ông nhà thơ Hàn Mặc Tử.

Nhạc *bolero* ngày đó quả đã lấn át tất cả các loại nhạc khác. Với lời ca trữ tình bình dân, giản dị được viết trên những giai điệu chậm buồn đều đều có pha âm hưởng dân ca, hát bằng giọng thứ quãng âm trung hoặc trầm, nhạc *bolero* dễ nghe, dễ hiểu, dễ đi vào lòng người, chất chứa nỗi niềm của lớp người bình dân trong xã hội. Hầu như mỗi người nghe đều tìm được niềm tâm sự hoặc kỷ niệm của mình trong những bản nhạc này. Nhạc *bolero* có tại miền đất phía Nam trong những năm từ 1955 tới 1975. Theo một tài liệu chưa thật chính xác thì bài *bolero* đầu tiên của Việt Nam là bài "Duyên Quê" của nhạc sĩ Hoàng Thi Thơ: *"Em gái vườn quê /cuộc đời trong trắng/ Dầm mưa giãi nắng mà em biết yêu trăng đẹp ngày rằm / Anh biết mặt em / một chiều bên thềm / Giọng hò êm đềm và đôi mắt em long lánh sau rèm / Ai hát ngoài ao / chừng ngồi giặt áo / Giọng hò êm quá mà anh ngỡ ai rót mật vào lòng / Anh cuốc vườn sau mặt trời trên đầu / Ruộng vườn lên màu vì em ước mong đây đó chung lòng"*. Nhưng nhạc sĩ Vũ Đức Sao Biển, trong bài báo "Bài Bolero Đầu Tiên Trong Âm Nhạc Việt Nam", đã cho bài "Nắng Chiều" của Lê trọng Nguyễn, được sáng tác vào năm 1952, mới đích thị là bản *bolero* đầu tiên của Việt Nam. Nhưng có người phản biện là bài "Nắng Chiều" không phải là *bolero* mà là *rumba-bolero*! Tôi mù tịt về nhạc nên chẳng dám có ý kiến.

Nhạc sĩ lão thành Tuấn Khanh, chủ nhân tiệm phở Hoa Soan rất nổi tiếng hiện nay ở Nam Cali, nhớ lại: *"Khi ở ngoài Bắc, trước năm 50, 51, 52, 53, 54 bắt đầu di cư vào miền Nam thì chưa có phong trào bolero, hiếm lắm, tìm mãi mới có một bài. Vào đến miền Nam thì thấy bắt đầu từ những người ở Hải Phòng, những nhạc sĩ như Trịnh Hưng, Hoài An, Phó Quốc Thăng, Phó Quốc Lân, rồi Huyền Linh. Khi ở miền Bắc thì chưa nghe được tác phẩm Lam Phương. Ở Hà Nội thì chỉ nghe đài Sài Gòn, chưa thấy bolero và chưa thấy tác giả Lam Phương. Khi vào đến trong Nam thì những bản nhạc của Trúc Phương nổi lên."* Hai ca khúc nổi tiếng khắp hang cùng ngõ hẻm tới các phòng trà, đại nhạc hội và ngay cả ở các vùng quê hẻo lánh là "Quán Nửa Khuya" của Tuấn Khanh và Hoài Linh và "Nửa Đêm Ngoài Phố" của Trúc Phương.

Việc nhạc *bolero* phổ biến trong quần chúng bình dân khiến lợi nhuận thu được của các tác giả rất dễ chịu. Nguồn thu lớn nhất là những bản nhạc được in và bán ra dưới hình thức những tờ nhạc rời với giá ai cũng có thể mua được, ai cũng có thể hát được. Các bản nhạc thành công được các nhà xuất bản săn đón. Người ta có thể kể tới các nhà xuất bản: Tinh Hoa, Sóng Vàng, Khai Sáng, 1001 Bài Hát, Thanh Hương, Nhạc Mới, Diên Hồng, quán nhạc Mỹ Hạnh....và được phát hành tại các sạp dọc đường Lê Lợi, Công Lý với giá 7 đồng mỗi bản. Tác giả được hưởng khoảng 50%.

Đời sống tinh thần của tầng lớp bình dân phong phú hẳn lên. Túi tiền của các nhạc sĩ sáng tác nhạc *bolero* cũng rủng rỉnh hẳn lên. Một Tuấn Khanh khác, nhạc sĩ Tuấn Khanh "trẻ", hiện sống ở Việt Nam, cho biết là thời đó các nhạc sĩ Hàn Châu, Đài Phương Trang, Mặc Thế Nhân đã thu vào những khoản tiền như mơ. Các ca sĩ, nhạc công thu âm cho các chương trình của đài phát thanh, và sau này cho đài

truyền hình cũng ăn theo một cách sung túc. Nhạc sĩ Tuấn Khanh nhớ lại: "*Chẳng hạn như, lúc đó giá thu âm một bài hát ở đài phát thanh là khoảng 500 đồng, dành cho nhạc công. Nhạc trưởng và ca sĩ thì vào khoảng 700 đồng/bài. Để dễ hình dung, đời sống vật chất lúc đó là khoảng 14 đồng/ lít xăng và một lượng vàng núi thì khoảng 15.000 đồng. Tuy vậy, khi thu cho các hãng băng thì giá tiền cao hơn, ví dụ như danh ca số một thời đó là bà Thái Thanh, thu một bài hát là 5.000 đồng. Giai đoạn đó, một chiếc Honda-dame 50cc nếu mua ngay tại salon vào khoảng 25.000 - 28.000 đồng, còn nếu đặt mua bên Nhật chở qua, nguyên thùng có thể lên đến 36.000 đồng. Nhưng chỉ cần có một bài hát ăn khách thì chuyện mua một chiếc xe thời thượng như vậy rất dễ dàng. Huyền thoại trong giới ca nhạc sĩ về thu nhập, phải kể đến con số thu được hơn 2 triệu đồng cho một bài hát là "Nguyễn Thị Mộng Thường" (Trần Thiện Thanh), kế đến là "Chuyện Tình Thiếu Nữ Tên Thi" (Hoàng Thi Thơ) với thu nhập 1,7 triệu đồng".*

Nhạc *bolero* còn được gọi là nhạc phổ thông, nhạc đại chúng, nhạc mùi, nhạc quê hương hay nhạc sến, là loại nhạc làm ra tiền, hơn hẳn loại nhạc thính phòng hay nhạc sang. Điều này làm ngơ ngác các nhạc sĩ viết nhạc sang. Nhiều người đã đổi lối viết nhạc để có chút phần trong chiếc bánh hấp dẫn này. Như nhạc sĩ Trường Sa với các bản "Chuyện Tình Người Đan Áo" và "Hành Trang Giã Từ", Hoàng Trọng với bài "Cánh Hoa Yêu", Phạm Mạnh Cương với "Thế Rồi Một Mùa Hè", và ngay cả Phạm Duy với "Ngày Em Hai Mươi Tuổi" và "Anh Hỡi Anh Cứ Về". Biên giới giữa các nhạc sĩ sáng tác nhạc sang với nhạc sến phai mờ đi. Các nhạc sĩ chuyên chú vào nhạc *bolero* cũng có vài bản nhạc khá "sang". Như Anh Bằng với "Nỗi Lòng Người Đi" và "Mất Nhau Mùa Đông", Trần Thiện Thanh với "Người Yêu Tôi Khóc" và "Chiều Trên Phá Tam Giang", Lam Phương với "Cho Em Quên Tuổi Ngọc" và "Chờ Người", Nhật Ngân với "Một Mai Giã Từ Vũ Khí" và "Qua Cơn Mê".

Nhạc *bolero* nhịp nhàng, dễ hát, dễ nghe, rất gần gũi với

đa số quần chúng. Mỗi bản nhạc như một câu chuyện buồn vui, rất quen thuộc với đời sống thường ngày của chúng ta. Nghe *bolero* là nhắc nhở tới những kỷ niệm buồn vui của đời người. Tác giả Lê Phi Tân, trong bài "Bolero Chợ Nọ", kể lại: *"Hồi sinh viên, có lần cùng anh bạn ở cùng phòng ký túc xá đại học đạp xe về quê mình chơi. Trên đường từ Huế về làng, ghé vô cái quán cà phê chẹp chẹp ở chợ Tây Thành nghỉ chân và từ chiếc loa của quán giọng ca da diết của Quang Lê cất lên: "Đường xưa lối cũ, có bóng tre, bóng tre che thôn nghèo. Đường xưa lối cũ có ánh trăng, ánh trăng soi đường đi. Đường xưa lối cũ có tiếng ca, tiếng ca trên sông dài. Đường xưa lối cũ có tiếng tiêu, tiếng tiêu ru lòng ai"...Anh bạn là người thành phố vỗ đùi cái bép: "Tau nghe bài ni nhiều rồi nhưng chỉ có trong khung cảnh thôn dã như thế này nó mới thấm".* Tại sao lại chợ Nọ? Đây là một ngôi chợ nổi tiếng của làng Dương Nỗ, ven Huế, thuộc Phú Vang. "Bolero chợ Nọ" ý nói là thứ nhạc quê mùa. Nhưng nhiều khi cái quê mùa của *bolero* cũng đánh động được tâm hồn của những người thành thị, những người có kiến thức. Thích nhạc *bolero* nhưng họ mang mặc cảm, không dám cho bạn bè biết.

Tác giả Lý Hữu Phước, trong bài "Nhạc Sến Quê Hương", diễn tả tâm trạng đó: *"Từ năm 1954 đến 1975, âm nhạc miền Nam rất phong phú và đa dạng, gồm đủ thể loại: nhạc tiền chiến, nhạc "sến", nhạc du ca, nhạc phản chiến, nhạc trẻ, nhạc hùng ca tâm lý chiến, nhạc tình... Hồi xưa lúc còn đi học, chúng tôi thường chê bai nhạc "sến", cho là không có đẳng cấp (class)! Học sinh, sinh viên thường thích nghe những bài ca của các nhạc sĩ tên tuổi và các loại nhạc Tây phương bằng tiếng Anh hay tiếng Pháp... Đến nỗi, hồi học trung học tôi thích mấy bài ca của nhạc sĩ Nhật Trường mà không dám công khai thú nhận vì trong đám bạn có đứa cho rằng nhạc của "Kép Nhựt" (xin đừng đọc lái) là loại nhạc demi-sến! Sau này lớn lên, tôi không thể phủ nhận được những giá trị, sự đa dạng và tính sáng tạo của nhạc sĩ Nhật Trường Trần Thiện Thanh: ít nhứt những sáng tác của ông liên quan đến bao kỷ niệm, những địa danh, chiến trận, giai đoạn lịch sử mà thế hệ chúng tôi đã từng. Hồi xưa chúng tôi thường cho rằng các bạn thích nghe nhạc sến, gọi các bạn ấy "cải lương" hay "sến nương". Bây giờ nghe lại những bài ca cũ mà nhớ về những chuyện thời xa xưa, những kỷ niệm cũ và cảm thấy lòng xao xuyến và thấm thía được những giá trị của dòng nhạc boléro xưa và từ nay tôi dùng danh từ "nhạc sến" một cách trang trọng".*

Tôi có thời gian thụ huấn ở quân trường Quang Trung. Quanh tôi là những chàng trai còn rất trẻ vừa dấn thân vào đời lính. Họ có những tâm tư riêng mà tôi không có. Bởi vì khi đó tôi đã trên ba chịch cái xuân xanh, chỉ đi thụ huấn chín tuần rồi trở về nhiệm sở cũ làm việc lại. Thời gian ở quân trường như một giai đoạn ngắn, xa rời công việc thường ngày rồi để lại trở về với đời sống cũ. Trong những dịp đi ứng chiến ban đêm, những chàng trai vừa khoác chiến y thường ngồi hát khe khẽ: *"Bạn ơi, mai này ai hỏi đến tên tôi /thì xin hãy đáp khoác chiến y rồi / Người thư sinh ấy đã xếp bút nghiên giã từ trường yêu với bao nhiêu bạn hiền, có về là khi nước non vui bình yên".* Trong đêm tối, dù không cùng tâm trạng đó, tôi vẫn buồn vô hạn, nước mắt rưng rưng. Bản nhạc "sến" nhưng sao lúc đó đánh động vào lòng người đến như vậy. Chỉ sau ít tuần bộ đồ lính sẽ được tôi trút bỏ nhưng với họ, bộ đồ này sẽ dính vào người họ trong một thời gian dài cho tới khi, nếu may mắn sống còn, họ mới buông bỏ được. Ai bảo nhạc sến, nhất là nhạc lính, không có giá trị của chúng.

Ông bạn Bùi Bảo Trúc cũng có tâm trạng như tôi. *"Lời ca lãng mạn, hơi bầy đặt, rẻ tiền nhưng tội nghiệp vô cùng. Tôi nhớ một tối lén đi uống bia với người bạn tiễn chàng đi lính. Bài hát ấy được hát lên bởi một người bạn bên những chai bia đầu tiên. Nội trong năm ấy, cả hai đều chết trận. Hai năm sau, tôi đi học xa, mấy năm sau mới về. Tôi không nghe những bài hát ấy nữa. Tôi nghe Beatles, rock, nhạc cổ điển Tây phương, nhạc đồng quê, nhạc dân ca Mỹ. Những bài hát như thế phải có cả trăm bài cho đến nay vẫn còn được hát lên. Hát để nhớ lại những bất hạnh của một thời tuổi trẻ. Những chuyện đáng lẽ phải quên đi. Nhưng những chuyện đó cũng lại là một phần của đời sống chúng ta. Chúng ta phải cám ơn những bài hát ấy mặc dù chúng bi thảm, đau đớn. Chúng vẫn nhắc chúng ta về những thương tích không bao giờ lành trên cơ thể của mỗi người... Nhưng ngày nay, còn được mấy người hát những bài hát ấy. Và nếu hát chúng lên thì có được bao nhiêu người xúc động? Cám ơn những bài nhạc lính. Xin lỗi những bài nhạc lính, những bài nhạc có một thời mà không ít người trong chúng ta đã coi thường nó, cũng có thể đã khinh bỉ nó, coi nó là quê mùa, sến... trong khi chúng hay biết là chừng nào. Tôi thành thật xin lỗi những bài nhạc lính, xin lỗi các tác giả, những người hát chúng, một trăm ngàn lần. Mà vẫn thấy chưa đủ".*

Nhạc *bolero* là thứ nhạc viết cho sự buồn bã, cho những chia ly dang dở. Hơi nhạc não nề, thê lương, nghẹn ngào, đau đớn, tiếc nuối. Nó toát ra nỗi bất hạnh nhưng không hận đời, hận người. Những bản nhạc *bolero* đầu tiên xuất hiện sau 1954 tại miền Nam không thê lương như những bản sau này, khi chiến tranh càng lúc càng khốc liệt, số thanh niên phải rời ghế nhà trường, khoác áo ka-ki, tham gia vào cuộc chiến ngày càng nhiều. Họ ra đi vì không thể đứng ngoài cuộc chiến, dù mỗi cuộc ra đi đều mang một thảm cảnh riêng. Mẹ già, vợ dại, con thơ bị bỏ lại. Nhưng vào tuổi vừa rời ghế nhà trường, họ thường bỏ lại những mối tình với những nàng thiếu nữ ngây thơ trong trắng. Nỗi đau rời xa bao giờ cũng là những chia ly rốt ráo. Ngày mai, biết ra sao!

Nhạc sĩ Châu Kỳ và hình bài nhạc "Giọt Lệ Đài Trang".

Sau 1975, nhạc *bolero* vẫn sống với dân miền Nam qua những ca sĩ hát rong tại các bến xe bến cảng. Dân miền Bắc cũng khoái nhạc *bolero*. Tuấn Vũ và Hương Lan đã về hát tại nhà Hát Lớn Hà Nội vào tháng 8 năm 2010. Trong suốt nửa tháng trình diễn, khán giả rầm rập kéo tới tuy giá vé cao ngất ngưởng, vé có chỗ ngồi tốt nhất lên tới 1 triệu 700 ngàn đồng mà vẫn hết bay. Mới đây, tháng 6 năm 2022, Trường Vũ cũng đã về Việt Nam trình diễn nhạc quê hương tại bốn thành phố: Sài Gòn, Hà Nội, Hải Phòng và Đà Lạt. Không biết họ có hát nhạc lính không. Tôi nghĩ là không. Nhưng tôi nghĩ những người lính bên nào cũng có những tâm tình như nhau. Có thể những người lính miền Bắc, khoảng cách của họ với người thân xa vời hơn, đời sống trong rừng núi gian khổ hơn, họ cũng có những tâm tình đậm đà hơn qua những bản nhạc lính đầy tâm sự của miền Nam.

Người lính năm xưa Quan Dương, đang sống ở hải ngoại nhưng vẫn chưa nguôi những khúc nhạc lính.

Nhà vắng chỉ có hai ông cháu mình
Để dỗ Celine ngủ
Ông nội bật tivi mở nhạc lính trữ tình
Điệu bolero vừa sến lại vừa linh
Làm hai ông cháu cùng phê tới bến
Ông nội phê vì nhớ ngày xưa đi chinh chiến
Rừng núi sình lầy nhớ bà nội ở hậu phương
Celine phê vì được ông nội thương
Đầu tựa vào vai ông lim dim đôi mắt
Celine rất ngoan vì Celine không khóc
Ông nội cũng ngon lành giấu nước mắt vào trong

Người lính già Quan Dương và phu nhân.

Nhớ một thời mang hoài bão qua sông
Chí lớn không thành Kinh Kha bỏ mình trên đất trích
Ông nội cũng bỏ xứ khi quê hương rơi vào tay giặc
Kiếp lưu vong mới đó đã ba đời
Ai làm cho bolero chơi vơi
Cứ ray ráy xỉa vào tim rợn người không chịu thấu
Ông nội ghì chặt Celine lên bờ vai xương xẩu
Celine cũng lờ đờ như nhạc thấm vào trong
Hai ông cháu mình cứ thế mà lưu vong
Rồi cả hai chìm vào giấc ngủ.

08/2022

NƯỚC MẮM VẠN VÂN

"Dưa La, húng Láng, nem Báng, tương Bần, nước mắm Vạn Vân, cá rô Đầm Sét", dân Bắc kỳ hầu như ai cũng biết câu…điểm danh này. Tất cả đều là những của ngon vật lạ do con người làm ra, trừ cá rô Đầm Sét là thứ bơi lội trong nước thiên nhiên. Nhưng không phải vì sự khác biệt này mà tôi muốn nói tới cá rô Đầm Sét trước khi nói về nước mắm Vạn Vân mà vì Đầm Sét nằm trong quê hương làng mạc của tôi. Tôi dân làng Giáp Bát, xã Thịnh Liệt, huyện Thanh Trì, tỉnh Hà Đông. Đó là cái địa chỉ lòng thòng ghi trong khai sanh của tôi. Khi tôi được vài tuổi thì huyện Thanh Trì tách khỏi tỉnh Hà Đông, trở thành Ngoại Thành Hà Nội. Khi tôi trở về thăm làng cũ vào năm 2001 thì quê tôi đã nằm gọn trong thành phố Hà Nội. Làng quê tôi đã thành thị hóa, nhà cửa san sát như nơi phố thị. Chỉ còn ngôi nhà thờ vẫn còn đứng vững. Đây là một trong những thánh đường đẹp nhất tại Hà

Nội do một kiến trúc sư người Việt tên Đốc Thân vẽ kiểu.

Tên của làng tôi cũng lôi thôi như vậy. Tên chính thức trên giấy tờ là Giáp Bát, tên dân chúng gọi nôm na là Làng Tám nhưng ngôi nhà thờ làng thì lại mang tên xứ Kẻ Sét. Nói cho rõ thì Giáp Bát là một trong 9 giáp của làng Sét (Thịnh Liệt). Về sau các giáp tách ra thành làng mang tên Giáp Nhất, Giáp Nhị…, dân gọi là làng Nhất, làng Nhì…Giáp Bát là làng Tám. Đầu thế kỷ 19, Giáp Bát là một thôn thuộc tổng Thịnh Liệt, còn gọi là tổng Sét, thuộc huyện Thanh Trì, trấn Sơn Nam Thượng, từ năm 1831 thuộc tỉnh Hà Nội. Năm 1904 đổi thành thuộc tỉnh Hà Đông, từ năm 1942 thuộc Đại Lý Đặc biệt Hà Nội và cuối cùng thành dân…Tràng An. Nói về quê hương bản quán của mình, ai cũng để vào đó một trái tim. Tôi cũng như vậy nên hơi dài dòng về nơi chôn nhau cắt rốn của mình. Nhân tiện cũng nói thêm một chút về cái tôi. Tôi quê quán làng Giáp Bát nhưng nhau của tôi lại chôn tại Sơn Tây. Khi tôi ra đời, ông cụ tôi làm việc tại Sơn Tây nên bà cụ sanh tôi tại đó. Vì muốn khai sanh nơi quê quán cho có gốc gác nên phải chờ một thời gian sau (ông cụ tôi kể lại chỉ khoảng một tháng), tôi mới được làm giấy khai sanh tại làng. Biến cố này khiến tôi không có tử vi để nhờ ông Võ Kỳ Điền giải về hậu vận khiến cuộc đời tôi trôi ngoài vòng tay với của ông bạn họ Võ.

Chừ nói về cá rô Đầm Sét. Một dân làng Sét lâu năm là ông Bùi Đức Thạch nói về cá rô Đầm Sét như sau: *"Đất làng Sét thuộc vùng chiêm trũng huyện Thanh Trì ("Thanh" nghĩa là xanh, "trì" là ao). Đầm Sét là tên một cái đầm lớn của làng Sét (làng Giáp Nhị, xã Thịnh Liệt, Thanh Trì nay là phố Giáp Nhị, Thịnh Liệt, Hoàng Mai, Hà Nội). Làng có sông Kim Ngưu bắt nguồn từ hồ Tây chảy qua Hà Nam rồi qua làng Sét nên gọi là sông Sét. Sông Tô Lịch hồi xưa chưa ô nhiễm nên nhánh sông đổ vào đầm làng Sét có rất sẵn phù du, thức ăn cho cá, đặc biệt là loại cá rô trong đầm. Cá rô Đầm Sét nổi tiếng và được chọn tiến vua vào thời Lý, Trần, Lê. Đầm Sét chỉ để thả sen và nuôi cá rô. Cá rô đầm Sét mấy năm lại được tát cạn bắt một lần, thông thường vào mùa đông khi nước đầm cạn, còn vào mùa mưa bão, cá rô ở dưới đầm, ao ruộng nhảy lên bờ, hoặc trườn vào bờ cỏ rất dễ bắt. Những con cá rô béo căng, có con to bằng bàn tay người lớn hoặc to hơn, có con trên đầu có rêu, con nào con nấy bóng mẩy, màu đen, ánh vàng"*. Cá rô đầm Sét có thể làm thành nhiều món nhưng ngon nhất là chiên giòn. Bỏ vào miệng, nhai hết cả thịt lẫn xương để cảm được cái vị của thứ cá rô nổi tiếng miền Bắc.

Cá rô chiên giòn chấm với nước mắm Vạn Vân ngon hết biết. Người tạo ra hương vị của nước mắm Vạn Vân là ông Đoàn Đức Ban. Gia tộc họ Đoàn nguyên là dân Thái Bình, có cụ Đoàn Thượng là một danh tướng đời Hậu Lý, được sắc phong Đông Hải Đại Vương. Khi nhà Trần cướp ngôi nhà Lý, cụ Đoàn Thượng đã chiếm lãnh suốt một dải đất từ Bần Yên Nhân đến cửa Nam Triệu chống lại triều đình mới. Cuộc chống đối thất bại, gia tộc phải rời bỏ Thái Bình đến ẩn tích tại đảo Cát Hải, Hải Phòng. Thời đó, người dân Cát Hải chỉ sinh sống bằng nghề làm muối và chài lưới. Sẵn muối và cá, gia đình họ Đoàn nghĩ tới chuyện làm nước mắm. Khí hậu nơi đây với gió và nắng rất đặc trưng của vùng đảo cát nên

Ông Đoàn Đức Ban và cơ sở nước mắm Vạn Vân.

nước mắm sản xuất ra có hương vị riêng. Thoạt đầu nước mắm làm với quy mô nhỏ chỉ đủ dùng trong họ tộc, rồi phát triển sản xuất đủ dùng cho dân địa phương.

Cuối thế kỷ 18, nước mắm của họ Đoàn mới theo các thương thuyền tới Thị Cầu, thuộc Bắc Ninh. Chuyến về, họ buôn tơ lụa, vải, thóc gạo ngô khoai, củ nâu và nhiều sản phẩm khác về bán tại Cát Hải. Bến Thị Cầu hồi đó là bến đỗ của thương thuyền các vùng duyên hải và vùng Kinh Bắc nên được gọi là vạn. Gần bến là làng Vân nổi tiếng nấu rượu và làm nước mắm ngon. Nhưng nước mắm làng Vân làm bằng cá nước ngọt nên không có vị đậm, sản lượng cũng không nhiều, chỉ đủ dùng tại địa phương. Ông Đoàn Đức Ban là người rất nhạy bén trong thương trường nên nghĩ ngay tới việc mang nước mắm làm bằng cá biển của Cát Hải lên bán cạnh tranh với nước mắm làng Vân. Ông đã thành công. Nước mắm Cát Hải được mọi người ưa chuộng khiến các nơi khác tới bến Thị Cầu buôn nước mắm Cát Hải đi khắp nơi. Với sự phát triển mau chóng của nước mắm cá biển Cát

Hải, ông Đoàn Đức Ban mới nghĩ tới chuyện đặt tên cho nước mắm Cát Hải. Để ghi nhớ tới vạn chài gần làng Vân là nơi đã đưa nước mắm của gia đình tới nhiều nẻo đường đất nước, ông đặt tên là Vạn Vân.

Năm 1916, ông Ban thuê mướn để mở một cửa hàng nước mắm tại phố Hàng Hàn, gần cầu Long Biên, Hà Nội để phát triển thương hiệu tại kinh kỳ. Ông đã chọn một vị trí rất đắc địa, gần sông Hồng để dễ chuyên chở, gần chợ Bắc Qua và chợ Đồng Xuân để dễ tiêu thụ. Với những lợi thế này, thêm vào chất lượng thơm ngon của nước mắm Vạn Vân, ông Ban đã đưa sản phẩm của gia đình ra cạnh tranh với nước mắm Nghệ An, Hà Tĩnh, Nam Ô, Phú Quốc và nhiều loại nước mắm khác. Chỉ trong một thời gian, nước mắm Vạn Vân đánh bạt hết các loại nước mắm kia, lãnh chiếm hầu như độc quyền trong mọi gia đình của đất kinh kỳ. Các nhà sản xuất giò chả, nước phở, các bà nội trợ hầu như chỉ dùng nước mắm Vạn Vân.

Thời đó, nước mắm chứa trong những chum hoặc thùng lớn, khi bán sỉ hay bán lẻ, người ta phải đong rất vất vả cực nhọc lại thiếu chính xác. Ông Ban vốn là người nhạy bén nên đã nghĩ ra cách đóng nước mắm trong chai, dán nhãn hiệu đàng hoàng rất tiện cho việc buôn bán. Nhãn hiệu nước mắm Vạn Vân có ba loại: Rồng Vàng, Con Hổ và Lá Cờ. Ông còn khôn ngoan đăng ký nhãn hiệu tại Nha Kinh Tế Hải Phòng để giữ độc quyền. Nước mắm Vạn Vân trở thành loại nước mắm thịnh hành khắp xứ Bắc Kỳ. Cuốn *Staliques Commerciales* của Vidy, xuất bản năm 1936, có ghi: "Xí nghiệp Vạn Vân thành lập năm 1916 ở giữa hai làng Can Lộc và Văn

Chấn có 10 ngàn chum loại 400 ký đựng chượp để lâu năm mới đem nấu. Nước mắm Vạn Vân được chế biến từ ba loại cá: cá quẩn (một loại cá *sardine*) cho ra nước mắm thượng hảo hạng, cá nhâm cho ra nước mắm loại hai và cá ruội ra nước mắm loại ba".

Năm 1939 là một bước ngoặt lớn cho nước mắm Vạn Vân khi hãng mở đại lý bán nước mắm tại Paris, thủ đô của Pháp để xuất khẩu nước mắm qua Pháp và một số nước Âu châu. Hãng xuất khẩu hai loại nước mắm: *premier jus de sardine* và nước mắm cô đặc *poudre de saumure*. Bà Đoàn thị My, con gái út của ông Ban cho biết: "*Để xuất khẩu nước mắm sang Pháp thời ấy là điều không đơn giản. Với sản phẩm nước mắm* Premier jus de sardine, *Hãng Vạn Vân phải đặt nút li-e và máy dập nút chai ở Pháp rồi đưa về nước để đóng chai và xuất khẩu. Do giá thành cao, một chai nước mắm thượng hạng* Premier jus de sardine *xuất khẩu có giá đắt ngang loại nước hoa thông thường của Pháp mà vẫn được thị trường nước này chấp nhận*".

Năm 1932, giữa lúc công cuộc làm ăn đang phát triển vượt bậc, gia sản gồm nhiều nhà cửa, đất đai, cơ sở thương mại tại Hà Nội, Hải Phòng, ông Đoàn Đức Ban lâm bệnh và qua đời. Ông có tất cả bốn người con: Đoàn Đức Trình, Đoàn thị Tề, Đoàn Đức Chuẩn và Đoàn thị My. Ông con cả Đoàn Đức Trình nối nghiệp cha trông coi xí nghiệp. Ông đổi tên cơ sở Vạn Vân thành Đoàn Vạn Vân và đổi quy trình làm nước mắm. Thay vì chỉ đổ muối một lần, nay ướp muối tới ba hoặc bốn lần khiến cá phân hủy nhanh hơn, ngấu hơn, cho ra nước mắm ngon hơn. Nước mắm Đoàn Vạn Vân được người tiêu dùng tìm đến nhiều hơn. Tháng 4 năm 1945, chính phủ Trần Trọng Kim mời ông Trình tham gia nội các với chức vụ Thứ Trưởng Kinh Tế nhưng ông từ chối, chỉ nhận tham gia Hội Đồng Kinh Tế Lý Tài Đông Dương. Sau khi cộng sản tiếp thu miền Bắc, chuyện làm ăn cá thể bị cấm cản dần. Ngày 23/10/ 1959, Ủy Ban Hành Chánh thành phố Hải Phòng ra quyết định thành lập Xí Nghiệp Công Tư Hợp Doanh Nước Mắm Cát Hải. Cái tên Vạn Vân vang dội bao nhiêu năm bỗng trở thành dĩ vãng!

Trong bốn người con của ông tổ nước mắm Vạn Vân có ba người nối nghiệp nhà, riêng ông con trai thứ ba Đoàn Đức Chuẩn không dây mùi nước mắm. Ông chính là nhạc sĩ Đoàn Chuẩn, một công tử Hà Thành nổi tiếng hào hoa, với những bản nhạc lẫy lừng trong kho tàng âm nhạc Việt Nam. Ông chỉ dây chút mùi vị Vạn Vân khi cho in cái quảng cáo nước mắm trên bìa sau của những bản nhạc. Con trai ông, ông Đoàn Đức Liêm nhớ lại: "Thời ấy, gắn liền với những bản nhạc của cha tôi luôn in kèm quảng cáo về hãng nước mắm Vạn Vân. Tiếc thay, qua thời gian, những bản nhạc của cha tôi in quảng cáo hãng nước mắm Vạn Vân gia đình đều không giữ lại được. May mắn đến năm 2002, một người quen cũ là Nguyễn Ngọc Khôi đã tìm được một bản và gửi cho chúng tôi với lời đề tặng: "Kính tặng gia đình cố nhạc sĩ Đoàn Chuẩn". Khi gia đình nhận được bản nhạc này, cha tôi mới mất năm trước". Bản nhạc quý giá này là bản "Ánh Trăng Mùa Thu", phía dưới nhạc sĩ Đoàn Chuẩn có ghi: "Viết ở Đống Năm để kỷ niệm những ngày ở Khuốc Thu 47". Với bản nhạc được viết vào năm 1947 này, giới yêu nhạc Đoàn

Nhạc sĩ Đoàn Chuẩn.

Chuẩn mới biết bản "Ánh Trăng Mùa Thu" này mới là bản nhạc đầu tay của nhạc sĩ. Từ trước tới nay người ta vẫn cho là bản "Tình Nghệ Sĩ" được viết vào năm 1948 là bản nhạc đầu tay của Đoàn Chuẩn. Bản "Ánh Trăng Mùa Thu" được in tại nhà in Continentale, Hải Phòng. Trám hết mặt bìa sau là cái quảng cáo nước mắm Vạn Vân với các chi tiết: xuất xứ, nơi sản xuất, các đại lý tại Hà Nội, Hải Phòng và Paris.

Nhạc sĩ Đoàn Chuẩn đã trút hơi thở cuối cùng lúc 9 giờ 50 tối ngày 15/10/2001 tại tư gia trên đường Cao Bá Quát, Hà Nội, thọ 77 tuổi. Đây là ngôi nhà ông đã mua để sống cùng con cháu sau khi bị tịch thu hết sản nghiệp vào năm 1957 cùng với sự ngưng hoạt động của hãng nước mắm Vạn Vân. Bà Nguyễn Thị Xuyên, người bạn đời cùng tuổi với ông, chung sống với ông từ năm 1942 khi bà mới 18 tuổi,

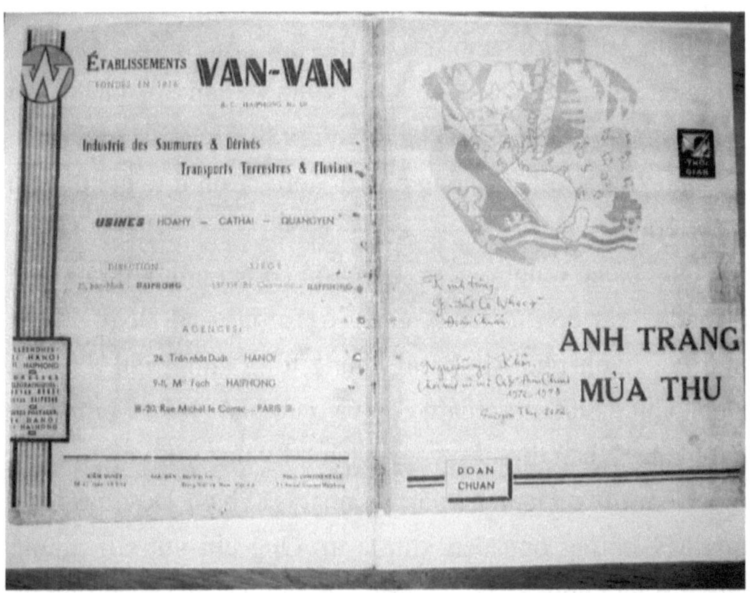

Bản nhạc "Ánh Trăng Mùa Thu" với quảng cáo của Hãng nước mắm Vạn Vân

đã ở bên ông trong giờ lâm chung. Ông qua đời vì chứng tai biến mạch máu não. Một vài dây thần kinh nhỏ trong não ông bị đứt tuy nhiên ông vẫn đi đứng và sinh hoạt gần như bình thường. Với thời gian trí nhớ của ông bị suy yếu dần. Cho tới khoảng ba năm trước khi qua đời ông đã nằm liệt giường và mất trí nhớ. Năm 2000, nhạc sĩ Phạm Duy có tới thăm nhưng ông không nhận ra người bạn từ thời kháng chiến. Những ngày cuối, ông còn không nhận ra được giai điệu của những bài nhạc của chính ông. Đó có thể là niềm đau cuối đời của một nhạc sĩ tài hoa. Từ năm 1957, khi gia sản của gia đình bị tịch thu gần hết, ông ngưng sáng tác. Bài cuối của giai đoạn này là "Gửi Người Em Gái", sáng tác vào năm 1957. Sau đó, ông ngưng viết nhạc trong suốt 31 năm.

Tới năm 1988, khi tình thế dễ thở hơn, ông mới viết thêm được ba bản: Một Gói Nho Khô (1988), Phấn Son (1989) và Mầu Nắng Có Bao Giờ Phai Đâu (1989). Nhớ về giai đoạn 31 năm "rảnh rỗi" này, ông nói rất gọn: "Còn tình gì nữa đâu mà viết!".

Ông bà có 6 người con, trong đó có hai người cư ngụ tại Canada: cậu con út Đoàn Châu ở Toronto và Đoàn Chính ngụ tại thành phố Montreal chúng tôi. Năm 1990, ông bà Đoàn Chuẩn đã sang thăm con và ở tại nhà Đoàn Chính hơn hai tháng. Nhân dịp này, ca sĩ Khánh Ly ngỏ ý muốn tổ chức một đêm nhạc Đoàn Chuẩn và nhạc sĩ Phạm Duy mời ông qua Mỹ nhưng ông đều khước từ. Ông chỉ vui với những lần giới văn nghệ sĩ tại Montreal tụ tập hát nhạc của ông tại tư gia. Và vui khi gặp lại những điếu thuốc lá 555 ông từng ghiền ngày xưa, sau bao nhiêu năm ông không được rớ tới. Ông nói đùa với nhạc sĩ Trường Kỳ: "Lần này đi thăm con cháu xong rồi về đi ngủ!".

Thành phố Montreal chúng tôi được tiếng là hiền hòa, anh em văn nghệ sĩ sống với nhau rất có tình. Tôi thường gặp và nghe Đoàn Chính hát tại các cuộc tụ hội, các buổi sinh hoạt cộng đồng và ngay tại nhà riêng của anh. Đoàn Chính cùng gia đình ở lại miền Bắc vào năm 1954 khi cộng sản tiếp thu Hà Nội. Năm 1964, anh tốt nghiệp trung học phổ thông nhưng không được tiếp tục lên đại học vì lý lịch con nhà đại tư bản. Anh phải đi lao động kinh tế tại công trường Phú Thọ. Sau đó, anh theo học về điện và làm việc về ngành này. Cuộc đời tưởng yên bề nhưng năm 1967 anh nhận được lệnh nhập ngũ. Sau ba tháng huấn luyện quân sự, anh bị đưa vào chiến

Ca sĩ Đoàn Chính (áo trắng bên phải) tại Đại Hội Thụ Nhân Paris 2012.

trường miền Nam. Trên đường Trường Sơn khi xâm nhập miền Nam, anh nhặt được truyền đơn chiêu hồi của chính phủ Việt Nam Cộng Hòa do máy bay rải xuống. Anh giấu được một tờ. Trong trận chiến Mậu Thân năm 1968, đơn vị của anh xâm nhập vào tới Hàng Xanh. Khi được lệnh rút lui, anh ra hồi chánh. Anh đã được chính phủ Việt Nam trọng dụng, cho đi dạy nhạc tại Trường Quốc Gia Âm Nhạc.

Nhà báo Trần Quốc Bảo nhận xét: ca sĩ Đoàn Chính có chất giọng trầm ấm, mạnh mẽ, có thể lên giọng *ténor* thật cao hay xuống giọng *bass* thật thấp không chút trở ngại. Thêm vào đó, với kỹ thuật tự tạo bộ phận khuếch âm ngay trong miệng của mình, anh có thể hát không cần *micro* trong một thính phòng mà tiếng hát vẫn vang vọng trong không gian. Tôi mù tịt về âm nhạc nhưng nghe Đoàn Chính hát mới thấy nội lực anh rất mạnh. Ưu điểm này cũng là nhược điểm khi anh hát nhạc Đoàn Chuẩn. Nhạc của ông bố là nhạc tình mùa thu êm dịu nhẹ nhàng, giọng hát của ông con quá dũng mãnh nên có một khoảng cách khá xa. Đó là tôi nói trộm vía ông bạn nay đã ra người thiên cổ, xin ông bỏ qua. Đoàn Chính mất vào lúc 3 giờ 45 phút sáng ngày 10 tháng 9 năm 2019 tại Montreal sau 74 năm sống một cuộc đời nhiều truân chuyên trong một giai đoạn nhiễu nhương của dân tộc.

11/2022

Ở BẨN SỐNG LÂU

Vậy là cụ ông Amou Haji, được tôn vinh là người ở dơ nhất thế giới, đã quy tiên vào ngày 23/10 vừa qua. Thành tích của ông là không tắm trong hơn 70 năm. Ông là người Iran, cư ngụ tại làng Dejgah, tỉnh Fars, miền nam Iran. Ông là người nổi tiếng thế giới vì không thèm biết tới chuyện vệ sinh thân thể. Nổi tiếng tới nỗi người ta đã phải làm một cuốn phim về ông vào năm 2013. Cuốn phim mang tên "Cuộc Sống Kỳ Lạ của Amou Haji". Không biết có bao nhiêu người đã coi cuốn phim này? Tôi đã tìm kiếm để coi nhưng không thấy. Nhưng cái đức ở dơ của ông thì nổi tiếng thế giới. Vào hỏi ông Google là ra tới cả ngàn bài. Báo India Times mô tả da của ông phủ một lớp cáu ghét dày do bụi bặm bám vào hợp cùng lớp da chết không được tẩy rửa. Mắt của ông gần như bị che kín vì cáu ghét. Mùi cơ thể ông tiết ra không ai chịu nổi. Tại sao ông lại khinh mạn thân thể như vậy? Vì thất tình! Từ khi bị bồ đá, ông không thiết tha chi với cuộc sống, kể cả thân xác của chính ông. Thân mình còn không *care* huống chi những thứ rắc rối khác của cuộc đời. Ông chẳng cần nhà cửa, trú ngụ trong những ống cống hoặc những ngôi nhà hoang. Suốt ngày ông ngồi bất động, chẳng thèm đuổi ruồi muỗi. Có lẽ ruồi muỗi cũng không có chỗ đáp vào người ông. Ông không thích ăn thực phẩm tươi, chỉ khoái thịt thối, xác động vật nướng trên lửa. Thứ xác mà ông thích nhất là xác nhím. Ông hút ống vố nhưng không như người ta nhồi thuốc lá, ông nhồi phân động vật đã được phơi khô. Mỗi ngày ông uống 5 lít nước chứa trong những lon gỉ sét.

Thông thường ăn uống thiếu vệ sinh như vậy dễ gây ra những bệnh tật nhưng ông cái bang này lại khác. Báo Mirror hồi đầu năm nay có một bài viết về sức khỏe của ông Amou Haji. Một nhóm bác sĩ của trường Y Tế Cộng Đồng Tehran do Giáo sư Gholamreza Molavi cầm đầu đã khám sức khỏe tổng quát cho ông già khác đời này. Kết quả ông chỉ bị nhiễm giun xoắn không gây nguy hiểm chi cho sức khỏe của ông. Giải thích cho hiện tượng lạ lùng này, Giáo sư Molavi cho biết trong cơ thể ông Haji đã phát triển một hệ thống miễn dịch mạnh mẽ sau nhiều năm sống trong điều kiện khắc nghiệt.

Chuyện không tắm táp của ông Haji được giới khoa học cho là ông bị hội chứng sợ tắm có tên là *ablutophobia*. Vài tháng trước đây, dân làng Dejgah đã đưa ông đi tắm. Tin tức không nói rõ về lần tắm…lịch sử này. Tôi đồ chừng chắc ống cống phải tắc tị! Sau lần tắm này, sức khỏe ông suy yếu dần đưa đến cái chết vào ngày 23/10 vừa qua. Ngài siêu bẩn này thọ 94 tuổi.

Ông Amou Haji đã không tắm rửa lần nào trong 75 năm. Hình: AFP

Coi bộ ông Haji này là một minh chứng hùng hồn cho câu nhận xét của các cụ chúng ta xưa: "Ở bẩn sống lâu". Có thiệt như vậy không, tôi không biết vì tôi tắm hàng ngày nhưng tới nay vẫn sống…dai. Các nhà khoa học cũng đi cùng hướng với tôi. Theo khoa học, cơ thể chúng ta có vi khuẩn tốt và xấu bám vào. Da chính là thành trì quan trọng để ngăn vi khuẩn có hại xâm nhập vào cơ thể. Nếu lười tắm, những vi khuẩn này lưu lại trên da gây ra nhiễm trùng da và ngực. Khi tắm, chúng ta rửa sạch những vi trùng bám vào da bao gồm cả các vi trùng có thể xâm nhập vào cơ thể qua đường mắt, miệng và mũi để gây bệnh cho chúng ta. Không tắm, chúng ta có thể bị phơi ra trước các loại bệnh thường gặp như cảm, cúm đau mắt, viêm họng. Ngoài ra, nếu không tắm thường xuyên da của chúng ta sẽ bị khô do bụi bặm tích tụ và mồ hôi không được rửa sạch, tóc bị nhờn, da nổi mụn gây ra ngứa ngáy, thân thể toát ra mùi hôi do vi khuẩn trên da phân hủy mồ hôi thành *acid*. Nhưng ở một số người, cơ thể có thể biến đổi theo chiều hướng thích nghi với việc không tắm, như chuyển đổi hệ miễn dịch và kháng lại một số căn bệnh, ông Haji thuộc vào trường hợp này .

Không hiểu các cụ ngày xưa căn cứ vào đâu để đẻ ra… chân lý "ở bẩn sống lâu". Theo các nhà khoa học ngày nay, chuyện ở bẩn sống lâu có thể đúng nhưng ở bẩn không phải là không vệ sinh thân thể, không dọn dẹp nhà cửa mà là cần tiếp xúc nhiều hơn với thế giới tự nhiên, với hệ vi sinh vật, hạn chế lạm dụng các loại hóa chất tẩy rửa hay thuốc kháng sinh.

Chúng ta vẫn lầm tưởng là các loại vi khuẩn đều mang mầm bệnh. Nhà di truyền học Patrick Gaffney của Tổ chức Nghiên cứu Y học Oklahoma cho biết: không phải tất cả vi khuẩn đều gây hại, có rất nhiều vi khuẩn có lợi cho sức khỏe của chúng ta. Cơ thể chúng ta có tới 100 ngàn tỷ tế bào lợi khuẩn và vi khuẩn. Chúng không chỉ sống ở trên da mà còn trong mũi, miệng được gọi là hệ vi sinh vật mà ngày càng đa dạng qua việc tiếp xúc với môi trường chúng ta sống. Nếu chúng ta tiếp xúc nhiều với các loại vi sinh vật này ngay từ khi còn nhỏ sẽ giúp hạn chế các vấn đề sức khỏe khi trưởng thành.

Tôi thường hay đưa các cháu ra *park* chơi vào những ngày hè nắng ấm. Các *park* này thường có những cầu tuột, ngựa nhún và nhiều loại trò chơi khác cho các trẻ em leo trèo hoạt động. Nền của các *park* này thường là cát và đất. Các em lăn lộn, nằm chơi ngay trên đất cát. Thường dân Việt chúng ta không cho các em lấm lem đất cát dơ dáy. Nhưng dân bản xứ để con em họ tự nhiên nằm lăn trên đất. Thậm chí có em mồm miệng dính đầy đất cát mà ông bà cha mẹ tỉnh bơ ngồi nói chuyện với nhau, chẳng thèm để ý tới. Nhìn cảnh này, dân ta bỉ thử họ ở dơ, không chú ý tới con cái nghịch bẩn thỉu trước mắt. Nhiều bà còn "kết tội" tây đầm đoảng như vậy. Thiệt tình! Chúng ta biết một mà không biết hai. Dân bản xứ biết được nguyên lý lợi hại của vi khuẩn nên để con tự do vọc đất cát. Chúng ta là con cháu các cụ mà không biết vâng lời. Ở bẩn sống lâu không hề nghịch lý mà còn là cách sống đúng…vệ sinh!

Bác sĩ Eliza Chakravarty, cũng thuộc Viện Nghiên cứu Y Học Oklahoma, cho rằng nuôi nấng con cái theo xu hướng tạo ra môi trường vô trùng quá mức có thể khiến suy giảm hệ miễn dịch. Bác sĩ Eliza giải thích: hệ miễn dịch được sinh ra để bảo vệ sức khỏe của con người, việc tiếp xúc với nhiều loại vi khuẩn khác nhau có thể giúp phân biệt được vi khuẩn xấu, tốt hay vô hại. Ngược lại, nếu bộ máy miễn dịch thường xuyên không hoạt động sẽ làm mất khả năng phân biệt và bắt đầu phản ứng với những thứ vô hại như phấn hoa, lông thú vật gây nên phản ứng thái quá của cơ thể. Cả hai bác sĩ Patrick Gaffney và Eliza Chakravarty đều khuyên chúng ta tắm rửa thường xuyên nhưng chúng ta, nhất là trẻ em, cũng cần được tiếp xúc với đất cát bụi bẩn bằng cách trồng cây, làm vườn hoặc chơi đùa với thú vật trong nhà để hệ miễn dịch có thể hoàn thiện và hoạt động hữu hiệu.

Con người sống trong xã hội được coi là văn minh tân tiến như chúng ta thường bị ám ảnh bởi sự sạch sẽ. Một bà bạn tôi luôn thấy mọi sự chung quanh đều dơ dáy. Bà luôn luôn có trên tay một miếng vải trắng tinh để lót tay mỗi khi phải chạm vào một vật công cộng. Bên Việt Nam, bà là con vua cháu chúa nên không phải đụng tay vào việc chi. Qua đây, vua chúa đã bỏ bà, bà phải đi làm. Ngày đầu đi làm, bà mang theo một chiếc ghế riêng để khỏi phải ngồi ghế của hãng xưởng. Đụng vào đâu bà cũng e dè. Công việc tới bà đều chựng lại. Cuối cùng người ta phải mời bà về nhà nghỉ riêng rẽ cho sạch sẽ. Bà có bệnh hoạn không? Có quá đi chứ! Bệnh này gọi là bệnh rối loạn ám ảnh cưỡng chế. Tên khoa học của bệnh này là *Obsessive- Compulsive Disorder,* viết tắt là OCD. Người bị bệnh này coi những thứ xung quanh như vật dụng, nhà cửa, quần áo, bàn làm việc, bếp núc như ổ vi trùng. Họ cảm thấy khó chịu khi có bụi bẩn trên những vật dụng và không gian quanh họ. Họ luôn cảm thấy bản thân bị đe dọa nhiễm vi trùng, vi khuẩn ảnh hưởng tới sức khỏe.

OCD là một dạng rối loạn lo âu, lo lắng thái quá gây ra bởi những ý nghĩ xuất hiện một cách cưỡng chế. Với bệnh nhân của bệnh này, mọi thứ phải đâu vào đó, ngăn nắp, sạch sẽ, đối xứng, trật tự. Họ kiểm tra liên tục, luôn lo âu, thắc mắc, sợ hãi khiến bị căng thẳng tột độ, từ đó thôi thúc bệnh nhân thực hiện các hành vi để giải tỏa. Sau khi thực hiện các hành vi này, cảm giác căng thẳng và lo âu sẽ giảm đi một cách đáng kể.

Người mắc bệnh OCD thường liên tục quét dọn nhà cửa, luôn rửa tay tới mức có người bị khô da tay, da bị bong tróc. Họ nhìn đâu cũng thấy dơ dáy bẩn thỉu, ám ảnh với việc lo sợ bị nhiễm trùng, nhìn tha nhân như những nguồn bệnh mang tới cho họ. Họ ít có bạn, ngại tiếp xúc, ngại yêu đương, sợ những hành động thân mật với người khác ngay khi chỉ bắt tay xã giao. Bệnh này có thể chữa được, bằng thuốc hay bằng tâm lý.

Người bẩn nhất thế giới Amou Jami quy tụ mọi thứ bẩn: ở bẩn, hút bẩn và ăn bẩn. Một nhà khoa học tên Josh Axe đã cho xuất bản nguyên một cuốn sách nói về chuyện ăn bẩn mà sống lâu. Cuốn sách có cái tên khá dài: *"Eat Dirt: Why leaky gut may be the root cause of your health problems and five surprising steps to cure it"*. Ăn bẩn: Tại sao rò rỉ ruột là nguyên cớ gây ra những vấn đề sức khỏe của bạn và năm bước đáng ngạc nhiên để chữa trị. Sách đã được dịch giả Trần Đình Huấn dịch sang tiếng Việt mang tên: "Ăn Bẩn Sống Lâu". Tôi chưa được đọc cuốn sách…trái chiều này nhưng đã tìm được một bài giới thiệu sách của Phương Nguyễn viết như sau: *""Ăn bẩn" (Eat dirt) không phải là ăn ở mất vệ sinh. "Ăn bẩn" ở đây là chủ động phơi nhiễm vi mô với thiên nhiên để giúp bổ sung thêm vi sinh vật cho cơ thể. Sao lại phải bổ sung cái đám ghê tởm tràn lan khắp mọi nơi, gây dịch bệnh chết người? Đó chỉ là hình ảnh mà các nhãn hàng như Lifebouy, Omo, xịt bồn cầu con vịt…muốn bạn tin mà thôi! Nếu vì sợ vi sinh mà lúc nào cũng cần "diệt 99% vi khuẩn", cần tiệt sạch vi trùng thì y chang như là: tốt nhất không chơi với bọn Hồi giáo vì vài đứa chúng nó đã đánh bom khủng bố ?! Hiện nay hầu hết các nhà khoa học đều đồng ý rằng khoảng 85% tới 90% vi sinh là có lợi. Và vô số nghiên cứu đã chứng minh rằng ta càng khoẻ khi vi sinh trong người ta càng đa dạng. Thế mà nhiều chủng vi sinh*

Hình bìa sách "Ăn Bẩn Sống Lâu".

cực kì có lợi hiện nay đang dần biến mất để rồi bức thành trì miễn dịch của chúng ta càng ngày càng lung lay, và kéo theo đó là các bệnh tự miễn, các chứng viêm trầm trọng...Bổ sung thêm các quần thể vi sinh ở ngay tại môi trường sống địa phương của mình sẽ giống như bổ sung thêm vũ khí quốc phòng siêu mạnh cho cơ thể vậy".

Các cụ thiệt rắc rối. Đã "ở bẩn sống lâu" lại còn dạy thêm: "Nhà sạch thì mát, bát sạch ngon cơm". Cái chi cũng sạch là nhất. Có đúng vậy không? Xin lỗi các cụ. Xã hội chúng ta sống hiện nay quá chú trọng vào chuyện sạch nên con người nhiều khi không thích nghi được với môi trường bẩn, thực phẩm bẩn. Vậy thì ăn bẩn, ở bẩn sống lâu có khi lại là…chân lý chăng? Tùy theo cách hiểu. Nếu hiểu ăn bẩn là ăn đồ sống sít, ăn những thứ dính đất cát, ăn rau quả chưa rửa sạch là tầm bậy. Ăn bẩn ở đây chỉ có nghĩa là sống gần với tự nhiên hơn. Hiểu theo góc độ khoa học, đó là không cách ly hoàn toàn với đời sống tự nhiên. Nếu chúng ta sống quá sạch sẽ, tiệt trùng mọi thứ đồ ăn thức uống, kể cả môi trường sống, sẽ làm giảm hệ miễn dịch của cơ thể chúng ta.

Về cơ chế sinh học, con người không bao giờ thích ứng với ký sinh trùng nhưng lại có thể thích ứng với được với vi sinh vật. Khi tiêm chủng ngừa bệnh đích thị là tiêm các vi sinh vật vào cơ thể để miễn dịch với loại vi sinh vật đó. Thời cổ đại, người nguyên thủy ăn lông ở lỗ, hệ miễn dịch của cơ thể rất cao. Họ gần như không hề bị mắc các chứng bệnh cảm cúm, sởi hay tiêu chảy nhưng lại bị tử vong ngay lập tức nếu nhiễm các bệnh như viêm não, ung thư… Nói vậy để thấy "ăn bẩn" đúng cách giúp cơ thể gần với tự nhiên hơn, sức đề kháng tốt hơn.

Tôi sống nửa đời người ở quê hương xứ sở, xa quê hương chỉ hơn hai chục năm, khi trở về đi ăn cứ phải ăn theo kiểu Việt kiều. Uống bia không dám uống với đá cục. Đau bụng tức thì! Ăn nem nướng không dám ăn kèm rau sống, miếng ăn mất hẳn hương vị. Nhưng ăn vào là bị Tào Tháo rượt cấp kỳ. Quen miệng nói vậy chứ ông Tào Tháo sống bên Tầu từ thời Tam Quốc là một nhà quân sự kiệt xuất đâu có ti tiện đến nỗi chuyên rượt người vừa chạy vừa bắn pháo bông. Vậy tại sao dân ta lại kéo ông Tào Tháo vào chuyện thiếu thơm tho này? Chỉ vì chúng ta gọi chuyện vừa chạy vừa nhín là "tháo dạ". Tháo nào cũng là tháo nên cho ông Tào Tháo vào luôn cho vui. Kể cũng vui thật, một nhà quân sự chuyên bắn súng vào phía trước lại rượt một tên đang nổ súng ở phía sau!

Vì sao tên Việt kiều lại bị thức ăn nơi quê hương phân biệt đối xử như vậy? Bởi vì hắn đã sống một thời gian dài trong một môi trường quá sạch sẽ khiến cơ thể được chiều chuộng quá hóa hư, mất đi hệ miễn dịch mà người dân trong nước vốn có.

Ông Kailash "Kalau" Singh.

Cụ ông Amou Haji người Iran ở bẩn sống lâu tới 94 tuổi. Nay cụ mất đi, chức vô địch "ở bẩn sống lâu" được truyền cho một cụ khác người Ấn Độ. Đó là cụ Kailash "Kalau" Singh, 76 tuổi, sống tại làng Chatav, gần đất thánh Varanasi. Tính tới nay cụ đã không thèm dội nước lên người được 48 năm. Cụ này giầu hơn cụ người Iran vì đã từng có một tiệm tạp hóa. Tiệm này đã đóng cửa từ khi cụ ngưng tắm vì khách hàng không chịu được mùi do cơ thể của cụ bốc ra. Thực ra cụ cũng có ý thức vệ sinh khi thay vì tắm bằng nước, cụ tắm bằng lửa. Mỗi tối, cụ đứng bằng một chân bên cạnh một ngọn lửa để tắm trong khi hút cần sa và dâng lời cầu nguyện lên thần Shiva. Cụ luôn giải thích chuyện cụ ngưng tắm do cụ có lời nguyền vì "lợi ích quốc gia". Nhưng nhiều người cho biết đây chỉ là cái cớ cụ viện ra cho xôm trò. Thực ra cụ có tới bảy cô con gái và luôn mong muốn có được một cậu con trai. Một ông thầy bói phán nếu cụ ngưng tắm thì sẽ có con trai. Vậy là cụ nghe theo. Nguyện ước của cụ đã không thành và cụ cũng nhất định không trở về với nước dù là nước sông Hằng!

11/2022

ONG

Tiếc thay một đóa trà mi / Con ong đã tỏ đường đi lối về.
Cụ Nguyễn Du đã viết trong truyện Kiều như vậy. Con ong của cụ là thứ nghịch ngợm chết…hoa. Không phải chỉ một đóa trà mi mà cả trăm thứ hoa khác. Ong nhởn nhơ thò vòi vào đủ loại hoa. Hình như cứ hoa là ong thích. Thiệt dễ tính. Dễ tính như các cụ thường nói về đàn ông: như cái gậy của thằng ăn mày, chỗ nào cũng thọc vào được! "Cái gậy của thằng ăn mày" có lẽ nhiều người rành rẽ nhưng hoa này với hoa kia ít người thông thạo. Phải là những người quê rặt như ông nhà văn Lương Thư Trung, bút hiệu Hai Trầu, mới rành rẽ sự tình. Trong các loài thụ phấn có hai loài chúng ta thân quen nhất: ong và bướm. Nói ong và bướm là sự phân biệt thường tình nhưng nói "ong bướm" thì lại khác. Ông bạn Hai Trầu của tôi vốn chân chất dân ruộng nên tuy viết hai chữ "ong bướm" nhưng phải hiểu là "ong và bướm". *"Ong bướm thích hoa có lẽ trong nhụy hoa có mật ngọt. Các loài*

bông trong vườn có lẽ hai loài bông chuối và bông so đũa là nhiều mật hơn các loài bông khác. Nhớ hồi còn nhỏ, trẻ con chúng tôi ở vườn đứa nào cũng mê lượm bông chuối và bông so đũa để hút mật vì hai loại bông này vừa nhiều mật và vừa thơm nữa. Nhưng với ong bướm thì loại bông nào chúng cũng thích. Chẳng hạn bông tràm tới mùa mưa tháng ba tháng tư cả một rừng tràm vùng U Minh nở rộ và các đàn ong mật vào mùa này cũng là mùa xây tổ làm mật của chúng...Các loài ong không chỉ hút mật bông tràm, chúng còn hút nhụy nhiều loại bông khác nữa. Chẳng hạn chúng cũng mê bông thanh long không rời một tấc. Ngay cả các loài bông sống trong các ao hồ như bông súng, bông sen, ong cũng vờn quanh những cánh hoa mềm mại ấy. Tới loại bông mai chiếu thủy rất mềm và mỏng manh, ong cũng thích tìm cách hút nhụy những cánh hoa màu trắng với hương thơm lan tỏa nhẹ nhàng trong sương sớm. Đó là căn tính của các loài ong, mà nhứt là ong mật không thể rời xa những rừng hoa khoe sắc thắm nơi các khu vườn, nhưng bướm đâu dễ chịu thua ong bao giờ. Chúng cũng bay đôi cánh nhẹ của chúng và cũng tìm hoa như một thói quen khi biết thế nào là cái đẹp vô cùng hấp dẫn của các loài hoa".

Tuy không dân quê chính hiệu như ông Lương Thư Trung nhưng tôi cũng có một thời gian tản cư về miền quê hồi 6 tuổi. Cái tuổi thích tụ năm tụ ba nên tôi đã nhập bọn với lũ trẻ quê đi chơi khắp vùng ao ruộng trong làng. Nói là đi chơi cho có vẻ hiền lành chứ ngày đó là đi phá làng phá xóm. Có lần thấy một tổ ong trên một cành cây trên cao, chúng tôi thi nhau nhặt đá ném. Tổ ong vỡ, ong bay tứ tán, trở thành

Ong và hoa. Hình: Vũ Ngọc Hiến.

những máy bay chiến đấu cứ nhè chúng tôi mà tấn công. Ngứa ơi là ngứa. Chạy về nhà bù lu bù loa kêu cứu. Chỉ một hồi sau, mặt mũi sưng vù, vừa nhức vừa ngứa la chói lói như cha chết. Từ đó tôi có mối tư thù với ong.

Vậy thì cớ chi tự nhiên tôi lại có hứng viết về…địch thủ. Tại vì ong đã lên ngôi. Năm 2017, Đại Hội Đồng Liên Hiệp Quốc đã chọn ngày 20 tháng 5 hàng năm làm ngày ong thế giới *"World Bee Day"*. Nghị quyết do ông Dejan Zidan, Phó Thủ Tướng Slovenia soạn thảo và phái đoàn Slovenia đệ trình, được sự hỗ trợ của 115 quốc gia hội viên trong đó có Canada, Mỹ, Trung Quốc, Nga, Ấn Độ, Brazil, Úc và các nước trong Liên Hiệp Âu Châu. Vậy là ong được cả thế giới yêu mến. Tôi không yêu thì có vẻ ra ngoài trào lưu, lạc lõng cô đơn. Vậy là cắn răng nói về ong. Người vui mừng nhất khi hầu như toàn thế giới chấp nhận đề nghị của mình không ai khác hơn ông Phó Thủ Tướng Dejan Zidan. Ông reo vui: "Sau ba năm cố gắng thuyết phục Liên Hiệp Quốc và các nước trên thế giới, chúng tôi đã thành công. Ong và các loài thụ phấn cuối cùng đã có chỗ đứng xứng đáng trong cái nhìn về sự cần thiết cho thế giới và nhân loại. Hình thành một "Ngày Ong Thế Giới" chứng tỏ ý nguyện thực hiện bằng hành động đã thành sự thực. Tôi rất vui mừng đã thực hiện được việc chứng tỏ tầm mức quan trọng của ong trong việc phát triển bền vững và tương lai của nhân loại nói chung đã thể hiện trong việc chấp thuận tuyệt đối bản tuyên bố này". Góp lời ca ngợi ong với ông Dejan Zidan, bà Carla Mucavi, Giám Đốc tổ chức Lương Nông Quốc Tế (*Food and Agriculture Organization*) của Liên Hiệp Quốc, viết tắt là FAO, nói: "Ong đóng một vai trò quan trọng trong việc gia tăng năng xuất mùa màng và bảo đảm việc ổn định lương thực và dinh dưỡng. Không có ong, chúng ta sẽ thất thoát cà chua, tiêu, cà phê, bí, cà rốt, táo, hạnh nhân, khoai, đó là chỉ kể ra vài loại. Tóm lại, không có ong, FAO không thể duy trì được một thế giới không có nạn đói. "Ngày Ong Thế Giới" công nhận sự quan trọng của những tác nhân nhỏ bé này và giúp cho thế giới nhận thức được sự quan trọng trong việc bảo vệ chúng".

Thứ côn trùng bay với tiếng kêu o o, đốt đau thấy trời, mà tôi ghét cay ghét đắng hồi nhỏ ai ngờ lại có địa vị quan trọng như vậy. Địch thủ của tôi đè tôi bẹp dí! Bà Giám đốc tổ chức FAO to đùng hô hào bảo vệ ong mà không màng chi tới bảo vệ người bị ong đốt. Thiệt bất công! Theo nghiên cứu

Ngày quốc tế ong "World Bee Day".

của Liên Hiệp Quốc và Liên Đoàn Quốc Tế Bảo Vệ Thiên Nhiên *(International Union for Conservation of Nature)* thì dân số của ong và các loài thụ phấn đang giảm dần. Có nhiều nguyên nhân: việc canh tân nghề nông, việc dùng thuốc trừ sâu bọ lan tràn, việc môi trường sa sút. Loài ong ngày càng bị nhiều bệnh dịch. Dân số con người trên khắp thế giới gia tăng cũng thu hẹp môi trường sống của ong. Việc thay đổi khí hậu cũng ảnh hưởng nhiều tới sự sinh tồn của ong. Cuộc khảo sát quốc tế của *Intergovernmental Science-Policy Plat-form on Biodiversity and Ecosystem Services (IPBES)* năm 2016 ước tính số lương thực sản xuất hàng năm do ảnh hưởng trực tiếp từ ong và các loài thụ phấn khác có trị giá từ 235 tỷ tới 577 tỷ đô. Ong quan trọng như vậy nên chuyện duy trì xã hội ong là cần thiết cho con người trên khắp thế giới.

Gọi chung là ong nhưng chúng có nhiều loài khác nhau. Ong giú, ong bần, ong nghệ, ong ruồi, ong sắc, ong vàng, ong vò vẽ, ong lỗ và ong mật. Nghe ông nhà văn chân quê Hai Trầu nói về từng loại ong thì coi bộ ong nào cũng biết đốt người. Nhưng thứ ong được nhiều người biết có lẽ là ong mật. *"Nhưng có lẽ dân quê nhắc nhiều nhứt là ong mật. Ong mật là loại ong làm tổ rất lớn và trong tổ có mật. Trong sách Trang Tử có nói: "Con ong không có con cái mà hóa. (Hóa là không giao cấu mà sinh). Và trong sách "Loại tự" chép về việc "Ong chúa" cũng như dân miền núi nói cách nuôi ong mật, không sai chút nào. Có một giống ong chúa, đầu vàng như hình cái mũ vàng, lưng vàng như cái đai vàng, còn ong quân, mấy trăm con, đều đen cả. Con ong chúa đẻ con, khi lớn lên, liền chia ngay quân cho ở riêng, như chế độ phong kiến. Tuy có nhiều ong chúa, nhưng đội ngũ quân không lẫn lộn. Đã có người bắt hơn một trăm con ong trong một đội này, ngắt hết cánh, cho lẫn với đội khác, nhốt vào một cái thùng, lâu rồi thả ra, thế mà nó vẫn nhận được chúa nó, không lẫn chút nào. Nhân dân miền núi nuôi ong, sợ nó chia mãi quân của nó ra, thường giết bớt ong chúa đi, cho có nhiều ong quân để lấy mật. Ong đi lấy nhụy hoa, cắp vào đùi đem về, thứ nào quí thì đắp vào đầu đem về dâng chúa. Ong chúa bay ra ngoài, có quân đi hộ vệ; bên trong thùng, ong xếp đặt có hàng lối; mỗi ngày hai lần xếp hàng; hoặc khi mất chúa thì quân đều nhịn đói chết, chứ không chịu thần phục chúa khác"*. Nghe ông Hai Trầu nói chuyện ong, tôi ngờ rằng kiếp trước có lẽ ông là ong! Tôi đã nhiều lần gặp gỡ ông, khi thì ở Boston, khi thì ở Houston, nhìn dáng ông cũng…lưng ong ra phết!

Thứ mà chúng ta biết nhiều về ong có lẽ là mật ong. Mật

ong thường được đóng thành chai bán tại các chợ. Mật ong có vị ngọt khác vị ngọt của đường và có tính dinh dưỡng cao hơn. Đó là một vị thuốc quý mang lại nhiều lợi ích cho sức khỏe của con người. Thấy ong thường chui vào hút nhụy hoa chúng ta tưởng là ong chỉ hút dịch ngọt từ hoa. Thực ra ong hút dịch ngọt không chỉ của hoa mà còn của lá và chồi cây nữa. Sau đó dịch ngọt này được bổ sung thêm *enzim* luyện thành mật.

Chúng ta thường tưởng rằng ong chỉ hút mật hoa. Thực ra có nhiều loại mật. Mật hoa là dịch ngọt tiết ra từ tuyến mật của hoa có trong đài hoa, cánh hoa, nhụy hoa đực và cái nhằm thu hút côn trùng tới thụ phấn. Mật lá là dịch ngọt tiết ra từ tuyến mật nằm ở lá, kẽ lá, thân cây. Phổ biến nhất là nằm ở kẽ lá. Mật côn trùng có trong một số loại côn trùng như rệp mật, rận cỏ, có khả năng tạo mật bằng cách hút nhựa cây. Mật do chúng tạo ra thường dính trên lá cây. Nguồn mật này không có nhiều.

Tổ ong do một bày ong thợ bám mình vào nhau và nhả sáp ra xây thành nhiều tầng dày độ 23 milimét và cách nhau độ 11 milimét, ngoài có nhiều lỗ hình lục lăng kích thước bằng nhau. Một tổ ong có khoảng từ 20 ngàn tới 40 ngàn lỗ, chia thành bốn thứ: lỗ nuôi ong chúa (khoảng 7 hoặc 8 lỗ), lỗ nuôi ong đực (khoảng vài ngàn lỗ), lỗ nuôi ong thợ (khoảng 20 ngàn lỗ), và lỗ làm kho chứa mật và nhụy hoa. Ong chúa sẽ đẻ vào mỗi lỗ này một trứng.

Ong thợ bay đi hút mật hoa hoặc mật lá, khi đầy diều sẽ mang về tổ. Khi tới tổ sẽ có một đội ong thợ khác tiếp nhận bằng vòi mật và nuốt vào trong diều. Mật hoa trong diều của ong thợ tiếp nhận sẽ được nhào trộn khoảng từ 120 đến 240 lần, sau đó chúng tìm lỗ trong tổ còn trống để nhả mật vào. Loại mật này chưa đạt độ chín vì mới luyện nên còn chứa khoảng từ 40% đến 80% nước. Ong sẽ phải làm sánh mật để đạt được độ chuẩn chỉ còn từ 18% đến 20% nước. Từ hút mật hoa hoặc mật lá tới khi luyện xong 100 *gram* mật hoàn chỉnh, người ta tính ra ong phải có từ 12 ngàn đến 15 ngàn chuyến vận chuyển mật hoa, mỗi chuyến ong phải hút mật của khoảng 75 đến 85 bông hoa. Ong làm tơi tả đời hoa coi bộ là chuyện không chối cãi được!

Công đoạn làm sánh mật ong do ong thợ thực hiện trải qua ba giai đoạn. Giai đoạn 1: hút mật trong diều vào ruột để bài tiết ra ngoài. Giai đoạn 2: di chuyển giọt mật bài tiết ra từ lỗ này qua lỗ khác để mật bốc hơi nhanh chóng. Giai đoạn 3: một số ong thợ giữ nhiệm vụ vỗ cánh tạo ra gió để gia tăng sự bốc hơi. Mỗi con ong cần vỗ cánh 26.400 lần trong một phút để nước bốc hơi cho sánh mật. Khi mật đạt tới độ già, chỉ còn từ 18% đến 20% nước, ong sẽ dùng sáp bịt lỗ lại. Mật trong lỗ được gọi là mật chín *(ripe honey)*. Tùy vào nguồn mật, mật ong sẽ có hương thơm, màu sắc, mùi vị, tính đặc trưng khác nhau.

Xã hội của loài ong là một tổ chức rất quy mô và trật tự. Chúng sinh hoạt trong một tập thể rất kỷ luật. Như nói ở trên, có ba loại…công dân ong: ong chúa, ong đực và ong thợ. Nói theo kiểu xã hội loài người thì trên hết có ong chúa, coi như nữ hoàng. Ong đực là quần thần. Ong thợ là…nhân dân. Anh nhân dân làm việc trối chết trong khi nữ hoàng phẻ ru, quần thần chỉ có việc ăn chơi và làm tình với nữ hoàng.

Trong một tổ ong, chỉ có ong chúa là con cái duy nhất. Tất cả các ong khác đều là đực rựa. Cánh đàn ông chúng ta chắc không vinh dự gì nếu là một thành viên trong tổ ong. Nếu được chọn, chắc ai cũng thích làm ong đực để tù ti với ong chúa. Nhưng kiếp ong đực không sung sướng như chúng ta tưởng. Bởi vì nàng ong chúa độc nhất trong một tổ ong không phải là dâm nữ mà cũng không chung tình. Ong chúa chỉ tù ti một hai lần trong đời với nhiều ong đực. Sau khi tù ti, ong chúa giữ tinh trùng trong một khu vực đặc biệt trong cơ thể để đẻ trứng trong suốt cuộc đời kéo dài khoảng từ 3 đến 5 năm. Ong đực so với ong chúa chỉ là anh chàng kém vế về kích thước. Thân trai chẳng đáng làm trai như cánh đàn ông chúng ta. Ong đực yếu xìu, không có vòi, chẳng có khả năng bảo vệ tổ. Chỉ có mỗi việc giao cấu với ong chúa. Tôi hình dung ong đực như một anh chàng nhỏ con, không võ nghệ, chỉ biết ăn chơi đàng điếm. Khổ một nỗi là chuyên ăn chơi nhưng cả đời chỉ được tù ti với ong chúa một vài lần. Thiệt tức cái mình!

Ong chúa cồ nô nhất trong tổ ong có nhiệm vụ quan trọng là đẻ trứng. Ngoài chuyện đẻ đái, ong chúa còn có nhiệm vụ cai trị ong thợ. Ong thợ, anh dân đen mang thân phận hèn mọn, gánh vác tất cả công việc nặng nhọc: bảo vệ tổ ong, xây dựng tổ, chăm sóc ong chúa, làm sạch, đánh bóng, cho ong non ăn, lưu giữ và thu thập mật hoa, phấn hoa và nước, nhai mật hoa và biến chúng thành mật ong thông qua *enzyme*, điều chỉnh nhiệt độ trong tổ bằng cách quạt cánh và nhiều việc linh tinh khác. Nghĩa là vất vả như một thứ gia nô.

Sếp của tổ ong là ong chúa, rất đô con, lớn hơn ong đực

Ong chúa giữa đàn ong.

và lớn gấp đôi ong thợ. Nhìn vào tổ ong, người nuôi ong rất dễ nhận ra ong chúa vì kích thước, hình dáng và màu sắc ăn trùm tất cả các chú ong đực khác. Ong thợ không tới gần ong chúa, chỉ vây quanh như để bảo vệ. Ong chúa có thể đẻ khoảng 200 ngàn trứng mỗi năm. Trứng có thụ tinh hay không thụ tinh đều nở ra ong tuốt. Trứng không thụ tinh nở thành ong đực trong khi trứng thụ tinh nở thành ong thợ hoặc ong chúa mới.

Mật ong được ví như thần dược của sắc đẹp và sức khỏe nên điều chúng ta quan tâm nhất khi nói tới ong không phải là ong chúa, ong đực hay ong thợ mà là mật ong chúng ta mua từ tiệm là giả hay thiệt. Có nhiều cách giúp chúng ta phân biệt thiệt giả. Cách thứ nhất: nhỏ mật ong vào giấy thấm, nếu giọt mật vo tròn và tan chậm hoặc không tan thì đích thị là thứ thiệt. Nếu giọt mật nhanh chóng loãng ra và thấm vào giấy thì đó là thứ giả. Cách thứ hai: lấy một ly nước lọc sạch và nguội, nhỏ vài giọt mật ong vào. Nếu mật ong bón thành viên tròn, không tan và chìm xuống đáy cốc thì là thứ thiệt. Còn nếu mật ong hòa tan vào nước khi nhỏ vào thì là thứ "đểu". Cách thứ ba: ngâm một cọng hành tươi vào ly đựng mật ong. Nếu sau vài giờ cọng hành héo đi thì đó là mật ong thứ thiệt. Mật ong giả bị pha loãng với nước sẽ không có thể làm cọng hành bị héo. Cách thứ tư: nhúng một sợi dây vải vào mật ong rồi hơ trên lửa. Nếu dây vải bị cháy thì đó là mật ong thiệt. Nếu dây vải không cháy thì đó là mật ong đã bị pha loãng với nước. Cách thứ năm: Nung một sợi dây thép trên lửa và nhúng vào ly đựng mật ong. Nếu nghe có tiếng xèo xèo và bọt khí nổi lên thì đích thị là thứ giả đã bị pha với nước.

Chỉ những người nuôi ong mới chú ý tới tổ ong, "nhân dân" chúng ta chỉ biết tới ong từ những hũ mật ong bán trong các cửa tiệm. Vậy nên chuyện thử mật thiệt mật dởm là chuyện biết thiết thực nhất về ong. Còn chuyện tổ ong, xin cho tôi quên đi. Những hòn đá ngày xưa, những nhức nhối thời bé tí nay vẫn còn nhức nhối lắm!

07/2022

QUÊ MỘT CỤC

Tôi không mặn mà với hoàng gia Anh. Nhưng chuyện bên Anh mắc mớ chi tới tôi? Có chứ! Vua Anh đồng thời là quốc trưởng của Canada chúng tôi. Khi Nữ Hoàng Elizabeth II thăng hà, chính phủ Canada coi như quốc tang. Thứ hai 19/9/2022, ngày chôn cất nữ hoàng, được tuyên bố là ngày nghỉ *holiday*. Bàn dân được nghỉ một ngày để chịu tang. Tỉnh bang Quebec, nơi tôi cư ngụ, vốn cũng không mặn mà chi với hoàng gia, nên không chịu. Thay vì là ngày nghỉ lễ, chính quyền tỉnh bang chỉ coi là ngày "tưởng niệm", dân chúng vẫn sinh hoạt như bình thường. Một đài truyền hình đã thực hiện một cuộc khảo sát với câu hỏi: bạn có coi truyền hình tang lễ nữ hoàng không? Kết quả có 60% *non* và 40% *oui*.

Tôi hưu hiếc đã lâu, nghỉ hay không nghỉ cũng như nhau, nên thỉnh thoảng cũng liếc qua màn hình ti-vi trực tiếp truyền hình lễ tang kéo dài cả tuần. Coi kiểu đá gà đá vịt mỗi khi đi ngang chiếc ti-vi. Nhấp nhổm như vậy mà tôi gặp may. Đúng lúc có chuyện trong tang lễ thì mắt tôi chộp được ngay. Đó là chuyện một thanh niên đã hô lớn khi đám tang đi ngang, trong đó có Hoàng Tử Andrew, cùng con cái của nữ hoàng tháp tùng sau xe tang. Nguyên văn tiếng hô của anh như sau: *"Andrew, you're a sick old man!"*. Andrew, ông là một ông già bệnh hoạn. Tôi dịch là "ông" chắc không đúng lắm. Tiếng Anh giản dị một chữ *"you"* nhưng tiếng Việt ta có thể là: ông, anh, mày, tên, thằng, tùy theo hoàn cảnh. Anh thanh niên 22 tuổi người Tô Cách Lan này không thông hiểu tiếng Việt nên tôi chịu, không biết anh ta muốn dùng chữ Việt nào cho đúng ý.

Chuyện xảy ra vào ngày thứ hai 12/9 tại Edinburg bên Tô Cách Lan. Khi đó tôi chỉ thấy anh này bị một người đứng gần vật xuống đất và cảnh sát tới khóa tay lôi đi. Sau đọc báo tôi mới biết anh tên Rory, không biết tên này là tên tắt, tên lóng hay tên chi mà báo chí để trong ngoặc kép. Sau đó phát ngôn viên sở cảnh sát Tô Cách Lan thông báo: "Một thanh niên 22 tuổi đã bị bắt giữ can tội phá rối trật tự tại Royal Mile vào khoảng 2 giờ 50 phút (13 giờ 50 giờ quốc tế) ngày thứ hai 12 tháng 9 năm 2022". Anh Rory cho ký giả Joseph Anderson của báo Holyrood Daily biết anh hô phản đối vì "người có quyền thế không được tha thứ khi phạm tội tính dục".

Andrew là con thứ ba của nữ hoàng và được bà hết mực cưng chiều. Báo chí cho ông là đứa trẻ sinh ra đã "ngậm muỗng bạc". Nhà bình luận hoàng gia Richard Fitz Williams đã viết: "Khi Thái tử Charles và Công chúa Anne được sanh ra, Nữ hoàng Anh không thể dành nhiều thời gian cho các

Thanh niên 22 tuổi Rory lúc bị bắt.

con như bà mong muốn. Vào thời điểm Andrew chào đời, nữ hoàng đã lên ngôi được vài năm, do đó bà đã có thể dành nhiều thời gian cho con trai mới sanh và hai mẹ con đã duy trì sự gắn bó đặc biệt". Trong cuốn *"Battle of Brothers"*, tác giả Robert Lacey cũng đã viết: "Andrew là con trai yêu quý của nữ hoàng, đó là điểm mấu chốt mà mọi người trong gia đình đều biết".Theo bà Camilla Tominey, một chuyên viên về hoàng gia, thì nữ hoàng thường cùng vệ sĩ đưa hoàng tử Andrew tới trường và đôi khi còn tự mình lái xe nữa. Bà cũng thường tham dự những ngày hội thể thao cũng như các trận đấu có Andrew tham dự, điều mà bà ít có cơ hội làm với thái tử Charles hay công chúa Anne.

Andrew được cưng, nhưng rất xông xáo trong cuộc sống. Ông theo học trường Cao Đẳng Hải Quân Hoàng Gia Britannia (BRNC) ở Dartmouth năm 1979 và tốt nghiệp sĩ quan Thủy Quân Lục Chiến. Sau đó ông học lái máy bay trực thăng. Ông mang cấp bậc Phó Đô Đốc Danh Dự vào năm

2015. Sau khi chấm dứt binh nghiệp, ông trở thành đại diện đặc biệt của vương quốc Anh về thương mại quốc tế và đầu tư.

Andrew có tính tình trái ngược với ông anh Charles. Charles trầm lặng, khép kín trong khi Andrew bạo dạn, giỏi ngoại giao và đôi khi khá ngông cuồng. Ông thích bay với trực thăng và máy bay trên những hành trình có thể dùng xe hơi hay xe lửa. Năm 2003, Andrew bị cáo buộc dùng trực thăng bay tới Oxford và dùng máy bay của Không Quân để đi Tô Cách Lan chơi *golf*.

Ông lập gia đình vào năm 1986 với cô Sarah Ferguson sau khi quen biết nhau chưa được bao lâu. Họ có với nhau hai con gái: công chúa Beatrice sanh năm 1988 và công chúa Eugenie sanh năm 1990. Năm 1992, tạp chí Paris Match đã công bố tấm hình vợ ông ngoại tình với một tài phiệt. Hoàng gia chấn động với vụ này và Andrew ly dị vợ vào năm 1996.

Chuyện "tên già bệnh hoạn" như lời buộc tội của cậu thanh niên 22 tuổi trong đám tang nữ hoàng Elizabeth II là chuyện ông này đã ăn ngủ với một thiếu nữ vị thành niên. *Scandal* này bắt đầu khi ông làm bạn với tỷ phú Jeffrey Epstein vào năm 1999. Ông tỷ phú này hợp cùng với bạn gái của ông ta là bà Ghislaine Maxwell tổ chức một đường dây ăn chơi cho các ông nhà giầu ưa chơi trống bởi. Epstein là tay chơi thứ thiệt có các biệt thự ở New York, Palm Beach và quần đảo Virgin. Chưa hết, ông còn chơi trội bằng cách mua ngay hòn đảo Little St. James trong vùng biển Caribbean có diện tích hơn 3.500 thước vuông. Hòn đảo này giống như một pháo đài nổi bất khả xâm phạm. Còn chưa hết, Epstein còn mua thêm đảo Great St. James ở gần đó. Ông thuê một số người trên đảo làm việc cho ông. Những công nhân này phải ký cam kết không tiết lộ những gì họ thấy trong khi làm việc. Một tài công tầu biển trên đảo, ông Kevin Goodrich, phát biểu: "Mọi người chung quanh đều gọi đây là đảo ấu dâm. Nó là góc tối của chúng tôi. Khi ông ta có mặt trên đảo, mọi người chỉ biết cúi đầu làm việc". Ông Spencer Consolvo, một người dân trên đảo, nói với báo chí: "Ông ấy không được chào đón nồng nhiệt ở đây. Dân đảo cho rằng ông ta quá giầu có nên không cần tuân thủ pháp luật".

Ngoài những bất động sản đắt giá trên, Epstein còn có hai máy bay riêng, 15 xe hơi được dùng tại nhiều tiểu bang khác nhau trên đất Mỹ. Với cách làm ăn quy mô, khách hàng của ông là những tai to mặt lớn, lắm của nhiều tiền. Cựu Tổng thống Bill Clinton đã nhiều lần ngồi trên máy bay riêng của Epstein. Năm 2000, trong một lần trả lời phỏng vấn với báo chí ở New York, ông Donald Trump đã khen Epstein: "Tôi biết Jeff từ 15 năm trước. Một người tuyệt vời. Thiệt thú vị khi ở gần anh ta. Thậm chí có thể nói rằng anh ta rất thích phụ nữ đẹp giống như tôi, nhiều cô còn vị thành niên. Rõ ràng là như vậy, Jeff thích hưởng thụ cuộc sống của anh ta". Theo báo The Daily Beast thì tỷ phú Bill Gates thường xuyên gặp gỡ Epstein từ năm 2011 đến 2014 để trốn tránh những căng thẳng trong công việc. Bài báo viết: "Ông ấy tìm đến với Jeffrey Epstein để có được sự tự do, có thời giờ nghỉ ngơi và để tránh xa bà vợ Melinda". Bà Melinda Gates đã nhiều lần tỏ ra tức giận với chồng khi ông này kết giao với một người đầy tai tiếng như Epstein. Chính Epstein đã khuyên Bill Gates ly dị và nhà tỷ phú này đã nghe theo. Tuy nhiên phát ngôn viên của Bill Gates đã phủ nhận những tin tức này.

Sau cuộc hôn nhân đổ vỡ với cô vợ Ferguson, hoàng tử Andrew sa vào một cuộc sống xa hoa hưởng thụ. Andrew quen biết Epstein vào năm 1999, ba năm sau khi ly dị. Trong suốt 12 năm bạn bè với nhà tỷ phú ấu dâm, Andrew đã gặp ông này khoảng chục lần tại các bất động sản của nhà tỷ phú này tại New York, Palm Beach và quần đảo Virgin. Một cựu nhân viên tại khu nhà ở Palm Beach, ông Juan Alessi, đã cho biết có thấy hoàng tử Anh tham dự các bữa tiệc khỏa thân tại hồ bơi và được các cô gái vị thành niên *massage*.

Năm 2015, cô Virginia Giuffre khởi kiện hoàng tử Andrew đã ép cô quan hệ tình dục vào năm 2001, khi đó cô mới 17 tuổi. Hoàng gia Anh lập tức phủ nhận cáo buộc này. Sau đó, Andrew đã lên tiếng công khai với đài BBC: "Tôi không nhớ gì về việc đã từng gặp người phụ nữ này. Chuyện đó chưa bao giờ xảy ra". Cô bé nạn nhân cho biết cô đã bị vị hoàng tử chịu chơi này cưỡng ép tù ti ba lần tất cả, trong thời gian từ năm 1999 đến 2002. Sau đó biết không thể rũ bỏ được thực tế, ông đã chịu trận. Ông xin thôi mọi nghĩa vụ của hoàng gia. Tiếp theo, điện Buckingham ra thông báo hoàng tử Andrew bị hủy hết các tước hiệu trong quân đội và mọi vai trò trong hoàng gia khi một thẩm phán Mỹ quyết định mở phiên tòa xét xử vụ cô Virginia Giuffre kiện ông hoàng tử khoái lăng nhăng. Dư luận cho rằng đây là cái giá phải trả cho lối sống buông thả, phóng túng, đi ngược lại các chuẩn mực của xã hội.

Tòa án Mỹ sẽ xử vụ bê bối này vào cuối năm nay. Trước tòa sẽ thiếu một nhân chứng quan trọng: ông tỷ phú ấu dâm Jeffrey Epstein. Ông này đã bị cáo buộc đưa hơn 30 bé gái tuổi từ 13 tới 16 tới các biệt thự của ông để quấy rối tình dục từ năm 1999 đến 2006. Các bé gái này đã bị buộc tham gia các buổi *massage* khỏa thân tập thể và được trả chỉ vài trăm đô. FBI đã khám xét các biệt thự của Epstein và thu giữ một "kho hình khổng lồ" ghi lại hình ảnh những bộ phận sinh dục và các hình ảnh giao hoan. Trong những bữa tiệc tập thể thường xuyên tổ chức tại biệt thự riêng có sự xuất hiện của nhiều chuyên gia, học giả và rất nhiều nữ sinh chanh cốm của các đại học loại xịn thuộc *Ivy League* của Mỹ. Thám tử Michael Fisten kể lại cuộc điều tra của ông về nhà tỷ phú chịu chơi này như sau: "Khi những cô gái tháo niềng răng, mất vẻ dạy thì và có vẻ bề ngoài của thiếu nữ 16 hoặc 17 tuổi, họ trở nên quá già đối với ông ta. Và ông ta bắt đầu biến họ thành những người tuyển dụng, tìm kiếm cho ông những cô gái trẻ hơn". Jeffrey Epstein đã treo cổ tự tử trong tù vào tối ngày 9/8/2019 để lại một tài sản lên tới 559 triệu đô. Ông này độc thân cho tới cuối đời. Tài sản của ông được bỏ vào một quỹ để bồi thường cho các nạn nhân. Người phụ trách quỹ bồi thường này là bà Jordana Feldman cho biết cho tới nay đã chi trả số tiền 125 triệu cho 150 nạn nhân.

Hoàng tử Andrew đã nhiều lần lui tới những ngôi biệt thự của Epstein. Trong một *video* được quay vào năm 2010 cho thấy tại nhà của Epstein ở New York, ông đứng ở cửa vẫy tay chào một phụ nữ. Một bức ảnh khác chụp cảnh ông ta choàng tay ôm eo một phụ nữ trẻ. Nhìn kỹ thì đó là cô

Tỷ phú "ấu dâm" Jeffrey Epstein. Ảnh: AP

Virginia Giuffre, người gây cho ông nhiều tai họa. Tuy chối bai bải về chuyện ăn bánh với trẻ vị thành niên, ông cũng đã dàn xếp đền cô này 500 ngàn đồng. Cô Virginia đã lên tiếng: "Tôi buộc hoàng tử Andrew phải chịu trách nhiệm về những gì ông ấy đã làm đối với tôi. Những người quyền lực và giầu có không thoát được trách nhiệm về hành vi của họ. Tôi hy vọng những nạn nhân khác sẽ thấy rằng họ không thể sống trong im lặng và sợ hãi mà phải đòi lại cuộc sống của mình bằng cách lên tiếng đòi công lý. Tôi đã không đi tới quyết định này một cách dễ dàng. Với tư cách là một người mẹ và một người vợ, gia đình tôi là trên hết nhưng tôi biết, nếu tôi không theo đuổi hành động này, tôi sẽ làm họ phải thất vọng". Sau khi đâm đơn kiện Andrew, cô Giuffre, nay đã 39 tuổi, đã bị Epstein và Andrew đưa ra "những lời đe dọa rõ ràng hoặc ngụ ý". Giuffre cũng cho biết cô "sợ bản thân hoặc người trong gia đình bị sát hại hoặc bị thương tích, hoặc những hậu quả khác nếu không tuân theo ý những người giầu có, quyền lực và có quan hệ rộng rãi".

Vụ kiện dựa vào đạo luật nạn nhân trẻ em, được ban hành tại New York vào năm 2019 cho phép các nạn nhân được thưa kiện các hành vi lạm dụng xảy ra khi họ còn vị thành niên. Trong đơn kiện, cô Giuffre cho biết Andrew biết tuổi của cô vào thời điểm đó nhưng vẫn có những hành vi "thỏa mãn những ham muốn tình dục của mình".

Giữa Hoa Kỳ và Anh quốc đã có hiệp ước tương trợ về tư pháp, thỏa thuận chia sẻ bằng chứng và thông tin trong

Hoàng tử Andrew và Virginia Giuffre. Hình: Rex.

các vụ án hình sự. Các công tố viên Mỹ đã đưa ra yêu cầu chính thức với chính phủ Anh để tống đạt trát và đòi thẩm vấn Andrew. Ông này đã thuê hai luật sư hàng đầu tại Mỹ Melissa Lerner và Andrew Brettler thuộc công ty luật khét tiếng Lavely Singer ở Los Angeles cãi cho ông. Công ty luật này chuyên cãi cho các nhân vật nổi tiếng. Luật sư Brettler tính tiền công sơ sơ khoảng 2 ngàn đồng một giờ! Nữ hoàng Elizabeth II đã chi trả các phí tổn này với tiền lấy từ khối bất động sản Duchy of Lancaster có lợi tức mỗi năm khoảng 23 triệu bảng Anh, tương đương với 31 triệu đô Mỹ. Giới chức quản trị của hoàng gia Anh ước lượng chi phí tổng cộng của vụ kiện này sẽ có thể lên tới hàng triệu đô Mỹ.

Trong đám tang nữ hoàng Elizabeth II, có hai người mặc thường phục. Đó là hoàng tử Andrew và hoàng tử Harry. Họ đã không còn giữ các chức vụ trong hoàng gia nên không được mặc quân phục hoàng gia. Trường hợp hoàng tử Andrew chúng ta đã biết tại sao. Ông bị lột quân phục hoàng gia vì bê bối tình dục. Ông đã từng xin nữ hoàng cho phục hồi chức Đại Tá đội cận vệ Grenadier nhưng bị Thái tử Charles và Hoàng tử William, một ông anh và một người cháu, ngăn cản. Trường hợp hoàng tử Harry lại khác. Một thời gian sau khi kết hôn với tài tử màn bạc Meghan, hai người đã từ bỏ mọi trách vụ hoàng gia. Hoàng Tử Harry ra tuyên bố: "Sau nhiều tháng suy gẫm và thảo luận nội bộ, chúng tôi đã chọn thực hiện một chuyển đổi trong năm nay để bắt đầu vai trò mới tiến bộ trong tổ chức này. Chúng tôi dự định sẽ rút lại tư cách là thành viên cao cấp của hoàng gia và tự làm việc để trở nên độc lập về tài chánh, đồng thời tiếp tục hỗ trợ đầy đủ

Hoàng tử Andrew mặc thường phục trong đám tang Nữ Hoàng Elizabeth II.

cho Nữ Hoàng".

Trong tang lễ rềnh rang của Nữ hoàng Elizabeth II, người ta thấy sự xuất hiện của hai con chó. Đó là hai thú cưng thuộc giống *corgi* của Nữ hoàng mang tên Muick và Sandy. Đây là quà tặng của hai công chúa Beatrice và Eugenie, con của hoàng tử Andrew, trong dịp sinh nhật thứ 95 của bà, sau khi hoàng tế Phillip qua đời. Theo báo Guardian thì hai chú chó này sẽ được trao lại cho hoàng tử Andrew nuôi tiếp. Đây có lẽ là cử chỉ ưu ái cuối cùng của bà hoàng với đứa con bà cưng quý nhất. Nếu đúng vậy đây cũng là điều an ủi với ông hoàng Andrew sau những phóng túng quá đà của một hoàng tử được cưng chiều.

Điều an ủi này không biết có làm nguôi ngoai phần nào những nhục nhã của ông không. Trong tang lễ mẹ, ông chỉ xuất hiện hạn chế trong những dịp chẳng đặng đừng với khuôn mặt nặng nề. Khi bị chàng thanh niên 22 tuổi mắng mỏ giữa thanh thiên bạch nhật, tôi thấy ông sượng sùng khi ống kính của các phóng viên chĩa vào ông. Thiệt quê một cục!

09/2022

RƯỢU VANG

Những ngày Sài Gòn xưa tôi cũng thuộc loại ngất ngưởng. Những ngày cuối tuần, chúng tôi thường tụ tập ăn nhậu tới bến. Chưa giới nghiêm chưa về. Nay ngồi nhớ lại mới thấy ngày đó chúng tôi chỉ uống độc một thứ là bia. Bia chai lớn hoặc bia 33. Bia 33 ngày đó là nhất. Đó là thứ bia vang danh thế giới. Nhiều ông tây sống lâu năm nơi đất Bến Nghé khi quy hồi cố quốc đã nhớ bia 33 tới cồn cào ruột gan. Trong một lần qua Tokyo vào năm 1973, tôi ngụ tại khách sạn New Otani. Lầu cao nhất của khách sạn là một vòng quay, chung quanh là tường kính. Bàn được kê sát với những tường kính này khiến khách nhậu vừa uống rượu vừa được coi phong cảnh Tokyo thay đổi theo vòng quay. Cứ mỗi giờ là quay giáp vòng. Giữa phòng là ban nhạc nhẹ ngồi chơi những bản tình ca nổi tiếng thế giới. Thấy tại quầy rượu có tấm bảng giăng ngang mang dòng chữ rất hách: "Tại đây có tất cả các loại bia trên thế giới". Mốc xì! Bộ muốn nổ sao? Tôi cắc cớ kêu bia 33. Vậy mà có! Chỉ mới xa nó có vài ngày, nỗi nhớ đã đong đầy, nhìn lại mặt chai bia lùn lùn có con số 33 to đùng thấy thương chi lạ.

Có thời để thêm "sáng tạo", dân nhậu cho bia 33 vào tủ đông lạnh. Bia đặc cứng không rót ra được, phải dùng đầu đũa móc ra một thứ như đá nhận. Bia uống như vậy không phải là uống mà là ngậm. Ngậm cho tan ra. Uống bia kiểu nhi đồng như vậy, tôi không ưa. Đó là một kiểu giết bia!

Ngày đó dân nhậu Sài Gòn chỉ uống bia. Sang hơn, trong những dịp đặc biệt, chúng tôi mới được uống *whiskey* Johnny Walker mà chúng tôi gọi thân mật là Johnny Đi Bộ. Tuyệt không nghĩ tới rượu vang. Vậy nên tới bây giờ tôi vẫn mù tịt về thị trường rượu vang ngày đó ở Sài Gòn nhưng chắc không có chi nhộn nhịp.

Qua định cư tại Montreal, tôi vẫn bia làm chuẩn. Cho tới khi bị bệnh *gout* nặng. Chân cẳng sưng vù, chống nạng mà nhúc nhích. Bia là hung thần của bệnh *gout* vì trong bia có chất *purines*. Tưởng cuộc đời ngất ngưởng đã tới hồi bế mạc nhưng ông bạn vàng Trang Châu đã mở một cánh cửa khác. "Toa uống vang được!". Ông này là tu bíp từ hồi còn ở Việt Nam qua tới Canada nên phải có uy tín. Vậy là từ đó cứ rượu vang mà sống qua ngày. Ông Trang Châu là người sành vang nhất trong đám chúng tôi, ngang ngửa với ông Hoàng Xuân Sơn, hơn xa ông Hồ Đình Nghiêm vì cho tới nay ông Hồ vẫn nhất định chỉ uống bia, chưa nhấm một chút vang nào.

Tôi lơ bia trong các siêu thị nhưng lại rất chăm chỉ tới các tiệm rượu. Cơ man nào là vang, chẳng biết đường nào mà mò. Nói về quốc tịch của vang trước. Ngày xưa nói tới

Bia 33 và bia La Rue của Sài Gòn xưa.

vang là nói tới rượu vang Pháp. Chỉ có Pháp là nước có thẩm quyền về rượu vang. Chuyện đó xưa rồi. Ngày nay hầu như nước nào cũng sản xuất được rượu vang. Bước vào tiệm rượu, tôi thấy người ta chia ra các quầy riêng biệt cho sản phẩm của mỗi quốc gia. Các nước sản xuất rượu vang được chia làm hai khối: khối thế giới cũ và khối thế giới mới.

Rượu vang của khối thế giới cũ được gọi là vang cựu lục địa (*Old World Wines*). Đây là khối các nước chế rượu vang từ lâu lắm rồi. Họ phải tuân theo những quy tắc nhất định để duy trì hương vị truyền thống của rượu vang. Một trong những quy tắc khắt khe nhất là không được pha trộn các loại nho với nhau. Loại nào ra loại đó. Cùng một loại nho không được trộn nho của mùa năm này với nho của mùa năm khác. Vậy nên chất lượng rượu vang phần lớn phụ thuộc vào thổ nhưỡng, khí hậu, chất đất của từng vùng sản xuất. Vì vậy nên các ông sành rượu phải chú ý tới năm sản xuất tuy rượu có cùng tên, cùng nhà sản xuất. Các vùng sản xuất rượu vang Pháp hàng đầu thế giới bao gồm: Champagne, Alsace, Loire, Bordeaux, Burgundy, Rhône, Languedoc-Roussillon, Provence.

Nằm trong khối "cựu" này có các nước: Pháp, Ý, Tây Ban Nha, Bồ Đào Nha, Hy Lạp, Đức, Áo và Hungary. Sau này, dựa theo địa lý, có thêm các nước: Georgia, Armenia, Moldova, Thổ Nhĩ Kỳ, Do Thái, Bulgaria, Croatia, Đảo Chypre và Ba Lan.

Khối này có một quy trình sản xuất phải tuân thủ các quy định nghiêm ngặt về giống nho, kỹ thuật, mật độ trồng, sản lượng, thùng chế biến rượu phải là gỗ sồi. Độ cồn của vang do khối này sản xuất phải từ 11,5 độ tới 13,5 độ rượu.

Rượu vang của khối tân thế giới (*New World Wines*) tự do hơn. Họ không phải tuân thủ quy trình sản xuất cứng ngắc như khối cựu lục địa mà có phần sáng tạo riêng. Các nước trong khối này có: Úc, Nam Phi, Chile, Argentina, Hoa Kỳ, Tân Tây Lan, Trung Quốc, Ấn Độ, Nhật, Mexico, Uruguay, Canada và Brazil. Khối này thuộc loại…du đãng, sản xuất chẳng thèm theo một quy tắc cứng ngắc nào cả. Họ có thể pha trộn lung tung nhiều loại nho với nhau, nho của năm này trộn với nho năm khác. Độ cồn của rượu thuộc khối này nặng hơn: từ 14 độ tới 15 độ.

Trình độ thưởng thức rượu vang của tôi thuộc loại ẹ nhất thế giới. Miệng tôi chưa phân biệt được rõ ràng rượu ra sao là ngon. Chỉ biết chắc là rượu nào uống vào cũng có thể say. Ngày mới tập tành uống vang tôi nhất định phải chọn vang Pháp vì nghe nói vang Pháp nhất thế giới. Sau đó, khi tụ tập bạn bè, mỗi người mang tới một thứ rượu, rượu nào uống cũng thấy được. Thiệt là bất tri kỳ vị. Thấy có nhiều bạn thích uống vang Mỹ, tôi cũng thấy hay hay. Vậy là cứ vang Mỹ tì tì uống. Hết Barefoot, Woodbridge, Liberty Creek lại tới Livingston, Carlo Rossi, Beringer. Ông Trang Châu là người tự nguyện mang rượu thường xuyên nhất tới những buổi tụ họp bạn bè. Mới đây nhất ông giới thiệu chai Ménage à Trois, rượu Mỹ mang tên Pháp. Uống rất được. Tan tiệc, ông bỏ nhỏ: rượu Chile uống được lắm nghe! Ông này lại toan tính đổi…quốc tịch.

Một ông bạn khác trong một lần đi chơi chung ở Iceland lại rỉ tai mách tôi một mánh khác. Nguyên do là rượu ở đảo quốc lạnh tê tái Iceland này rất mắc, hai anh em đi vòng vòng chọn thấy chai nào giá cũng trời ơi đất hỡi. Ông bảo tôi: "*Toi* cứ thấy chai nào vừa túi tiền nhưng có *médaille* là khuân về cho *moi*". Tôi kiếm được chai rượu Mỹ Beringer giá xài được lại có dán cái mề đay óng ánh bèn lượm. Ông khen tôi sáng dạ! Từ đó tôi thấy Beringer là chộp liền.

Ông bạn tôi nay không còn. Đầu năm 2022, con bé Covid-19 rủ ông đi mất tiêu, mỗi lần cầm chai Beringer, tôi

Chai Beringer rẻ tiền nhưng có médaille.

lại bùi ngùi nhớ tới ông bạn nay đã thiên cổ. Mới đây, tôi đọc được bài báo *"Rượu Ngon, Đắt Tiền, Rẻ Tiền và Khom Lưng"* của tác giả Trần Anh lại thêm nhớ ông bạn vui tính, hiền hòa nhưng yểu mệnh của tôi. Tác giả Trần Anh khẳng định ngay trong những dòng chữ đầu: rượu đắt tiền chưa chắc đã ngon và rượu ngon không nhất thiết phải đắt tiền. *"Tuy nhiên phải thừa nhận là những chai rượu rất đắt tiền thì phải ngon. Thí dụ chai Penfolds Grange sản xuất năm 1959 khiến ông Barry O'Farrell mất chức thủ hiến tiểu bang Victoria, chai này trị giá 3000 Úc kim vào tháng 4/2011 và hiện được bán tại tiệm Dan Murphy với giá 4,850 Úc kim. Chắc chắn chai này phải ngon, nhưng vấn đề đặt ra là tại sao rượu này lại đắt như vậy? Cũng như bao sản phẩm khác, rượu đắt tiền xuất phát từ hai yếu tố chính: chi phí sản xuất và yếu tố tâm lý. Muốn làm một chai rượu ngon, người ta phải chi phí nhiều hơn cho mỗi giai đoạn, trước cả khi hái nho trên cây".*

Theo tác giả, có tới bảy yếu tố phải chi tiền nhiều hơn để sản xuất ra một chai rượu ngon. Thứ nhất: đất trồng nho phải có điều kiện thổ nhưỡng và khí hậu tốt, có độ cao, độ ẩm, độ dốc và chiều ánh nắng thích hợp. Ruộng thuộc loại thượng đẳng điền này giá phải đắt hơn các thửa ruộng làng nhàng khác. Thứ hai: phải hạn chế sản lượng nho. Một cây nho sẽ cho ra nhiều trái. Nếu để nguyên cho trái lớn sẽ có nhiều nho, thâu lợi được nhiều hơn. Nhưng muốn có những trái nho xịn, cho rượu ngon, thì phải cắt bớt trái trên cây, chỉ giữ lại những chùm nho khỏe mạnh nhất. Lý do là vì cây nho chỉ có thể hút lên từ lòng đất một số hạn chế các khoáng chất để nuôi dưỡng trái nho. Cây càng ít trái thì chất bổ dưỡng sẽ tập trung lại, phẩm lượng của trái nho sẽ càng cao. Trái sẽ có lượng nước nho đậm đặc vì nhận được đầy đủ chất khoáng, chất đường, chất chua và chất đạm. Số nho thu hoạch ít nên giá thành của rượu sẽ cao hơn. Thứ ba: nho tốt thì phải có chuyên viên lành nghề chế biến. Do đó nhà sản xuất phải chi tiền nhiều hơn để thuê những *winemakers* giàu kinh nghiệm và có óc sáng tạo khi chăm sóc cây nho. Họ phải hái nho bằng tay, phải mất công tìm từng chùm nho mọng đủ tiêu chuẩn mới hái. Nếu hái bằng máy thì lẫn lộn nho xanh nho chín, rượu làm ra sẽ không có hương vị thuần nhất. Thứ tư: phải tốn tiền để ứng biến với thời tiết. Tránh hái nho lúc nắng gắt khi trái nho còn bị sức nóng chi phối. Vậy nên phải hái khi mặt trời chưa mọc hoặc vào ban đêm. Trái nho hái vào ban ngày khi ánh nắng thiêu đốt làm nóng chất nước bên trong trái, rượu sẽ có vị gắt. Thuê nhân công làm việc trái giờ sẽ phải trả công cao hơn. Nếu khi nho đang nở hoa mà gặp thời tiết băng giá, nhà vườn phải đốt lửa sưởi ấm cây nho. Nhiều khi chủ trại phải thuê máy bay trực thăng bay qua bay lại bên trên để quạt hơi ấm xuống cho tan băng giá. Tất cả các dịch vụ này đều tốn thêm tiền. Thứ năm: sau khi lên men thì rượu thường thường bậc trung chỉ cần trữ vài tháng là có thể bán ra thị trường, nhưng loại rượu xịn phải được ủ trong thùng gỗ sồi vài ba năm rồi mới vô chai. Vô chai xong còn phải trữ trong hầm mát khoảng một hay hai năm nữa để chất *tannins* dịu đi, lắng xuống, các thành tố trong rượu có đủ thời gian hòa lẫn và kết chặt lại với nhau tạo nên những hương vị đặc biệt. Đặc biệt như vậy thì tiền tồn kho sẽ tăng, tiền lãi cho vốn đầu tư cũng sẽ nhiều hơn. Thứ sáu: rượu được chăm sóc đặc biệt như vậy kể từ khi trái nho còn trên cây cho tới khi thành rượu bán ra thị trường sẽ rất tốn công tốn của. Số rượu bán ra sẽ hiếm. Theo quy luật cung cầu, cái chi càng hiếm càng đắt giá. Giá của chai rượu loại xịn này sẽ tăng vô tội vạ mà dân chơi vẫn uống cho bằng được. Thứ bảy: khi dân trọc phú, đông địa thì họ có xu hướng chơi ngông. Giá nào cũng cân tuốt. Họ thi đua khẳng định vị trí. Các nhà sản xuất chẳng dại chi mà không nâng giá lên cao.

Vậy rượu ngon là rượu đắt tiền, đúng với câu "tiền nào của đó". Có đúng vậy không? Năm 2001, nhà nghiên cứu

Frederic Brochet của Đại học Bordeaux đã thực hiện hai cuộc khảo sát về rượu. Ông lấy cùng một thứ rượu *bordeaux* đổ vào hai chai khác nhau, một chai đẹp đẽ, trang trí màu mè mà người ta thường đựng rượu xịn, một chai trần trụi thường chứa loại rượu bình dân. Có 52 vị khách được cho uống thử. Kết quả có 40 vị khen chai rượu màu mè có vị rượu dễ chịu, đậm mùi gỗ, cân bằng và êm dịu. Còn rượu trong chai bình dân nhạt thếch, êm dịu nhưng không thơm, không đủ chua, không hoàn hảo. Họ không hề biết rằng hai thứ này là một cha chứ mấy mồ! Trong một cuộc khảo sát khác với 54 tình nguyện viên được mời đánh giá hai ly rượu đỏ. Thực chất đây là loại rượu trắng được pha màu đỏ. Vậy mà có người ca ngợi rượu có vị "ngọt hoa quả" của loại rượu đỏ. Một vị khách trầm trồ khen "choáng ngợp bởi vị của một thứ quả đỏ". Có bao giờ phẩm đỏ lại có vị hoa quả không? Ông Brochet kết luận: "Đó là một hiện tượng tâm lý khá phổ biến: người ta nếm thứ người ta muốn được nếm. Họ mong được thử rượu đỏ và họ đã làm đúng như thế. Những gì họ ghi nhận thực ra chỉ là một dạng kết quả hỗn hợp của các ý nghĩ, ảo tưởng và vị giác". Tác giả Trần Anh nhận xét: *"Có thể nói rằng ai cũng muốn làm dân phong lưu lịch lãm, do đó muốn nếm rượu phong lưu lịch lãm, mà đã nói đến phong cách này thì phải nói đến tiền: càng lắm tiền, càng dễ phong lưu. Do đó khi nếm rượu chúng ta dễ bị "mù" vì giá tiền: hễ thấy giá tiền cao là cảm thấy ngon!"*

Hàng năm có vô số các cuộc nếm rượu trên nhiều thành phố trên khắp thế giới. Một trong những cuộc thi nếm rượu này là cuộc thi "Sydney International Wine Competition".

Cuộc thi năm 2014 gồm khoảng 2 ngàn chai rượu dự thi. Ban giám khảo gồm 14 chuyên viên nếm rượu uy tín của Úc và quốc tế. Họ nếm rượu kiểu *"blind testing"*, mù tịt không biết rượu loại nào của hãng hay quốc gia nào. Những ly rượu trước mặt họ chỉ được đánh dấu bằng mã số. Cũng như các giám khảo chấm thi trong các kỳ thi văn hóa, họ không biết bài nào của thí sinh nào, chỉ có số mật mã sau khi bài đã được rọc phách. Mỗi giám khảo có cách thưởng thức rượu khác nhau và cho điểm từng loại theo ý kiến cá nhân. Tất cả các điểm số này sẽ được cộng lại, lấy điểm trung bình để cho ra kết quả. Kết quả công bố của cuộc thi này làm ngạc nhiên nhiều người. Một số chai rượu được huy chương là loại rượu rẻ rề. Như chai Cabernet Sauvignon của Úc giá bán trên thị trường chỉ có 6,99$, chai Semillon chỉ có 9,99$, chai El Toro Nacho Tempranillo chỉ bán có 4,99$. Đặc biệt chai Tudor Central Victorian Shiraz 2013 bán trên thị trường với giá bèo 12,99$ đoạt tới hai giải *"Best Red Table Wine"* và *"Best Lighter-Bodied Dry Red Table Wine"*, đồng hạng với hai chai xịn hơn nhiều có giá tới 45$!

Chuyện "nghèo mà ham" này vẫn thường xảy ra. Năm 1976, trong cuộc thi *"The Paris Wine Testing"*, chai rượu được nhiều điểm nhất, chiếm huy chương vàng là một chai rượu Mỹ rẻ tiền của Napa Valley. Chai rượu Mỹ này đã qua mặt các chai Chardonnay và Caberney Sauvignon thượng hạng của vùng Bordeaux ngay trên đất Pháp.

Vậy thì câu nói quen thuộc gần như chân lý "tiền nào của nấy" không phải khi nào cũng đúng, nhất là với rượu vang. Bỗng dưng nhớ tới ông bạn quá cố đã khai tâm cho tôi mua rượu rẻ tiền nhưng có huy chương. Đó là thứ rẻ nhưng có võ!

07/2022

SỐNG THẬT, VIẾT THẬT

Năm 1932, trên Hà Thành Ngọ Báo, có một thiên phóng sự nóng hổi mang tên "Tôi Kéo Xe" của Tam Lang Vũ Đình Chí. Đây hầu như lần đầu tiên một nhà báo Việt Nam thâm nhập vào giới lao động để thu thập những tài liệu sống viết nên những trang phóng sự đậm mồ hôi và…nhân phẩm. *"Cái cảm giác thứ nhất của tôi? Không phải tôi, ai biết? Nó thật buồn cười lắm! Tôi thấy tôi như một thằng trần truồng đi ra phố, đang kéo một chiếc xe bò trên có dựng tấm bảng đề rõ tên họ mình và cả những người thân thuộc của mình"*.

Tuy sống trong thân phận một anh kéo xe nhưng tác giả vẫn có cái ngượng ngùng của một người sợ người khác biết mình đang làm cái nghề hèn mọn thiếu xứng đáng này. Dù cố gắng đội lốt anh phu xe nhưng tác giả vẫn không bao giờ là một anh phu xe thực thụ. Tuy nhiên, sự xâm nhập tận cùng cũng đã giúp tác giả vẽ cho người đọc đời sống tối tăm của những con người bị xã hội rẻ rúng, bị hành hạ đến mòn hết nhân phẩm bởi những cai xe, khách đi xe và con mắt khinh thị của khách qua đường. *"Ăn đã chẳng có gì béo bổ, ở cũng ở chui ở rúc, lại còn dãi gió dầm mưa, phơi sương phơi nắng, đến đá cũng phải ốm, đừng nói là người. Nhưng giờ đã đày vào kiếp ấy, cũng chẳng chống lại được với giời! Biết giữ được phần nào, hãy cứ hay phần ấy".*

Bìa sách "Tôi Kéo Xe".

Phu kéo xe thường được ví như kiếp ngựa-người hay người-ngựa, chữ nghĩa có lộn lạo nhưng kiếp kéo xe vẫn chỉ có một. Bán sức lực cả ngày chỉ đủ sống thua một con ngựa. Ngày tác giả tự nguyện kéo xe, kiếm được 7 hào thì đã mất

6 hào tiền thuê xe. Một hào còn lại chỉ đủ tiền thuê một chỗ ngủ tồi tàn và ăn một chút cơm thừa canh cặn. *"Trên một tấm giường gỗ trần, mấy thằng vén đùi nằm xen vào nhau, ngủ như chết giả. Tiếng ngáy, tiếng mê sảng lẫn với mấy tiếng ho...Đồ ăn, thức đựng, màn, chiếu, tất cả chừng ấy cái đều như phơi dưới ánh sáng hai cây đèn búp măng. Hai chiếc thông phong buồn tình làm việc thâu đêm, thở khói lên ngùn ngụt. Tôi nghĩ: trong cái hoàn cảnh này còn có người cầm nổi được bát cơm mà nuốt, lại nuốt trôi một cách ngon miệng, mà nào đồ ăn thức uống có phải ngon lành? Toàn những cái đầu thừa đuôi thẹo mới đến hàng cơm: trứng ung, thịt ôi, cá ươn, gà toi... chó ốm! Đó là chưa kể những món thịt súp ở các hàng cơm Tây họ đã ninh lấy nước, hay những món khoai thừa họ đã bỏ vào nồi nước gạo rồi lại được cái bàn tay của những đứa tham lợi mò lên. Tôi thấy lợm lòng. Ngẩng nhìn lên thì bạn tôi vẫn còn sì sụp với bát canh, mà lần này, mặt đã đỏ như vang, coi bộ khoan khoái lắm! Ăn để sống? Sống để ăn?"*.

Thời Tam Lang viết phóng sự này, xe tay coi như phương tiện giao thông duy nhất ở Hà Nội. Sang thì có xe nhà, thuê phu xe riêng, muốn đi chỉ hô một tiếng là có một con "ngựa" túc trực sẵn trong nhà kéo đi. Thường thì là những xe kéo công cộng, muốn đi chỉ cần nhảy phóc lên xe. Năm 1932, nước ta vẫn còn là thuộc địa của Pháp. Khách hàng của xe tay phần lớn là những tên lính Pháp hống hách. Nhìn tên lính ngồi nghễu nghện trên xe, bác phu xe gò lưng kéo, chúng ta thấy thường tình. Nhưng nhờ có bác phu xe bất đắc dĩ Tam Lang ẩn mình vào kiếp ngựa, chúng ta mới được biết tất cả cái nhục nhã, khổ nạn của con ngựa người. *"Trước mắt tôi lù lù một người đứng. Chẳng kịp để tôi dụi mắt, người ấy đã nhảy lên xe, gieo mạnh đít xuống đệm, rồi nện gót giày xuống sàn xe, mà thét: " A lê! Đi mao leen!".* Tôi tất tả chụp nón vào đầu, nâng cao càng gỗ hí hoáy quay xe ra đường. *Tại sao tôi lại chịu kéo người? Thật lúc đó, chính tôi, tôi cũng không biết. Máu trong người tôi, bấy giờ hình như luân chuyển hăng lắm. Cắm cổ đưa hai khuỷu tay lên khỏi lưng như hai chiếc càng châu chấu rồi xoạc chân bước bước thứ nhất, tôi tưởng chừng như có thể nuốt nổi được một lúc mấy dặm đường. Nhưng sự thật nó khác hẳn với bụng nghĩ của mình. Chạy đến bước thứ ba, tôi đã thấy như mất hết thịt ở hai gót chân, chỉ còn trơ có cái xương nhói buốt. Người tôi, vốn mập. Cái bụng bấy giờ, tôi thấy như chảy xệ thêm ra mà đưa lủng lắng như bụng lợn dưới cái khung xương sườn. "Mao leen! A lê, mao leen!". Mỗi cái gót giày nện vào sàn xe như đánh thẳng lên gáy tôi cho gục xuống. Chân tôi, ngày thường vẫn đi chữ bát, lúc ấy hình như đi vòng kiềng. Ruột thì như vặn từ dưới rốn đưa lên, cổ thì nóng như cái ống gang, đưa hơi lửa ra không kịp.*

Ì ạch mãi, rồi tôi cũng tha được ông khách của tôi đến đầu Cầu Đất... Miệng thở, mũi thở, rồi đến cả tai cũng thở, mồ hôi thì toát ra như mồ hôi chõ, tôi thấy tôi không phải là người nữa, chỉ là một cái...nồi sốt de. Từ Cột Đồng Hồ trở đi, bước chân tôi chạy đã thuần, nhưng miệng tôi vẫn há hốc ra mà thở; cũng như hai bánh cao su tuy vẫn quay vòng trên con đường nhựa mà chiếc xe thì cứ bập bềnh như muốn đưa tôi lên khỏi mặt đất, hay dúi tôi ngã khuỵu xuống rãnh hè.

Ai chẳng bảo tôi đã khiến nổi hai tay xe. Tôi thì tôi bảo: làm thân người phu xe tay là tự nguyện cúi đầu dưới quyền sai khiến của hai cánh tay gỗ!".

Tam Lang qua nét vẽ của Tạ Ty.

Tam Lang Vũ Đình Chí giả làm phu kéo xe thì bên Mỹ, ký giả William James của báo New York Times giả làm ăn mày. Anh cải trang thành một dân *homeless* nghèo khổ và què một chân, trà trộn vào sống với những người vô gia cư tại thành phố Miami, tiểu bang Florida, khoảng nửa năm. Ngày đầu tiên mang thân phận cái bang, James ăn mặc rách rưới và bẩn thỉu, một chân tàn tật, James đã được các *homeless* khác đối xử như một đồng bọn khốn khó. Một người đưa cho anh cây gậy. Anh nhận, vuốt ve cây gậy mà lòng muốn vỡ vụn ra vì cử chỉ này khi người đưa cho anh cây gậy rời đi bằng những bước chân cà nhắc. Một lần khác, khi James đang vất vả lục tìm phế liệu trong đống rác, một anh thanh niên da đen đã tặng cho James một bao phế liệu. Buổi trưa, bụng đói, James được một người cho hai ổ bánh mì. Anh ngạc nhiên hỏi: "Anh cho tôi thì anh lấy chi ăn?". Anh thanh niên cười tươi: "Ăn đi! Tôi dễ dàng hơn anh một chút". Và bỏ đi. James cầm hai ổ bánh mì mà đầm đìa nước mắt. Rất lâu sau đó, anh mới trở lại bình tĩnh được. Buổi tối, họ chen chúc nhau ngủ dưới chân cầu. Một ông già tới vỗ vai nhường chỗ ngủ tốt cho James.

Tôi phải thú nhận là trong cuộc sống thường nhật, tôi đã nhìn những người vô gia cư nhớp nháp, hôi rình, ngồi xin ăn trên lề đường với con mắt lơ đãng. Xã hội chúng ta đang sống không để ai đói rách, thiếu ăn, thiếu nơi trú ngụ. Trợ cấp an sinh xã hội đủ giúp cho mỗi người một cuộc sống đơn giản nhưng đầy đủ. Tôi vẫn nghĩ đó là những con người bê tha rượu chè hút sách lại muốn tự do nên mới phải ngửa tay xin tiền ông đi qua bà đi lại. Sống một cuộc sống thiếu thốn như vậy phải là những người ích kỷ chỉ biết mình. Nhưng ký giả William James, trong nửa năm giả dân vô gia cư, đã nhận thấy đấy là một xã hội mà người ta yêu thương, đùm bọc nhau rất chân tình.

Bài báo của ký giả William James trên New York Times đã gây chấn động lớn đối với trái tim và tâm hồn, làm thay đổi con mắt của nhiều người đối với những người vô gia cư. Họ có tư cách của con người hơn chán vạn con người rủng rỉnh tiền bạc khác. Sau khi đọc bài báo, nhiều người đã có cái

Ký giả William James và bài báo trên New York Times.

nhìn về những người vô gia cư với con mắt khác trước.

Nhà báo Huỳnh Dũng Nhân xâm nhập vào một thế giới đầy mồ hôi khác, thế giới của những người bán sức lao động thuê mà người ta thường gọi là "cửu vạn". Chữ "cửu vạn" như đánh đố một số người. Nhưng nếu là dân đánh chắn hay tổ tôm thì ai cũng biết đó là một quân bài trong bộ bài. Quân "cửu vạn" có hình một người đang vác một chiếc thùng lớn. Đúng là…ông tổ của người khuân thuê vác mướn. Bài báo của ký giả Huỳnh Dũng Nhân mở đầu: *"Tôi dừng xe cách chợ Giảng Võ, Hà Nội, một quãng, suy tính mãi xem làm thế nào hòa nhập với họ trong vai "cửu vạn". Nhiều bài báo đã viết về chợ người này, nhưng tôi vẫn muốn viết lại, viết thêm, viết nữa. Cái chữ "chợ người" xuất hiện giữa thời buổi mấp mé thế kỷ 21 này quả là chua xót làm sao ấy. Chợt trong đầu tôi lóe lên một sáng kiến. Tôi đem xe vào nhà một thằng bạn trong khu Giảng Võ gửi, rồi mượn nó chiếc áo "quân khu" rộng thùng thình, chân xỏ một đôi dép lê quèn quẹt, đầu đội một chiếc mũ cối bất hủ, quà tặng của thời chiến. Xong xuôi, thả bộ ra chỗ chợ người. Trời xám xịt, ảm đạm, đầy hơi nước. Người đi như mắc cửi. Khu triển lãm rộng thênh thang và vắng tanh sau kỳ hội chợ. Tôi tới ngã tư, đã thấy hơn một trăm người đứng ở đấy chờ người đến thuê. Rất may, không ai để ý đến tôi, có lẽ tôi đã cải trang thành công. Mọi người lúc ấy chỉ hau háu nhìn sang hai đầu đường, chờ một người, một tín hiệu thuê việc, một hy vọng kiếm tiền. Tôi lóng ngóng đứng một lúc, không giám tranh dành, chen lấn. Đã có vài người ào đến, vụt đi, mang theo những người được thuê với bộ mặt mãn nguyện. Phần đông những người bán sức lao động là thanh niên, họ to khỏe gấp rưỡi tôi, nhưng ai nấy đều hiền lành, ít lời. Có vẻ như không ai làm "chủ xị" trong đám đông này cả. Những chàng lực điền vốn không thích những điều đó".*

Tác giả Huỳnh Dũng Nhân chẳng được ai ngó ngàng tới, nói chi tới việc thuê mướn. Có lẽ cái bụng phệ đã phản bội anh. Chợ trưa tàn dần. Tác giả rủ một dân cửu vạn chuyên nghiệp đi uống bia nói chuyện, có trả tiền công đàng hoàng. Dĩ nhiên anh chàng làm thuê này ngạc nhiên. Tiền đâu mà một "đồng nghiệp" chơi sang như vậy. Nhưng lương tâm nổi dậy. Anh không vồ vập nhận lời tác giả mà còn ra điều kiện: "Tôi không làm việc bất lương đâu nhé! Làm gì có chuyện vừa được ăn uống vừa được trả lương". Tác giả vội trấn an: "Có đấy! Một việc hết sức đàng hoàng. Ông chỉ việc kể về công việc của ông cho tôi nghe, kể thật trung thực. Hết!". Từ khi ra Hà Nội làm cái nghề mà anh cửu vạn này gọi là "tôi bán tôi", đây là lần thứ hai anh được uống bia hơi. Vậy nên anh thổ lộ hết về cái nghề mạt hạng này. Việc chi nặng nhọc, họ cân tuốt. Đập tường, bốc gạch, dỡ sắt. Tiền công được trả theo lòng tốt của người thuê mướn. Có người trả hậu hĩnh nhưng cũng có người quỵt tiền, thậm chí còn bị ăn đòn. Họ sống rất chật vật để còn gửi tiền về quê nuôi vợ con. Ăn một bữa hết ba ngàn, nhiều ngày chỉ dám ăn một bữa. Ngủ trọ hết bảy trăm đồng. Chỉ có cái chiếu trải ra nền nhà, không chăn, không mùng. Tắm cũng mất thêm tiền. Nghèo mạt rệp nhưng nhất định không ăn cắp ăn trộm, không làm đĩ đực, không làm bất cứ chuyện bất lương nào. *"Anh tin đi. Bọn em là những người lao động chân chính nhất, chỉ biết làm việc để nuôi vợ con. Không ai dám nhậu nhẹt, hút xách, đĩ điếm, đánh lộn bao giờ. Mà nếu trộm cắp, côn đồ thì hôm sau ai còn dám chường mặt ra đứng đấy nữa. Bọn em sống khổ lắm. Ngày nào cũng làm lụng bốc vác đau nhức hết cả lưng, cả ngực, cả bắp chân, bắp tay. Giá như ở quê sống tạm bợ được thì dù ăn cháo cũng còn sướng hơn ở đây. Ra đây phải chấp nhận hết tất cả, kể cả bọn con trẻ nó bắt nạt cũng chịu. Có việc làm là tốt rồi. Có đứa ba bốn ngày không kiếm được việc, đói quá ngất xỉu luôn, bọn em phải góp tiền cho nó một bữa cơm hai nghìn. Nó tỉnh lại được, vay tiền mua vé xe về quê luôn, tởn đến già!"*.

Bài phóng sự của một ký giả sống thật cuộc sống của một anh cửu vạn được kết lại: *"Trước khi chia tay với anh chàng lực điền, tôi yêu cầu chụp một tấm hình kỷ niệm cho anh vào hôm sau và anh rất sung sướng nhận lời, bởi anh chưa bao giờ chụp hình cả. Cầm số tiền tôi đưa cho, anh bảo: "Lẽ ra em không nhận tiền của anh. Nhưng em nghĩ đến mấy thằng đồng hương hôm nay không có việc làm – chúng nó đang đói". Rồi anh đi khuất trong màn mưa...".*

Đã hơn hai chục năm tôi không về Việt Nam nhưng vẫn còn nguyên hình ảnh những người bán vé số dạo đầy rẫy trên đường phố. Họ gồm đủ hạng người: đàn ông, đàn bà, già cả, trẻ em, người tật nguyền. Phần nhiều họ là những người từ các nơi về Sài Gòn kiếm sống. Thấy một đoàn quân đông đúc thất thểu ngoài đường phố dưới những trận mưa thối đất hay dưới cái nắng chói chang, nhiều người thắc mắc về cuộc sống của họ. Cơ cực thì đã thấy trước mắt nhưng cơ cực đến cỡ nào, ít người biết. Phóng viên Như Lịch đã thâm nhập vào đoàn người này. *"Trong vai người mới vào nghề, tôi nhờ bà Phương (58 tuổi, quê Phú Yên, hơn chục năm sống trong một đại lý ở Q.3, Sài Gòn) bảo lãnh để ở lại đại lý vé số. Vài ngày sau, bà Phương trả lời: "Hiện đại lý đã có gần 20 người, đêm nằm xếp lớp như cá mòi nên bà chủ bảo không nhận thêm nữa. Mà không phải ai cũng lọt vào được đâu, tất cả tụi tui đều cùng quê Phú Yên với bả và phải bán được nhiều vé số mới được cho ở đại lý". Bà Phương cho hay ở đại lý bà tá túc, chỗ nằm được chia theo lượng vé số bán ra. Người nào đạt "sản lượng cao" (bán khoảng 250 vé trở lên/ngày) thường được chủ đại lý ưu tiên xếp chỗ ở những vị trí thoáng hơn. Người bán "sản lượng thấp" (dưới 150 vé/ngày) bị xếp nằm gần lối đi, nhà vệ sinh hay những chỗ bức bí. Bán dưới 100 vé, đóng 10.000 đồng/ngày".*

Mỗi tờ vé số giá 10 ngàn, người bán dạo lời 1.200 đồng. Nhưng nếu lưu trú một cách chui rúc khổ cực tại các đại lý như ký giả Như Lịch mô tả ở trên, tiền lời chỉ còn một ngàn đồng chẵn chòi. Tiếng là được ăn ở miễn phí nhưng thực ra người bán vé số dạo đã bị trừ nghiến đi 200 đồng cho mỗi vé số bán được. *"Bà Hai, chủ đại lý phân tích: "100 tờ là bây lời 100.000 đồng. Cả ngày ngoài đường, ăn uống tiện tặn cũng hết 40.000 - 50.000 đồng. Bây phải phấn đấu bán 200 tờ trở lên, mới có tiền nuôi con". Nghe tôi trình bày có đứa con gần ba tuổi dưới quê, bà khuyên: "Bây bồng em bé thì bán dễ hơn vì người ta thấy tội".*

Chúng ta sống trong một thế giới phức tạp, không biết rõ, không hiểu, không tưởng tượng được những cuộc sống cơ cực sát ngay bên cạnh chúng ta khiến chúng ta thờ ơ với những cuộc sống này. Chính nhờ những phóng viên, ký giả sống thật, viết thật, can đảm thâm nhập vào thế giới bần cùng này chúng ta mới có những khe hở để thấy, hiểu và cảm thông được với những thân phận cơ cực đang hít thở cùng một bàu khí quyển với chúng ta. Cảm ơn những ký giả tận tụy, xứng đáng với thiên chức của họ.

11/2022

TÂY VÀ BẦU CUA CÁ CỌP

Đúng một con giáp trước đây, năm 2010, tôi cùng một số bạn bè du xuân trên con tàu Sapphire Princess. Chuyện ăn chơi trên du thuyền, dân Việt ta hầu như đều tỏ tường. Cứ phè cánh nhạn hưởng. Muốn ăn lúc nào cũng được, muốn chơi lúc nào cũng OK. Ăn đủ thập cẩm mỹ vị, tây tầu chi cũng có, nếm nơi này, nếm nơi kia, tùy thể tích của cái bụng. Chơi thì *casino* sẵn đó, mặc sức mà chi tiền. Nhưng thời gian chúng tôi ở trên tàu là mùa xuân, đúng hơn là nằm y chóc vào ngày tết con cọp Canh Dần, nên chúng tôi…bầu cua cá cọp. Một ông chắc thuộc loại tồn cổ đã âm thầm mang theo một bộ bầu cua cá cọp mới toanh, chạy vào khu ăn *buffet* mượn đỡ một cái đĩa, một cái bát. Vậy là gầy sòng ngay tại khu ăn uống. Chọn một góc vắng vẻ, chúng tôi sát phạt nhau. Gọi là sát phạt cho máu lửa chứ thực ra chỉ vui xuân vì mức đặt tiền được ấn định chỉ 25 xu! Cuộc chơi ngày càng vui khiến mấy anh tây chị đầm đi ngang qua đều ghé lại coi lũ da vàng này làm cái chi. Coi một lúc, hiểu cách chơi, họ đòi chơi. Thay vì đón tiếp họ để bầu cua cá cọp…quốc tế, chúng tôi xin lỗi và dẹp cuộc chơi. Chẳng nên biến trò vui chơi ngày tết thành một bàn cờ bạc cạnh tranh với khu *casino* trên tàu.

Tây làm cái bàn bầu cua cá cọp Việt Nam.

Năm Dần chơi bầu cua cá cọp là đúng chỉ số, ai cũng nghĩ như vậy. Nhưng trong sáu ô của trò bầu cua cá cọp không hề có con cọp. Chỉ có: bầu, cua, cá, gà, tôm và nai. Vậy là mượn oai hùm chăng? Có nhiều giả thuyết cho sự mượn oai hùm này. Thứ nhất: đọc là bầu cua cá cọp nghe cho xuôi tai. Tôi thấy giả thuyết này dở ẹc. Đọc là "bầu cua cá tôm", "bầu cua cá nai" hay "bầu cua cá gà" cũng xuôi tai vậy. Cớ chi phải mời bóng hình anh cọp về cho rắc rối? Giả thuyết thứ hai: chữ "cọp" đây là đọc trại chữ "cộc" có nghĩa là con nai. Giả thuyết thứ ba: trong phiên bản bầu cua cá cọp của Thái Lan có con cọp thay cho con nai của phiên bản Việt Nam. Vì vậy nên người ta nghĩ là có sự nhầm lẫn khi nhìn vào bàn cờ Thái để đọc vào bàn cờ Việt như vậy.

Trò chơi bầu cua cá cọp quá quen thuộc với mọi tầng lớp dân ta nên ít người cắc cớ nghĩ về những ô cờ này. Trong sáu ô thì chỉ có bầu không phải là sinh vật như năm ô kia. Sao lại có sự đi lạc của bầu vào đây? Bầu đây là bầu rượu, vậy phải chăng người tạo ra bàn chơi này là một dân nhậu? Dám lắm, vì cua, cá, tôm, gà và nai đều có thể lên bàn nhậu được!

Tôi viết khơi khơi như vậy vì đây là một bài phiếm, nói chuyện tào lao, nhưng khi gặp bài "Việt Dịch Bầu Cua Cá Cọc" của nhà văn Nguyễn Xuân Quang mới giật mình. Ông này là bác sĩ, nhà nghiên cứu về Việt tộc, và cũng là một nhà văn. Bài ông viết đặt vấn đề "bầu cua cá cọc" một cách rất nghiêm chỉnh khiến những anh tơ lơ mơ như tôi toát mồ hôi hột! *"Bầu Cua Cá Cọc dưới con mắt tứ đổ tường thường được coi là một thứ cờ bạc. Thật ra đây là một thứ Việt Dịch được thể hiện thành một thứ trò chơi nhằm mục đích truyền bá truyền thuyết, huyền sử Việt, truyền bá cái "Cốt Lõi của nền văn hóa Việt". Đây là Việt Dịch Bầu Cua Cá Cọc. Chúng ta thường gọi là Bầu Cua Cá Cọp nhưng trong thứ trò chơi này chỉ có Bầu, Cua, Cá, Hươu, Tôm và Gà, không có con Cọp. Như thế tại sao lại gọi là Bầu Cua Cá Cọp? Tại sao lại không thấy con Cọp, tại sao con Cọp lại bị khai tử trên các bàn Bầu Cua hiện nay? Thật sự ra, nguyên thủy, tổ tiên ta gọi là Bầu Cua Cá Cọc, ngày nay nói sai thành Bầu Cua Cá Cọp".*

Tác giả Nguyễn Xuân Quang giải thích về chữ "cọc" như sau: *"Tiếng cổ Việt "cọc" có nghĩa chung là "nọc", đực, dương, vật nhọn. Những con thú biểu tượng cho nọc, đực, dương, mặt trời gọi chung là con Cọc hay có tên biến âm của Cọc hay có nghĩa là nọc, cọc, que, vọt, đực. Cọc mang trọn nghĩa của chữ Nọc trong chữ nòng nọc. Ở đây, ở cõi đất thế gian, con Hươu đực, Hươu Nọc tức con Hươu có Sừng, loài thú bốn chân đi trên mặt đất là con Hươu Cọc, Con Cọc. Sừng là vật nhọn là một thứ Cọc nhọn, một thứ Nọc nhọn mang dương tính. Nhìn vào bàn Bầu Cua ta thấy con Cọc chính là con Hươu ở góc trên bên trái. Con Cọc là con hươu cọc, hươu nọc, hươu đực biểu tượng cho Núi Cọc, Núi Trụ Chống Trời, Núi Trụ Thế gian, cho phần Đất dương, dương trần của Cõi Giữa Thế Gian và Cọc cũng mang hình ảnh của Cọc Thế Gian tức Trục Thế Giới".*

Trên bàn bầu cua cá cọp, ít người trong chúng ta để ý đến lý do tại sao sáu ô lại có hình những con vật và cái bầu như vậy. Chúng ta chỉ chăm chú nhìn vào con xúc xắc xem chúng ra hình con chi để vơ tiền hay thở dài vì tiền chui vào túi nhà cái. Nhà nghiên cứu Nguyễn Xuân Quang có cái nhìn khác chúng ta. Theo ông thì sáu hình trên bàn cờ gồm hai nhóm. Nhóm "tôm gà" và nhóm "bầu cua cá cọc".

Bàn về nhóm tôm gà, ông viết: "Con tôm là "con nước", *con nang,* con nường, con nòng *nên Tôm biểu tượng cho Nòng, âm, thái âm, cho cực âm, dòng âm, Khôn, nước, phái nữ, bộ phận sinh dục nữ. Do đó dân gian Việt Nam mới ví con tôm he (tôm đỏ) với bộ phận sinh dục nữ (he là đỏ. He biến âm với hoe là đỏ như tóc hoe, mắt đỏ hoe, he biến âm với hè là mùa đỏ lửa). Con Tôm trên bàn Bầu Cua thuộc dòng mặt trời thái dương".*

Gà có nghĩa biểu tượng trái ngược với tôm. *"Gà trống*

tức con qué (gà qué), con que, con cọc, con cock, con coq (Pháp ngữ) mang dòng máu cọc, vật nhọn, dương, mặt trời thuộc ngành Nọc. Anh ngữ cock là con gà trống và cũng chỉ cây cọc, cái nõ của phái nam. Cock chính là Việt ngữ cọc. Cọc biến âm với cược, c...c (Tiếng Việt Huyền Diệu). Nọc, cọc là đực, dương. Dương cũng có một nghĩa là mặt trời. Như thế gà là một loài chim mang dương tính biểu tượng cho Nọc (cọc, đực, mặt trời, dương, cực dương, dòng dương, phái nam...). Con Gà là một loài chim (Anh ngữ gọi gà là bird) biểu tượng cho cõi trời, cõi trên, mặt trời ngành nọc nhưng sống nhiều trên mặt đất nên là chim biểu của Cõi Trời nọc, Mặt Trời Thế Gian, cõi nhân sinh. Nói gọn lại, con Gà là con qué, con que, con cọc, con cock, con nõ, con Nọc và con Tôm là con nôm, con nước, con prawn , con baw-, con bao, con bọc, con túi, con nang, con nường, con Nòng. Tổng quát Tôm và Gà biểu tượng cho Nòng Nọc, âm dương, Lưỡng Nghi ở cõi thế gian".

Nhóm thứ hai gồm "bầu cua cá cọc" được ông Nguyễn Xuân Quang bàn như sau: *Trước hết, nhìn dưới lăng kính tạo sinh, ở cõi nhân sinh, Nòng tôm he (nường, âm vật), Nọc gà qué (nõ, dương vật) hôn phối, giao hợp với nhau thì chuyện gì sẽ xẩy ra? Xin thưa, kết quả xẩy ra là có BẦU (dĩ nhiên người cổ Việt không có dùng phương pháp ngừa thai!). Nọc Gà, chim phái nam hôn phối nòng Tôm he phái nữ sinh ra cái Bầu. Ở Cõi Trời, Tạo Hóa, Nòng Nọc âm dương vũ và trụ hôn phối, giao hòa sinh ra Bầu Trời, Bầu Vũ Trụ. Do đó trên bàn Bầu Cua, Tôm Gà hôn phối sinh ra Quả Bầu. Quả Bầu trên bàn Bầu Cua nhìn theo diện cõi Tiểu Vũ Trụ là Bầu*

Trời, Bầu sinh tạo thế gian, nhìn theo diện nhân gian là bầu thai nhân sinh và nhìn theo diện cõi tạo hóa là Bầu Vũ Trụ, Bầu Tạo Hóa. Bầu là bầu vũ trụ, bầu trời, bầu sinh tạo, bầu thai, bầu sinh đẻ. Bầu mang nghĩa sinh tạo thế gian, đội lốt Tạo Hóa. Vì thế mà trong sáu hình biểu tượng trên bàn Bầu Cua, quả bầu là một thứ thực vật duy nhất khác với năm con vật còn lại là Tôm, Gà, Hươu, Cá và Cua. Quả Bầu là loài thực vật trông "cọc cạch" và cách biệt, không cùng loại với các loài động vật còn lại. Đây là một chủ ý dùng quả Bầu để hàm ý sinh tạo, Tạo Hóa. Quả Bầu thế gian ở cõi nhân sinh biểu tượng bầu sinh tạo của Tiểu Vũ Trụ của cõi Người. Tiểu Vũ Trụ cõi nhân sinh gồm có Tam Thế: theo duy âm, Cõi Trời, Cõi Trên (vòm trời, Khí Gió) được biểu tượng bằng Con Cua (đúng nghĩa là con Còng Gió) trên bàn Bầu Cua (con cua có mai hình vòm biểu tượng cho vòm trời, bầu trời); Cõi Nước được biểu tượng bằng Con Cá (Chép) trên bàn Bầu Cua và Cõi Đất được biểu tượng bằng Con Cọc (Hươu) trên bàn Bầu Cua".

Theo ông Nguyễn Xuân Quang thật mệt. Ông còn dẫn "bầu cua cá cọc" vào văn hóa và lịch sử của tộc Việt. Đành xin phép ông cho phép được…quẹo!

"Bầu cua cá cọp" hay "bầu cua cá cọc", ông Nguyễn Xuân Quang có giận thì tôi vẫn tồn cổ, gọi theo dân gian từ bao đời là "bầu cua cá cọp". Tôi vẫn tưởng trò chơi này là trò chơi của dân Việt nhưng đây lại là một trò chơi quốc tế. Trung quốc gọi là *hoo hey how*, nghĩa là: cá, tôm, cua. Bầu cua cá cọp đi xa hơn và có tại Âu châu. Đó là trò chơi *Crown and Anchor* rất phổ biến trong giới hàng hải Anh, lan qua

Bỉ, Hòa Lan và Pháp. Đúng như tên gọi, trò chơi này có hai ô triều thiên *(crown)* và mỏ neo *(anchor)*. Bốn ô khác rất… truyền thống: cơ, rô, chuồn, bích. Người Nga coi bộ giản dị hơn, đánh số từ 1 đến 6 cho bàn dân thiên hạ dễ đếm.

Bàn Crown and Anchor của Anh.

Không biết có phải vì bầu cua cá cọp na ná với *crown and anchor* không mà các anh tây chị đầm học rất nhanh. Tôi coi nhiều *video* quay dân Việt ta tại San Jose ăn tết ở khu Century. Họ dành nguyên một khu để tập trung đốt pháo. Có người mang nguyên cả chục cối pháo to đùng tới đốt đinh tai nhức óc khiến có nạn kẹt…pháo. Nhiều người ôm pháo chờ tới lượt đốt. Ai không thích coi đốt pháo có thể đốt… tiền. Đó là khu cờ bịch. Rất nhiều bàn bầu cua cá cọp lấn át một số nhỏ bàn tài xỉu. Có lẽ tây rành bầu cua cá cọp hơn tài xỉu. Tôi thấy nhiều anh tây say mê đặt tiền với nét mặt căng thẳng. Dính vào trò đỏ đen thì tây cũng như ta, mặt đều đỏ vì hồi hộp thấy rõ.

Bầu cua cá cọp, mại vô!
Một đồng đặt xuống, lắc tô trúng liền!

Đàn ông, con cá đặt tiền
Ca bài con cá, vợ hiền cơm canh
Con nai cũng để mấy anh
Anh nào trúng được, xin anh bẻ sừng!
Các bà bầu cái xin đừng
Trừ khi muốn lắm cho chung vô nhiều
Con gà có móng độc chiêu
Dí vào đúng chỗ, sướng kêu khắp nhà
Con tôm râu dưới rườm rà
Đàn ông xin phép, đàn bà cho chơi
Con cua xin để cho tôi
Làm thơ ngang quá... Xin mời bầu cua!

Bài thơ…ngang này của tác giả Đỗ Ngu, nhìn cuộc chơi bầu cua cá cọp theo một con mắt khác, rất riêng. Bầu cua cá cọp là trò chơi rất dễ bày cuộc. Trong nhà ngoài ngõ đều có thể bày tụ được. Cứ có tờ giấy vẽ xanh đỏ, ba con xúc xắc và cái đĩa cái chén là có thể tụ năm tụ ba vui xuân. *Tháng giêng là tháng ăn chơi / Tháng hai cờ bạc, tháng ba rượu chè*. Các cụ đã dậy, cứ thế mà thi hành. Cờ bạc trong dịp tết là cờ bạc của tiếng cười, khác xa với cờ bạc quanh năm với những khuôn mặt hăm hở ăn thua đủ. Tết là dịp gia đình hội tụ đông vui. Cờ bạc trong gia đình là cờ bạc có tình. Ăn thua là chuyện phụ, cay cú là chuyện không hề xảy ra, chỉ có cười toe. Thua hay được nhẹ tựa lông hồng, chẳng ai *care*. Trong nhiều gia đình, sau cuộc chơi, còn trả lại tiền người thua. Gia đình người Việt tại hải ngoại ngày nay thường na ná như tổ chức Liên Hiệp Quốc. Trắng, đen, vàng, tái trộn lẫn với nhau. Vậy nên bàn bầu cua tại nhà cũng…quốc tế.

Thế giới đại đồng!

Trong bài "Mỹ Xóc Bầu Cua", tác giả Thanh Mai, mô tả sòng bầu cua trong một gia đình Việt-Mỹ nhân ngày tết nguyên đán: *"Có được cô vợ Việt Nam xinh đẹp chịu thương chịu khó lại giỏi nấu ăn, Mark thường mời anh em bạn bè đến nhà ăn uống để khoe các món ăn Việt Nam. Và để giải trí sau khi ăn, Hồng là vợ Mark bày mọi người chơi trò "Xóc Bầu Cua" mà người Việt chúng ta thường chơi vào dịp Tết. Nào ngờ món này được phe Mỹ khoái mê tơi, còn nhờ mua một bộ bầu cua để đem về nhà chơi với nhau. Tết Nguyên Đán năm nào Mark và Hồng đều tổ chức buổi tiệc lớn mời hai gia đình sui gia Mỹ Việt gặp nhau ăn Tết. Nhóm Mỹ lúc nào cũng yêu cầu chơi xóc bầu cua thú vị này. Tôi in mỗi tờ giấy khổ lớn một cái hình bầu, cua, gà, nai, tôm, cá. Ép plas-*

tic rồi dán dính sáu tấm hình với nhau nên bàn bầu cua rất rộng có thể trải ra trên một cái bàn dài, nhiều người có thể xúm quanh mà chơi. Già trẻ lớn bé Mỹ, Việt đều tham gia. Ăn tiền thẳng cẳng nhưng quy định chỉ được đặt tối đa $5. Bên Việt Nam lịch sự để phe Mỹ làm cái dù biết là làm cái xác xuất thắng rất cao. Anh chồng của Hồng là Dan cùng con trai hùn chung vốn làm cái. Bố xóc, con thu và chung tiền. Dan rất tiếu lâm, làm đủ trò cứ như phù phép ếm bùa trước khi xóc và chỉ xóc một cái rồi để xuống bàn chờ "con" (tức là những người đặt tiền) đặt xong hết rồi mới mở chén ra để xem bên trong ra những hình gì. Khi mở chén Dan còn hò la như xem những pha đấu thể thao thật là vui. Không khí trò chơi càng ngày càng náo nhiệt, tưng bừng. Ông mục sư quen với gia đình Mark thì tuyên bố: "Chỉ đặt seafood Tôm, Cua, Cá" - Chắc ông ta mê ăn seafood lắm? Mark theo đạo tin lành nên ngày cưới ông mục sư này đứng ra làm chủ hôn lễ cho hai người. Ông rất vui vẻ dễ thương, làm lễ xong là thay quần short, xăn tay áo lăn xả vào bếp nấu nướng, thân tình như người trong gia đình chứ không như một số nhà tu hành của mình cứ làm như ông trời con chờ người hầu hạ. Chẳng phải chỉ có anh em nhà Mark mê chơi Bầu Cua mà cả bạn bè hàng xóm người Mỹ cũng thích mê trò chơi này. Chắc nhờ trò chơi đơn giản dễ học lớn nhỏ đều có thể chơi chung và những cái hình ngồ ngộ màu sắc bắt mắt, lại không giới hạn số người tham gia. Trò chơi cũng sôi nổi hào hứng và hồi hộp gay cấn đủ cảm giác chứ không đơn điệu".

Thứ trò chơi dân dã đầy đường trong những ngày tết tưởng là thứ nhà quê, ai ngờ, theo ông Nguyễn Xuân Quang, lại là thứ có nhân sinh quan bác học hết biết. Mấy cái hình xanh đỏ tưởng chỉ dành cho trẻ nhỏ chúng mừng lại là thứ tây tầu cũng mê say. Đúng là con cua con tôm, con cá con nai con gà và…cái bầu đã tạo nên một thế giới đại đồng!

09/2022

THỊT BÒ

Chắc ai cũng đã nghe nói về thịt bò Wagyu của Nhật Bổn. Tiếng Nhật "wagyu" nghĩa là thịt bò. Vậy thì bò nào chẳng…wagyu. Nhưng bò wagyu nổi tiếng thế giới vì thịt nó ngon. Nete Skid, ông nhà văn chuyên viết về ẩm thực, người tự hào đã nếm qua tất cả các loại *steak* trên thế giới, đã ngôn về bò Wagyu: "Có khoảng 300 loại thịt bò wagyu: Miyozaki, Kagoshima, nổi tiếng nhất là Kobe".

Tôi nghe mà thấy mát ruột. Tôi đã tới tận Kobe, ăn thịt bò Kobe, vậy là nhất. Tôi không muốn dài dòng về cái ngon cái ngọt, cái mềm cái thơm của bò Kobe. Chẳng nên nhem thèm người khác một cách vô duyên. Tưởng mình đã ngon nhất thiên hạ nhưng không phải vậy. Có một thứ thịt bò trội hơn thịt bò Kobe. Đó là bò Olive Wagyu. Cũng là bò wagyu nhưng khác các loại thịt bò trước đây vì nó được nuôi bằng bã trái olive. Cứ nhìn vào giá tiền khắc biết đẳng cấp. Hãng Crowd Cow đã nhập cảng vào Mỹ đợt thịt bò đầu tiên với giá

240 đô một *pound* (453.5 *grams*) để thử nghiệm. Thịt chỉ có một *pound* nhưng đi kèm theo là 3 *pound* đá lạnh. Ông Nate Skid cho biết khi mở gói thịt bò thử nghiệm này ra, ông biết ngay đây là thứ thịt bò ngoại hạng!

Thứ bò ăn trùm này được nuôi tại một trang trại trên hòn đảo nhỏ Shodoshima của Nhật, nơi nổi tiếng trồng *olive*. Khí hậu nơi đây rất giống với khí hậu của vùng Địa Trung Hải nên rất thích hợp với cây *olive*. Đảo Shodoshima này cũng đã nuôi bò wagyu từ thế kỷ thứ 8 để kéo xe và làm ruộng.

Vào năm 2006, ông chủ trại Masaki Ishii thấy bã trái *olive* đã được ép làm dầu, tuy còn rất giầu chất dinh dưỡng, nhưng bị bỏ phí nên thử cho bò ăn. Bò chê vì vị đắng và không quen thay đổi thực phẩm. Bị bò…đá, ông chủ trại bò tức khí, nhất định làm cho được. Ông nghĩ ra cách nướng sơ sơ rồi sấy khô *olive* để tạo ra chất đường đậm hơn có thể làm cho bò khoái khẩu. Y chang như dự đoán, ông Masaki không phải bò nhưng nuôi bò lâu năm nên rành khẩu vị của bò. Bò khoái chí tử. Từ đó ông trộn *olive* nướng vào thức ăn của bò vì thấy lợi nhãn tiền. Ông chỉ thấy có vậy chứ không biết là ông đã vô tình làm…cách mạng, tạo ra một thứ thịt bò mọng nước và hương vị đậm đà hơn các thứ thịt bò khác. Nói ông vô tình là nói thiệt. Ông không nhận ra sự khác biệt nhưng những đầu bếp chế biến thịt bò nhận ra ngay khi họ nếm thử. Đó là thứ thịt có vân như đá cẩm thạch với những sợi mỡ màu vàng ươm, ăn vừa mềm vừa có hương vị đặc biệt mà các loại bò wagyu khác không có. Tại Nhật cứ mỗi 5 năm người ta lại tổ chức hội chợ thịt bò wagyu mang tên "Wagyu Olympics" để các chủ trại trên khắp nước Nhật giới thiệu thịt bò. Trong kỳ hội chợ được tổ chức vào năm 2017 kéo dài trong 6 ngày, thịt bò Olive Wagyu đã đánh bại 182 loại thịt bò khác để ẵm giải nhất.

Theo kiểm kê năm 2018, chỉ có khoảng 2.200 bò wagyu được nuôi bằng *olive* trong 70 trang trại. Trang trại lớn nhất cũng chỉ có 300 con. Trại của ông Masaki Ishii ngày nay chỉ còn 12 con! Vì vậy thịt bò olive wagyu cực hiếm. Hầu như không có thịt để xuất cảng. Ông George Owen, Giám Đốc của hội bò wagyu tại Mỹ *(American Wagyu Association)* cho biết là chính ông cũng chưa bao giờ được nếm lọai thịt… vương giả này. Ông thú nhận với đài CNBC: "Chuyện này không có trong ngân sách của tôi. Tôi không kham nổi thứ này!". Ông này nói thiệt. Một *pound* thịt sống giá 240 đô, khi leo lên bàn ăn tại tiệm, nó nhảy lên gấp đôi. Chịu chi thấu. Nhưng không dễ rớ tới miếng thịt bò olive wagyu. Ngay tại Nhật bò olive wagyu cũng không dễ kiếm. Tìm đỏ mắt không ra. Nhiều chủ nhà hàng thịt bò tại Nhật đã thú nhận là chưa hề nghe tới thứ thịt bò này. Ông Joe Heitzeberg, chủ hãng Crowd Cow, đã nói với báo chí: "Ngay tại Nhật, nếu bạn tới một nhà hàng bán *steak* loại sang ở thủ đô Tokyo, tôi cá với bạn là họ chưa hề nghe tới thứ thịt bò *olive* này". Ông Hetzeberg, nói tiếng Nhật như gió, vậy mà phải mất hai năm thương thuyết gian nan mới mang được miếng thịt bò *olive* qua Mỹ để thử nghiệm. Simon Kim, chủ nhân của một nhà hàng chuyên bán thịt bò, có sao Michelin đàng hoàng, tại khu Manhattan, New York, cũng chỉ nghe nói tới thứ thịt bò…Olympic này. Ông cố gắng tìm cho bằng được coi thứ thịt huyền thoại này ra sao. Khi có được, ông cho biết: "Tôi luôn luôn muốn có thứ thịt bò ngon nhất trong nhà hàng. Khi chỉ mới nhìn vào miếng thịt, với những đường mỡ vàng ngậy, tôi đã thấy chấn động".

Giới chuyên gia về thịt bò cho biết là chất *acid oleic* là thành phần làm cho thịt bò có hương vị và kết cấu riêng. Chất này có cả trong dầu *olive* và mỡ bò. Vậy nên thịt bò olive wagyu có hàm lượng *acid oleic* cao hơn các loại thịt bò khác, tới 62.5% lận. Vậy nên ăn trùm thiên hạ. Chuyên gia…bò David Shim nói sau khi thử thịt bò Olive Wagyu: "Vị khác hẳn với các loại thịt bò wagyu khác. Chất béo như tan chảy trong miệng tôi khiến khoái cảm dâng trào, vị ngon khó tưởng tượng có chút mùi *olive*. Thứ thịt này cũng để lại dưới cổ họng tôi vị tiêu cay nhẹ. Mỗi miếng đều có hậu vị".

Thịt bò vẫn được mọi người coi là thứ thịt ngon và nhiều chất bổ. Tôi là một người tin như vậy. Nhưng với tôi, ngon là chính. Nhiều người coi thức ăn như thuốc nên chú trọng tới chuyện bổ béo hơn là ngon miệng. Nếu chỉ chú trọng vào chuyện bổ béo thì bò nào coi bộ cũng bổ ngang bổ dọc được, cứ chi phải bò wagyu. Bò wagyu trọng vào việc ngon miệng. Tôi vẫn nhớ đời với miếng thịt bò Kobe ăn ngay tại Kobe vào năm 2016. Chưa bao giờ trong đời tôi được ăn một miếng thịt bò mềm nhưng không bở, thơm lừng, vị béo quyện vào những thớ thịt như tan dần trong miệng. Ngồi ăn chỉ sợ hết. Nỗi sợ chắc ai đã từng nếm thứ thịt bò này đều cảm thấy vì mỗi người chỉ được ăn giới hạn vào một miếng nhỏ nặng đúng 150 gram. Có tiền cũng không được ăn thêm. Muốn ăn thêm chỉ có cách ra đứng nối vào hàng người dài dằng dặc ngoài vỉa hè trước cửa tiệm.

Chuyện ăn thịt bò Kobe đã khó khăn như vậy, thịt bò olive wagyu còn khó khăn tới mức mô, tôi không nghĩ là sẽ được thưởng thức trong đời. Nhưng sân si vì miếng thịt bò như vậy ngày nay đã trở thành lỗi thời. Bi chừ người ta ăn thịt bò…giả. Đó là thứ thịt bò không cần giết một con bò nào cả mang tên *beyond meat*. Chữ nghĩa nhiều khi lịch sự quá đáng. Thịt giả thì nói quách là thịt giả, bày đặt văn hoa "thịt ngoài thịt".

Tại sao lại là thịt giả? Vì nó không phải là thịt. Vậy là cái chi chi? Nó là một thứ chuyển tiếp. Trước đây người ta ăn chay vì tín ngưỡng. Chỉ là một số ít. Ngày nay người ta, nhất là những người trẻ, không ăn thịt vì nhiều lý do khác. Như bảo vệ môi trường vì chăn nuôi là một ngành gây ra ô nhiễm môi trường rất lớn. Như giữ gìn sức khỏe vì nguy cơ lây bệnh từ động vật. Hay như vì nhân đạo, không muốn sát sinh. Đang là loài ăn thịt, con người muốn chuyển sang loài ăn rau quả. Việc chuyển đổi không phải là chuyện dễ dàng.

Phải qua một thời gian tập tành. Thời gian đó con người phải dùng thịt giả, hay "thịt ngoài thịt".

Chuyện bắt đầu vào năm 2011 khi công ty "Impossible Foods" chuyên sản xuất thịt giả từ thực vật kêu gọi đóng góp được một số vốn khổng lồ là 1 tỷ rưỡi để hoạt động. Trong số những người góp vốn có những tên tuổi nổi tiếng như Jay-Z, Trevor Noah, Katy Perry và nhất là tỷ phú Bill Gates. Một công ty khác là "Beyond Meat" cũng được Bill Gates và tài tử Leonardo DiCaprio giúp vốn. Tỷ phú Bill Gates say sưa với các dự án làm thịt giả nhất vì ông đã nhìn thấy viễn ảnh khủng hoảng lương thực sẽ xảy đến cho nhân loại.

Ông Ethan Brown, người thành lập công ty "Beyond Meat".

Người ta ước tính vào năm 2018, trái đất gồm 36% con người, 60% gia súc và gia cầm, và 4% động vật hoang dã. Người ta cũng dự đoán vào năm 2050, dân số thế giới sẽ tăng lên tới 10 tỷ người. Số nhân loại lúc nhúc này không chỉ cần thêm diện tích đất để ở mà còn cần thêm số lượng lương thực vượt trội hơn. Hiện nay người ta đã phải phá rừng nhiều hơn để lấy đất làm trang trại chăn nuôi hầu có thể cung cấp đủ lương thực cho con người. Các khu rừng nguyên sinh, vốn là lá phổi của nhân loại, cũng đang bị đe dọa tàn phá để đáp ứng nhu cầu căn bản nhất của con người là có đủ miếng ăn. Nếu không sớm tìm ra giải pháp cho tình trạng này thì nhân loại sẽ gặp những hệ lụy tồi tệ cho hệ sinh thái vốn đã rất tồi tệ của trái đất. Một trong những giải pháp cứu nguy cho trái đất là tạo ra thịt từ thực vật và côn trùng hoặc từ phòng thí nghiệm. Đại dịch covid-19 khiến nhiều trại nuôi và giết thịt phải giảm sản xuất, thịt trở nên khan hiếm, giá thịt, nhất là thịt bò, leo thang lên tới...trời. Các bà nội trợ nhìn vào giá thịt bò mà lè lưỡi làm lơ. Cái rủi của đại dịch là cái may để đẩy mạnh sản xuất thịt giả. Tôi để ý thấy tại các cửa hàng, thịt giả đang lấn sân. Ngay cả những tiệm bán đồ ăn nhanh như McDonald's, Burger King, thịt giả cũng đã được dùng.

Thịt giả được chia thành hai loại: *protein* có nguồn gốc từ thực vật *(plant-based)* và *protein* được phát triển trong phòng thí nghiệm từ tế bào thịt *(cell-based)*.

Nói về thịt nuôi cấy trong phòng thí nghiệm trước. Đây là một loại thịt sản sinh bằng cách nuôi cấy các tế bào cơ bắp trong một dung dịch huyết thanh dinh dưỡng và phát triển thành dạng miếng thịt như bắp cơ động vật. Có nhiều loại: thịt nuôi cấy tế bào *(cell-cultured meat),* thịt ống nghiệm *(in-vetro meat),* thịt phòng thí nghiệm *(lab-grown meat)* và thịt tổng hợp *(synthetic meat).* Với nền "nông nghiệp tế bào" tiên tiến này, các nhà khoa học hy vọng trong tương lai sẽ tạo được đủ các thứ thịt khác nhau như thịt heo, thịt gà và cả thịt của những con vật quý hiếm nay đã tuyệt chủng để cho dân nhậu biết mùi vị của loại "đặc sản" này như thế nào.

Lợi thế của các loại thịt sản sinh từ phòng thí nghiệm là có thể gia giảm để có tính dinh dưỡng cao và "sạch" hơn thịt thứ thiệt. Thịt có thể được gia tăng các chất dinh dưỡng cần thiết, loại bỏ những thành phần nguy hiểm thường có trong thịt động vật như chất béo *cholesterol*. Vì được nuôi dưỡng trong môi trường vô trùng nên thứ thịt của phòng thí nghiệm không bao giờ bị ô nhiễm kháng sinh, các loại thuốc tăng trọng lượng hay thuốc trừ sâu như trong thịt chính thống.

Tuy nhiên, hiện nay thịt có nguồn gốc từ thực vật vẫn phổ biến hơn. Phải chấp nhận một điều là thịt giả không bao giờ giống hệt như thịt thiệt được. Ngay các nhà khoa học cũng phải công nhận là không thể chế biến được thứ thịt giả có hương vị y hệt như thịt chính cống. Theo khoa học thì khi chúng ta chiên một miếng thịt bò để làm *hamburger* chẳng hạn, sẽ tạo ra phản ứng *maillard* khiến thịt ngả sang màu nâu giòn có hương vị thơm ngon. Các *amino acids* và phân tử đường có trong thịt sẽ phản ứng với nhau, tỏa ra hương vị cực kỳ phức tạp và khó đạt được bằng cách nhân tạo.

"Cái gọi là thịt" được chế tạo từ các loại đậu, lúa mì, củ dền, nấm và các loại tảo. Ngoài ra các loại côn trùng cũng được dùng để chế biến thành thịt giả. Các nhà khoa học luôn ghi nhớ là đối tượng dùng thịt giả không phải là những người ăn chay mà là những người ăn thịt. Đó là loại người khó tính hơn, cần ăn ngon hơn những người ăn chay vì tín ngưỡng. Không biết có phải vì lý do này không mà thịt giả hiện nay chỉ được dùng nhiều trong các loại bánh *burger*, món ăn nhanh phổ biến nhất tại các quốc gia Tây phương.

Theo giáo sư Joseph Poore của Đại học Oxford thì việc cắt giảm tiêu thụ thịt bò "là một trong những cách tốt nhất để bảo vệ trái đất, không chỉ giảm khí thải nhà kính mà còn gia tăng hiệu quả của đất, nước và tài nguyên thiên nhiên". Bánh *burger* thịt bò giả *(Beyond Burger),* so với thịt bò chính cống, sử dụng ít hơn 99% nước, 93% diện tích đất, thải ra ít hơn 90% khí thải nhà kính và sử dụng ít hơn 46% nguyên liệu.

Cái lợi về môi trường của một chiếc bánh *burger* với thịt giả mà chúng ta thường dùng cho tiện lợi đã rõ ràng nhưng chất lượng để lôi kéo và giữ được lượng khách hàng thích dùng đồ giả là một vấn đề không dễ dàng chút nào. Công ty *"Beyond Meat"* đã phải nhờ tới các chuyên gia sinh học để tìm ra những phân tử tạo nên "chất thịt", sau đó phải tìm kiếm chiết xuất từ thực vật có cấu tạo tương tự để thay thế. Chuyên gia Rebecca Miller giải thích: "Chúng tôi xác định chất thịt dựa trên *protein, carbohydrate, lipid,* khoáng chất và *vitamin,* tất cả các chất có thể tìm được trong thế giới thực vật". Và *beyond burger* được tạo ra với *protein* từ đậu, màu sắc từ củ dền, chất gắn kết từ bột khoai, độ ẩm từ dầu dừa và một ít nước củ dền để tạo cảm giác "chảy máu". Sau một thời gian, các chuyên gia đã nâng cấp thịt giả trong bánh *burger* bằng cách bổ sung thêm gạo lức và đậu xanh để mô phỏng độ kết dính của thịt và bảo đảm dưỡng chất không thua gì thịt bò thật mà hầu như không có *cholesterol.*

Burger với thịt giả có rẻ hơn thứ thiệt không? Thường thì cái chi giả cũng rẻ hơn thiệt. Cái áo cái quần, cái ví cái xách hàng nhái giá rất bèo so với thứ thiệt. Nhưng với *burger* thịt giả thì lại khác. Mắc hơn! *Beyond burger* bán tại Hell's Kitchen ở New York có giá 12,95 đô trong khi thứ thiệt chỉ bán với giá 11,95 đô. Từ năm 2018, khi *beyond burger* được hệ thống siêu thị Whole Foods với 32 ngàn cửa hàng trên khắp thế giới nhận bán, dân chúng coi bộ đã quen với thứ thịt giả nhưng đắt hơn thịt thật này. Với 25 triệu sản phẩm đã được bàn dân thiên hạ tiêu thụ trên khắp thế giới, tương lai của thứ thịt không phải cắt ra từ những con bò nhởn nhơ trong đồng cỏ coi bộ ăn nên làm ra.

Tôi không ưa các loại thức ăn nhanh như *hamburger* nhưng thỉnh thoảng, khi đi *shopping* vẫn làm một cái cho tiện. Giữa các loại thịt tôi vẫn ưu tiên chọn thịt bò. Thịt bò thiệt chính cống bà lang trọc. Ngày nay các cửa tiệm *fast food* đều có bảng mời mọc thứ thịt *beyond meat* nhưng tôi luôn luôn làm ngơ. Dại chi xài hàng giả. Cái miệng đã quen, tội chi thử cái thứ chưa quen, chỉ nghe thôi đã mất cảm tình. Nói vậy, các nhà môi trường học có thể nhìn cái thằng tôi như một thứ khó dậy bảo. Nhưng "răng quen mất nết đi rồi", biết mần răng. Biết là mình "lạc hậu", gàn dở, không theo kịp trào lưu mới nhưng cái nếp đã hình thành từ lúc mới sanh ra đời, bỏ đâu phải dễ. Chẳng có cách nào làm cho con bò cười được. Thôi thì đấm ngực lỗi tại tôi, lỗi tại tôi mọi đàng!

12/2022

TỬ VÌ ĐẠO

Lễ kính các thánh tử đạo Việt Nam được cử hành hàng năm vào Chúa Nhật thứ hai của tháng 11. Năm nay nhằm vào Chúa Nhật 13/11. Trong kỳ phong thánh vào ngày 19 tháng 8 năm 1988, có tất cả 117 vị thánh tử đạo tại Việt Nam được Giáo Hoàng Jean Paul II chính thức phong thánh. Trong 117 vị này chỉ có 96 vị người Việt gồm 37 linh mục, 14 thầy giảng, 1 chủng sinh. Còn lại là giáo dân trong đó chỉ có một phụ nữ là thánh Anê Lê Thị Thành. Còn 21 vị khác không phải là người Việt. Đó là các thừa sai qua Việt Nam truyền đạo gồm 11 vị gốc Tây Ban Nha: 6 giám mục và 5 linh mục dòng Tên. Mười vị gốc Pháp: 2 giám mục và 8 linh mục thuộc Hội Thừa Sai Paris.

Tất cả 117 vị này bị hành hình chỉ vì họ nhất định không chối đạo. Họ hy sinh từ năm 1733 tới 1862. Nếu ghép vào các triều đại thì có 2 vị bị giết vào thời chúa Trịnh Doanh, 2 vị thời chúa Trịnh Sâm, 2 vị dưới thời vua Cảnh Thịnh, 58 vị dưới thời vua Minh Mạng và 50 vị dưới thời vua Tự Đức.

Đó là những vị được phong thánh vào năm 1988. Nếu tính số người tử vì đạo thì con số lớn hơn nhiều. Theo ước tính thì trong hai thế kỷ 18 và 19, có khoảng từ 130 ngàn tới 300 ngàn tu sĩ và giáo dân Việt Nam tử đạo tất cả.

Lễ phong thánh đã được cử hành trọng thể tại Vatican vào ngày 19/6/1988. Nhà cầm quyền Việt Nam phản đối buổi lễ này vì cho rằng trong số những vị được phong thánh có nhiều người là tay sai của đế quốc. Họ cấm người Việt Nam trong nước qua Vatican tham dự buổi lễ long trọng này. Con số khoảng trên 8 ngàn con dân đất Việt có mặt tại Vatican trong dịp này toàn là những người Việt sống tại hải ngoại.

Khi tin về ngày tổ chức lễ phong thánh vừa được loan báo, các khách sạn lớn chung quanh Vatican đã nhộn nhịp

Rước các thánh tử đạo Việt Nam đêm trước lễ phong thánh tại Vatican.

nhận đặt phòng. Một năm trước ngày lễ, tất cả các phòng đã được đặt hết. Người ta dự đoán số người tham dự khoảng 5 ngàn. Ba tháng trước lễ, con số người Việt dự tính về Vatican tham dự đã lên tới 8250 người từ 27 nước tại Á châu, Úc châu, Âu châu và Mỹ châu. Lần đầu tiên cái nôi của giáo hội công giáo chật ních con dân đất Việt. Họ tràn ngập các tiệm ăn, tiệm bán đồ kỷ niệm. Áo dài Việt Nam đầy màu sắc được nhiều người, cả phái nam lẫn phái nữ, hãnh diện mặc và di chuyển trên khắp đường phố. Nhưng Việt Nam nhất là cuộc rước kiệu các thánh tử đạo vào đêm hôm trước lễ phong thánh. Đức Ông Trần Ngọc Thụ mô tả : *"Cuộc rước kiệu là một cảnh tượng hết sức tân kì và vô cùng ngoạn mục, nhất là trước con mắt người ngoại quốc. Họ trèo lên tường, lên đế cột đèn điện, lên ghế cá nhân để bàn tán, chiêm ngưỡng. Đây là công lao vượt mức trong việc chuẩn bị, may sắm, tập dượt, từ ca nhạc đến đoản kịch, nghi lễ…đủ mọi bộ môn theo truyền thống văn hóa dân tộc. Phải ca ngợi và thán phục tinh thần phục vụ tối đa của các giáo dân Việt Nam tại Mỹ châu trong dịp này. Từng đoàn quý ông mặc áo thụng màu xanh, từng đoàn quý bà mặc áo dài nhung, gấm màu đỏ; rồi đồng phục màu vàng của các ca đoàn, của 50 em thiếu nhi trong ban vũ đến từ Portland. Đấy là chưa kể đến các thiếu nữ trong đội lính thú thời xưa với binh phục nón cối xà cạp đỏ và Ban Văn Tế, đội chiêng trống, lọng chầu…với y phục nghi lễ Á Đông. Người bản xứ rất thích thú trước hoạt cảnh một vị hương chức trong y phục đại lễ cổ truyền với khăn xếp màu đỏ, cứ tiến một bước lại lui một bước, và trịnh trọng điểm một dùi trống lên mặt chiếc đại cổ (trống lớn) do hai chàng thanh niên vạm vỡ khiêng trên vai. Lúc 21 giờ đêm, từ Điện Vatican, chứng kiến cuộc rước kiệu này, Đức Thánh Cha Gioan Phaolô II đã cho lệnh mở cửa sổ Văn phòng để đích thân ban phép lành cho đoàn con Việt Nam đang diễn hành trên Quảng trường Thánh Phêrô".*

Ngày lễ phong thánh, mười ngàn người Tây Ban Nha và bốn ngàn người Pháp, hai quốc gia có các thánh tử đạo tại Việt Nam cũng được phong thánh trong ngày hôm nay, hợp cùng các giáo dân địa phương tới chật ních quảng trường thánh Phê-Rô. Đại lễ do Đức Giáo Hoàng chủ tế với 28 Hồng Y, Giám Mục và Linh Mục đồng tế. Ba ca khúc Việt Nam được hát bằng tiếng Việt do ca đoàn tổng hợp Việt Nam tại Mỹ trình bày trong buổi lễ gây sự chú ý của mọi người. Đó là các ca khúc: "Ngày Vinh Thắng" của Linh mục Ngô Duy Linh, "Khúc Trầm Hương" của Dao Kim và "Tiếng Nhạc Oai Hùng" của Hải Linh.

Đại lễ phong thánh này là kết quả của những nỗ lực bắt đầu từ ngày 25/8/1985 khi vào lúc 10 giờ đêm, Hồng Y Trịnh văn Căn, Chủ Tịch Hội Đồng Giám Mục Việt Nam, lúc đó đang ở Roma, tới gặp Đức Ông Trần Ngọc Thụ. Ngài nói: *"Vấn đề nhiêu khê chính là vấn đề xin phong thánh cho các Chân Phúc Tử Đạo Việt Nam. Trước kia, rồi đến đời Đức cố Hồng Y Trịnh Như Khuê, đã 4 lần xin các vị ngoại quốc đảm nhiệm, nhưng rồi vẫn chưa tới đâu. Tuy nhiên, đây là vấn đề tha thiết và khẩn trương. Ngày nay đã có nhiều linh mục Việt Nam tại Rôma, trong số đó, có cha và cha đã có kinh nghiệm nhiều năm tại Tòa Khâm sứ Tòa Thánh tại Sài Gòn, tôi muốn giao công tác này cho cha không biết cha có*

Quang cảnh đại lễ phong thánh tử đạo Việt Nam tại Vatican.

nhận lời hay không". Đức Ông Thụ run sợ trước một nhiệm vụ to tát nhưng đức vâng lời đã khiến cha cúi đầu nhận. Như có sửa soạn từ trước, Hồng Y Trịnh văn Căn rút từ trong túi áo một văn thư đã đánh máy, đóng dấu và ký sẵn. Lá thư ủy nhiệm cho cha Thụ làm Cáo Thỉnh Viên vụ án phong thánh các chân phúc tử đạo Việt Nam. Ngày hôm sau, Hồng Y Căn về lại Hà Nội sau khi căn dặn cha Thụ: phải làm trong thinh lặng, không làm rùm beng và phải hoàn tất nhanh, tối đa là hai năm. Khi đó tại Việt Nam có tất cả 41 Giám mục nhưng vì hoàn cảnh, chỉ có một mình Hồng Y Căn ký vào bản thỉnh nguyện.

Trong 600 ngày miên man làm việc sau đó, cha Thụ đã phải nhờ tới sự cộng tác của ba Hội đồng Giám mục Tây Ban Nha, Pháp và Phi Luật Tân, để tạo thêm sức mạnh cho cáo thỉnh phong thánh. Ba Hội Đồng Giám Mục này đã làm thêm ba cáo thỉnh riêng hỗ trợ cáo thỉnh của Việt Nam. Đây là lần đầu tiên trong lịch sử hai ngàn năm của Giáo Hội Công Giáo Vatican mới có một vụ xin phong thánh tới 117 vị cùng một lúc.

Tôi có cái may mắn được gần gũi Hồng Y Trịnh văn Căn, linh hồn của cuộc phong thánh tử đạo Việt Nam, khi ngài còn là phó xứ Hàm Long. Khi đó tôi còn học tại trường tiểu học Trần văn Thưởng trong khuôn viên nhà thờ, đồng thời tham gia ban giúp lễ và ca đoàn nhà thờ Hàm Long. Tối ngày ở nhà thờ, tôi được cha Căn coi như...bạn. Có chuyện gì cần cha đều kêu tôi. Thường thì cha nhờ chép lại các bản dịch sách đạo mà cha dịch hồi nào tôi không hay. Ban...chép sách này thường gồm vài học sinh mà cha Căn chọn lựa. Hồi đó học sinh được nghỉ học ngày thứ năm, chúng tôi thường tới phòng cha ngồi chép. Cha lại quả công lao bằng các loại kẹo bánh ngon tuyệt vời. Vì đó là các thứ làm tại Tây. Bánh kẹo Tây thơm ngon mê tơi. Cha Căn tướng tá cao lớn, da ngăm đen, nhưng có nụ cười thật hiền. Khi cha lên làm Hiệu Trưởng trường Dũng Lạc, bên hông nhà thờ Lớn, thì tôi cũng theo học tại đây. Cha con đoàn tụ. Tôi ra vào phòng hiệu trưởng như người nhà! Cho tới khi di cư, tôi theo gia đình vào Nam, cha ở lại. Tôi vẫn theo dõi tin tức của cha. Cha được thụ phong Giám Mục, rồi Hồng Y.

Trong cáo thỉnh phong thánh, cha Anrê Dũng Lạc được đứng tên đại diện các chân phước. Không biết đây có phải là ý kiến của Hồng Y Trịnh văn Căn, trước đó đã từng là Hiệu Trưởng trường Dũng Lạc không? Trong bài giảng ngày lễ phong thánh, Đức Giáo Hoàng Jean Paul II đã đặc biệt nhắc tới cha Anrê Dũng Lạc: *"Trong các vị Tử Đạo hôm nay, đi tiền phong có Thánh Vinh Sơn Liêm, dòng Đa Minh là người Việt tử đạo đầu tiên năm 1733. Rồi tới Linh mục Anrê Dũng Lạc, sinh trưởng trong một gia đình rất nghèo khó, bên lương, từ nhỏ đã phải "bán" cho một thầy giảng dậy giáo lý, nhưng rồi Chúa cho tới chức Linh mục năm 1823, được bổ nhiệm chánh xứ và đương nhiên trở thành nhà truyền giáo trong nhiều địa hạt. Nhiều lần đã bị lao tù, nhưng vẫn được giáo dân tốt lành đem tiền chuộc về, trong khi bản thân ngài mong chờ được chết vì Chúa. "Những người chết vì Đức Tin - ngài nói – thì lên Thiên Đàng thắng rằng; tại sao chúng ta cứ phải ẩn náu, phải tốn tiền đút lót cho quan quyền: thà để cho chúng tôi bị bắt và rồi tử đạo có phải hơn không?". Thực ra, vẫn một ý chí hăng say và được ơn Chúa nâng đỡ, ngài đã anh dũng chịu trảm quyết tại Hà Nội ngày 21-12-1839".*

Tôi nhớ mang máng là tại nhà thờ Kẻ Sét, trong khuôn viên ngay trước nhà thờ có hai ngôi mộ giả của hai vị tử đạo. Một của cha Dũng Lạc, một của cha Martino Tạ Đức Thịnh. Tôi không chắc chắn trí nhớ của tôi khi đó còn là một bé trai mới bảy tám tuổi nên cố tìm kiếm. Thế hệ cha mẹ tôi đã về với Chúa hết nên tôi mất một nguồn tin chắc chắn đã biết. Tôi hỏi một số anh chị em thế hệ tôi, không ai còn nhớ. Vào hỏi Google, chàng cũng làm lơ. Thôi thì cứ cho mình nhớ đúng cho vui. Vui vì sau này tôi lại là học sinh của trường Dũng Lạc, Hà Nội. Vui hơn vì cha thánh Martino Tạ Đức Thịnh, một trong 117 vị được phong thánh, là tiền bối dòng tộc của tôi.

Thánh tích xương thánh Dũng Lạc lưu giữ tại dòng Đồng Công, Missouri, Hoa Kỳ.

Làng Giáp Bát quê tôi chỉ cách Hà Nội 6 cây số về phía Nam, nay đã sát nhập vào Hà Nội. Thánh Martino Tạ Đức Thịnh là dân chính gốc làng Giáp Bát, thuộc xứ Kẻ Sét. Ngài sanh năm 1760 tại làng, khi đó gần kinh thành Thăng Long, cách nơi đặt trụ sở truyền giáo của linh mục Alexandre De Rhodes khoảng 3 cây số. Ngày đó sông Kim Ngưu chảy qua địa phận làng dẫn vào kinh thành và con đường cái quan cũng đi qua làng nên việc truyền đạo rất thuận lợi. Làng Giáp Bát, nôm na gọi là Làng Tám, thuộc xứ Kẻ Sét, là một làng công giáo toàn tòng nằm giữa các làng khác phần lớn không phải công giáo. Linh mục Thịnh mà gia đình chúng

Mũ của các thánh tử đạo và cuộn giây thừng dùng để tra tấn hiện lưu giữ tại dòng Đồng Công, Missouri, Hoa Kỳ.

tôi thường gọi là "cụ thánh Thịnh", là con thứ tám trong một gia đình có 9 người con. Khi tới tuổi trưởng thành, gia đình tìm mai mối để ngài lập gia đình thì ngài từ chối và đi tu. Ngài chịu chức linh mục vào thời vua Cảnh Thịnh. Vốn thông minh và có kiến thức sâu rộng, ngài được làm thư ký cho Giám mục Jacques Longer. Khi vua Gia Long kinh lý Hà Nội, cha Thịnh được tháp tùng Giám mục Longer yết kiến vua. Nhưng tới khi vua Minh Mạng tuần du Hà Nội, Giám mục Longer đã cử linh mục Thịnh tới yết kiến nhưng không được nhà vua tiếp vì vua vốn không ưa đạo công giáo.

Linh mục Thịnh sống rất giản dị. Khi đi thăm giáo dân,

cha không cho phép dọn cỗ bàn đón tiếp long trọng. Thấy nơi nào đường xá lầy lội, cha đã giúp dân sửa sang. Ai làm sai, ngài không phạt mà nhỏ nhẹ khuyên bảo. Cha cũng đặc biệt chú ý vào việc uốn nắn, xây dựng cho trẻ em biết sống đạo đức.

Khi đang làm cha xứ tại Trình Xuyên, cha Thịnh bị ung nhọt bên má, rồi lan xuống cằm, miệng, máu mủ chảy ra rất hôi hám. Một giáo dân đã đưa cha tới Kẻ Báng, gần Nam Định, nơi có một thày lang giỏi, chữa cho ngài. Khi đó là thời vua Minh Mạng đang cấm đạo. Tổng Đốc Nam Định là Trịnh Quang Khanh cho người tới Kẻ Báng dò la vì được mật báo làng này có chứa linh mục công giáo. Cha đã được giáo dân che giấu. Tổng Đốc Trịnh Quang Khanh tức giận cử cả ngàn binh lính đến vây và cướp phá làng. Cha bèn ra đầu thú. Thấy cha già nua bệnh tật, Tổng Đốc dụ cha "quá khóa" tức bước qua thánh giá rồi sẽ tha. Cha từ chối. Cha bị đóng gông giải về Nam Định. Bữa đó là ngày 31/5/1840. Cha bị giam tại Trại Lá. Tổng Đốc lại dụ dỗ nhưng cha vẫn lắc đầu. Cha bị phơi nắng cả ngày không được uống nước. Sau 5 tháng giam cầm, tra khảo, đe dọa, dụ dỗ không có kết quả, vị Tổng đốc khép án trảm quyết. Án được chuyển về kinh đô, vua Minh Mạng châu phê y án và lệnh cho thi hành ngay. Ngày 8/11/1840, cha Thịnh bị chém đầu. Lính phải chém tới ba lần đầu ngài mới rơi xuống. Thân xác ngài được chôn cất tại Vũ Điện, sau cải táng về chôn tại Kẻ Sét.

Gia đình tôi có một cơ ngơi khá rộng rãi nằm bên ngoài làng Giáp Bát, ngay bên đường xe lửa và quốc lộ. Từ quốc lộ có một con đường đất ngoằn ngoèo dài khoảng 300 thước

Bên ngoài đền kính thánh Martino Tạ Đức Thịnh tại Kẻ Sét.

tới cổng làng. Trong khuôn viên nhà có một gian thờ "cụ thánh Thịnh". Gian thờ này khá rộng, phía trước là một lớp cửa ván gồm nhiều thanh ván ghép lại, có thể mở riêng từng tấm. Ngoại trừ những dịp lễ, gian thờ này luôn đóng kín rất tối tăm. Đây là nơi lý tưởng cho lũ trẻ chúng tôi chơi trốn tìm tuy sự âm u khiến không đứa nào dám vào một mình. Giữa gian thờ có một bàn thờ bề thế sơn son thếp vàng. Giữa bàn thờ là một chiếc hộp có hai cánh cửa mở giống như nhà tạm để mình thánh Chúa tại các nhà thờ. Hồi nhỏ lũ trẻ chúng tôi không được tới gần bàn thờ nên không biết bên trong chiếc hộp này chứa đựng gì. Khi chiến tranh Pháp Việt xảy ra, gia đình tôi phải tản cư như mọi người. Khi hồi cư vào năm 1947, vì lý do an ninh, gia đình tôi lên ở Hà Nội, khu chợ Hôm. Lần đầu theo người lớn về thăm thú lại nhà cũ, tôi thấy nhà cửa tan hoang. Gian thờ rộng mở toang hoác, bàn thờ bị phá nát. Tôi không biết mọi người lom khom tìm kiếm cái chi dưới đất mà có vẻ rất căng thẳng. Cuối cùng, vật thất lạc cũng được tìm ra. Mảnh xương của cụ thánh Thịnh được cất giữ tôn kính trong chiếc hộp giữa bàn thờ. Đây là lần đầu tôi thấy dấu tích thánh này. Đó là một vuông vải gấm nhỏ được may thành hình vuông, mỗi bề khoảng hai đốt ngón tay. Mặt trên cùng là một miếng kính có thể nhìn thấy mẩu xương thánh bên trong. Tôi không biết mẩu xương này sau đó được cất giữ ra sao.

Năm 2001, lần đầu tiên tôi trở về thăm làng. Không còn những con đường đất ngoằn ngoèo, không còn cây gạo nơi cửa làng, không còn nghĩa địa làng mà hồi nhỏ tôi phải chạy mỗi khi đi ngang qua. Tất cả đã thay đổi. Chỉ còn lại ngôi

Bên trong đền kính thánh Martino Tạ Đức Thịnh vừa được khánh thành ngày 5/11/2022

nhà thờ và mảnh ao tròn phía trước. Tôi vào nhà thờ. Bên phía trái có một bàn thờ kính thánh Martino Thịnh nho nhỏ.

Khi viết bài này tôi mới biết tin mới nhất là vào ngày thứ bảy 5/11/2022 vừa qua, Đức Tổng Giám Mục Hà Nội Giuse Vũ văn Thiên đã về xứ Kẻ Sét khánh thành đền thánh tử đạo Martino Tạ Đức Thịnh, nằm cách nhà thờ 50 thước. Đức Tổng Giám Mục Hà Nội đã nói trong bài giảng: *"Chúng ta ở đây đều là hậu duệ thiêng liêng do máu Thánh tử đạo sinh ra, cụ thể là Thánh Martinô Tạ Đức Thịnh (1760-1840) – tử đạo quê hương. Ngài đã dùng chính mạng sống của mình để xác tín đức tin và nhờ đó chúng ta có hồng ân đức tin và có cộng đoàn giáo xứ đầy sức sống như ngày hôm nay".*

Cuối lễ, mọi người đã được hôn kính xương thánh. Tôi bỗng rưng rưng nghĩ tới mẩu xương thánh năm xưa vương vãi dưới đất sau những tan tác của chiến tranh. Cuối cùng, một mảnh thân xác của "cụ thánh Thịnh" đã được tôn kính trong một ngôi đền dành riêng cho vị thánh tổ tiên của dòng họ tôi. Tính từ ngày ngài mất vào năm 1840 tới ngày có được một ngôi đền riêng kính ngài năm 2022, thời gian là 182 năm!

11/2022

VÁI

Trên Tik Tok ngày 3/12 vừa qua, có một đoạn *video* làm xúc động mọi người. Trong buổi lễ ra trường Đại học Nakhon Si Thammarat, cô Ying Chanita, người Thái, khoác lên người anh trai bộ lễ phục tốt nghiệp và quỳ rạp dưới đất vái lạy anh. Đáng lẽ Chanita đã tốt nghiệp từ năm 2018 nhưng vì đại dịch *covid* và khó khăn về tài chánh nên tới năm nay, 2022, cô mới hoàn thành việc học. Chính người anh này đã hy sinh, bỏ học, đi làm lấy tiền nuôi em học tới thành tài. Trên 10 triệu người đã vào coi màn vái lạy cảm động này. Người anh đã cúi xuống, chạm tay vào đầu em gái để thể hiện sự đón nhận lòng biết ơn của cô em gái.

Tôi đã một lần bối rối với cử chỉ vái lạy của người Thái. Cháu gái, con của chú em trai út của tôi, thành hôn với một anh người Thái. Tôi bay qua Houston dự lễ cưới. Vợ chồng tôi được em trai giới thiệu với ông bà sui gia của chú. Khi được biết tôi là anh cả và cha mẹ tôi đều đã qua đời, hai vợ

Cô gái người Thái Lan cúi người sát đất cảm ơn anh trai trong lễ tốt nghiệp - Ảnh chụp từ màn hình.

chồng quỳ ngay xuống sàn, gập người xuống cám ơn. Vợ chồng tôi quá bối rối vì bất ngờ. Tôi vội đứng dậy, nhấc hai vợ chồng ông bà sui gia lên và chắp tay trả lễ.

Vái lạy là cử chỉ biểu thị lòng biết ơn hoặc kính trọng người đã làm ơn cho mình của người Thái. Vái tiếng Thái là *wai*. Thường thì đây là một kiểu chào của người Thái khi tới chơi hoặc khi ra về nhà người khác. Họ áp hai lòng bàn tay vái nhau như kiểu cầu nguyện và cúi đầu. Độ cao của đôi bàn tay so với khuôn mặt và độ thấp của cái cúi đầu biểu tỏ mức độ tôn trọng và sùng kính người khác.

Wai là một phần rất quan trọng trong cách xử thế của người Thái. Người ngoại quốc thường bối rối trước cử chỉ chào hỏi trịnh trọng này. Tôi đã quá bối rối khi được vợ chồng ông bà sui gia của chú em quỳ lạy. Thường thì người ngoại quốc chỉ nhận được cái cúi đầu chào hỏi kèm theo câu chào *sawatdi kha* nếu là nữ hoặc *sawatdi khrap* nếu là nam. *Sawatdi* có nghĩa là "mong cho điều tốt lành tới với bạn".

Chúng ta chỉ cần cúi đầu đáp lễ hoặc chắp tay trước ngực, mắt nhìn xuống, tránh nhìn thẳng vào mắt người đối diện, để tỏ lòng tôn trọng. Cách chào hỏi của người Thái rất tinh tế. Khi chào người lớn tuổi hơn, tay chắp nâng cao chạm vào mũi. Vái Phật hoặc chào hoàng gia hay bậc tu hành, tay chắp chạm vào trán, cao hơn lông mày. Chào người cùng trang lứa, tay chắp trước ngực. Tay chắp càng cao, sự tôn trọng càng nhiều. Khi trả lễ, độ cao của tay chúng ta cũng như vậy.

Vái người tu hành tại Thái.

Có hai điều mà người Thái rất tôn trọng: hoàng gia và cái đầu. Hoàng gia là nền tảng trong văn hóa Thái Lan. Không chỉ có vua mà tất cả thành phần trong hoàng gia đều được tôn trọng. Từ ngoài đường phố tới trong các cửa hàng, khách sạn, chỗ nào cũng có vua ngồi. Vua đã thăng hà cũng như vua đang trị vì. Trong khách sạn tôi trú ngụ tại Thái Lan khi tới du lịch xứ này, có nhiều bàn thờ các vua chúa. Họ thay đồ cúng, hoa quả, nước uống hàng ngày. Du khách như tôi, chúng ta đã cho vua đi chơi từ lâu, nên lòng kính trọng coi bộ không có. Canada chúng tôi hiện vẫn còn đội trên đầu một ông vua: vua của nước Anh. Chúng tôi chỉ có Thủ Tướng, Quốc Trưởng vẫn phải là vua nước Anh. Nhưng người dân Canada coi bộ không mặn mà, nói chi là tôn kính, ông vua đi mượn này. Với ý nghĩ đó, nhìn người Thái tôn thờ vua, tôi thấy hơi kỳ cục. Nhưng nhập gia tùy tục, tôi vẫn cứ phải rón rén đi qua mỗi bàn thờ hay ảnh tượng của vua và hoàng hậu khi di chuyển trong khách sạn.

Cái đầu của mỗi người cũng là nơi được tôn trọng nhất dù là đầu của một đứa con nít. Đây là nơi linh thiêng nhất của con người. Không nên tùy tiện chạm vào đầu người khác. Thói tục xoa đầu con nít để tỏ thân tình chúng ta thường làm không nên áp dụng tại Thái. Cái đầu ở trên cùng, cái chân ở dưới chót. Vậy nên cái chân là thứ bị coi khinh nhất trong cơ thể mỗi người. Khi ngồi, nhớ không bao giờ để chân cao hơn đầu người khác. Dân Thái không bao giờ ngồi mà để chân chĩa vô người đối diện. Chĩa hay chạm vào bất cứ thứ gì bằng chân đều được coi là bất lịch sự. Chỉ tay vào người khác cũng bị coi như một cách thiếu tôn trọng.

Dân Nhật cũng cúi đầu chào người khác như dân Thái. Họ có cả một văn hóa chào rất bài bản. Cách chào thông thường nhất là *eshaku*, dùng khi giao tiếp với người đồng lứa. *Eshaku* là "khẽ cúi chào". Người hơi cúi xuống khoảng

15 độ trong một giây, hai tay để dọc bên hông. Nếu muốn cám ơn người đối diện thì nói *arigato*. Tôi thường bắt gặp kiểu chào này khi rời một tiệm bán đồ sau khi coi hàng mà không mua gì cả. Nếu chi tiền mua đồ thì cái chào cám ơn *arigato* đậm đặc hơn nhiều. Nụ cười của các cô bán hàng cũng tươi hơn. Đồng tiền có thể mở ra được nhiều thứ.

Trịnh trọng hơn là kiểu *keirei*. Người gập xuống khoảng 30 độ trong vòng 2 hoặc 3 giây. Đây là loại giao tiếp thường dùng với khách hàng hoặc các đồng sự. Cách này có lẽ thường dùng nhất vì nó phải chăng. Không lơ là quá nhưng cũng không trịnh trọng quá. Cái chi trung dung cũng tốt.

Saikeirei là cách chào trịnh trọng nhất thường được dùng để bày tỏ lòng kính trọng, biết ơn sâu sắc hoặc xin lỗi người đối diện. Người cúi chào kiểu *saikeirei* gập người 45 độ một cách từ tốn, giữ nguyên tư thế trong 3 giây hoặc lâu hơn với thái độ thành kính nhất. Người Nhật thường sử dụng kiểu chào này trước bàn thờ trong các đền Thần Đạo, chùa của Phật giáo, trước quốc kỳ và trước Thiên Hoàng.

Cùng thực hiện các kiểu chào này nhưng nam nữ có sự khác biệt. Nữ đặt bàn tay với các ngón duỗi thẳng trước người rồi mới cúi chào để thể hiện sự duyên dáng và mực thước. Nam cũng duỗi thẳng các ngón tay nhưng khép hai bàn tay sát sườn để tạo phong thái mạnh mẽ và tự tin.

Nếu đang ngồi trên sàn thảm *tatami* thì phải quỳ chào. Hai bàn tay úp sấp và chụm vào nhau, đặt khum khum trước mặt, đầu cúi thấp cách mặt sàn khoảng từ 10 tới 15 phân. Các động tác từ khi bắt đầu quỳ cho đến khi đứng dậy và kết thúc tư thế chào đều phải thực hiện một cách từ tốn và nhẹ nhàng.

Chào hỏi kiểu này thấy mệt! Nhưng người dân Nhật đã quen giữ lễ từ nhỏ nên với họ đã trở thành quán tính. Hình như họ không ngại cúi gập người, khi 15 độ, khi 30 độ, khi 45 độ. Lối chào kính người khác khiến mọi người tôn trọng lẫn nhau, tránh những va chạm không cần thiết trong cuộc sống hàng ngày. Nếu một cô gái chào kính, chúng ta sẽ thấy nữ tính được biểu lộ một cách duyên dáng đáng yêu. Có lẽ tôi là du khách, chỉ ở Nhật trong một thời gian ngắn, nên rất khoái chí khi thấy dân Nhật lễ phép một cách đáng yêu như vậy.

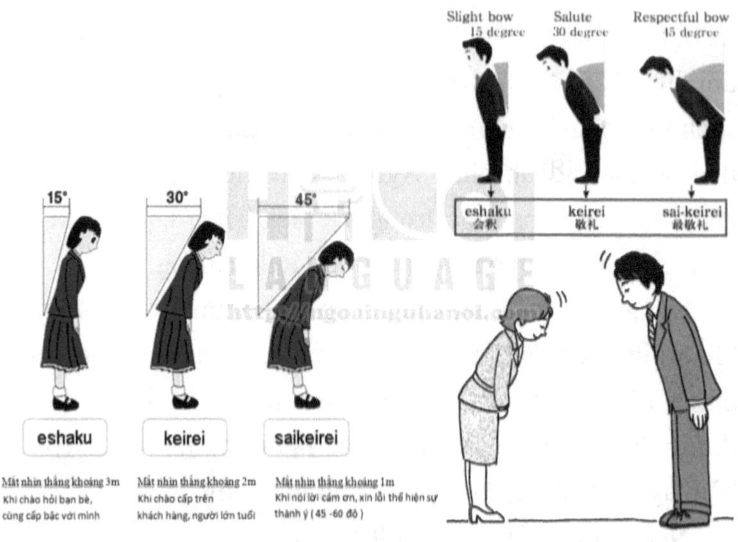

Các kiểu chào của Nhật.

Ngày nay giới trẻ Nhật được tiếp xúc với nhiều nền văn hóa khác đã thấy cách chào của dân tộc họ là rườm rà và phiền toái. Đời sống hiện đại đòi hỏi con người nhậm lẹ, cứ vái chào cả ngày mất biết bao thời giờ quý báu trong cuộc sống tất bật hàng ngày. Tuy nhiên trường phái "thực tế" này bị phần lớn dân Nhật bác bỏ. Họ vẫn muốn duy trì nét văn hóa đặc trưng của cha ông. Họ cho đó là cách ứng xử dựa vào sự tôn trọng bản thân và tha nhân độc đáo của một dân tộc biết tự trọng và đầy nhân cách. Người ngoại quốc khi tới Nhật cũng cảm thấy mình và mọi người được tôn trọng hơn. Tôi có được coi tấm hình Tổng Thống Obama gặp Nhật Hoàng, ông cúi gập người thành góc 45 độ. Nếu không hiểu được phong tục của Nhật, thấy ông *tonton* nước Mỹ có vẻ hạ mình thần phục Nhật hoàng quá đáng.

Tôi đã nhiều lần tới Nhật, mua bán sắm sửa cũng nhiều, rất tôn trọng các cô gái bán hàng cúi người chào khi tôi bước vào cửa hàng, cúi đầu khi trả lời một câu hỏi của khách hàng và cúi đầu cám ơn khi trao gói hàng cho khách. Nhìn thấy các cô gái xinh đẹp, tươi mát, trẻ trung cúi đầu chào là sướng mê tơi, chẳng cần biết các cô cúi chào kiểu gì, vào mức độ nào. Chỉ thầm đoán chắc các cô gái Nhật đều dẻo dai khi cả ngày cúi đầu nghiêng người như vậy!

Trong con mắt du khách chúng ta, tưởng hai lối chào của Thái và Nhật xêm xêm như nhau. Nhưng không phải. Một người Thái Lan đã phân biệt lối chào của Nhật và của Thái như sau: "Ở Thái Lan, chúng tôi cúi chào như ở Nhật Bổn nhưng cách thức có một chút khác biệt. Cúi chào kiểu Thái là một phong cách *gassho*, trong đó bạn đặt hai tay của mình vào nhau trước ngực và cách cúi chào thường gọi là *wai*".

Chẳng cứ Thái Lan hay Nhật Bản, người dân Hàn quốc cũng có một truyền thống chào rất sâu sắc. Họ chịu ảnh

Tổng Thống Obama cúi chào Nhật Hoàng.

hưởng nhiều từ Nho giáo. Dân Việt chúng ta cũng chịu ảnh hưởng của Nho giáo nên các cụ xưa kia cũng đối đãi với mọi người trong tinh thần của đạo Nho. Đại khái hệ thống đạo đức này dậy con người thể hiện lòng kính trọng người khác, nhất là những vị cao tuổi. Người Hàn cũng cúi đầu chào người cao tuổi hay có địa vị hơn mình. Chúng ta cũng thường dậy con trẻ khoanh tay cúi đầu khi chào hỏi người lớn. Các sách dậy trẻ em ngày xưa đều chú trọng vào sự kính trọng người lớn. Nhiều bài trong các sách Quốc Văn Giáo Khoa Thư đã được thế hệ chúng tôi tiếp nhận và thực hành. Từ cách tôn trọng người lớn tuổi, giúp đỡ người già cả, ngả mũ cúi chào khi gặp đám tang đã được chúng tôi thuộc nằm lòng và thực hành một cách nghiêm túc.

Học sinh Hàn quốc cho tới nay vẫn được dậy dỗ như vậy nên dân tộc này vẫn còn giữ được những lễ nghĩa cổ truyền. Nhưng trong thời đại ngày nay khi sự giao tiếp của người dân bản xứ với các dân tộc khác ngày càng nhiều, người Hàn quốc một mặt vẫn giữ cách chào hỏi truyền thống của mình nhưng đồng thời cũng không đòi hỏi du khách thuộc nhiều quốc gia có nền văn hóa khác họ phải hành xử như họ. Một giới chức Hàn đã phát biểu: "Người Hàn quốc sẽ bỏ qua nếu du khách vô tình phá vỡ nguyên tắc. Hàn quốc đã hội nhập trong nhiều thập niên qua, người dân chúng tôi cũng đã quen thuộc với văn hóa phương Tây và không kỳ vọng khách nước ngoài hiểu hết phép giao tiếp truyền thống của chúng tôi".

Ngoài những quy tắc chào hỏi, người dân Hàn quốc còn có truyền thống giúp đỡ người khác, rất tận tình với du khách tới nước họ. Trong những lần du lịch tới Seoul, tôi đã cảm nhận được sự tử tế của người dân đất nước này. Họ không nề hà giúp đỡ du khách như giúp đỡ bạn bè thân thuộc.

Giáo sư Nguyễn Hưng Quốc, hiện sinh sống tại Úc, có nhiều kinh nghiệm về sự tử tế của dân chúng Đại Hàn. Ông kể: *"Ở Hàn Quốc, ít nhất là ở thành phố Seoul, nơi tôi chỉ ghé lại có hơn một tuần, tôi gặp nhiều người tử tế đến độ*

Hỏi đường: 10K / lượt

tôi có cảm tưởng đó là một nét chung của một nền văn hoá và một xã hội. Chỉ xin nêu một ví dụ nhỏ: việc hỏi đường. Ở Seoul, tôi tận dụng thời gian ít ỏi để đi thăm viếng thật nhiều nơi. Thường đi bằng các phương tiện giao thông công cộng. Phải thừa nhận là phương tiện giao thông công cộng ở Seoul cực tốt. Tốt hơn Úc và Mỹ, đã đành. Có lẽ nó cũng tốt hơn cả London ở Anh và Paris ở Pháp nữa. Dù tôi đã khá quen thuộc với việc sử dụng các phương tiện chuyên chở công cộng ở Pháp và Anh, đến Seoul, nhất là mấy ngày đầu, tôi cũng rất ngỡ ngàng. Ngỡ ngàng về đường xá. Ngỡ ngàng về phương hướng. Ngỡ ngàng về quy trình và lộ trình giao thông. Nhưng ngỡ ngàng nhất là vấn đề ngôn ngữ. Ở các trạm xe buýt cũng như các ga xe điện ngầm đều có cả tiếng Hàn lẫn tiếng Anh. Nhưng phần tiếng Anh tương đối hiếm và có lúc không nhất quán. Ví dụ, chỉ đơn giản là con đường từ ga điện ngầm lên mặt đất, thoạt đầu có bảng chỉ tiếng Anh (exit/way out), nhưng đi một lát, ở ngay giữa các nhánh rẽ khá phức tạp với ba bốn lối khác nhau thì chẳng còn thấy bảng chỉ dẫn bằng tiếng Anh nào cả. Chỉ toàn tiếng Hàn. Mà tiếng Hàn thì tôi không biết. Cũng không thể đoán được. Bởi vậy, ra đường, hầu như lúc nào tôi cũng hỏi. Một ngày hỏi năm ba lần. Và lần nào cũng được giúp đỡ một cách tận tình. Có lúc tận tình đến mức ngoài tưởng tượng... Một buổi chiều tôi đi xe buýt từ trường Korea University ở khu Seongbuk-gu về khách sạn ở Jongno-gu. Nhưng tôi lại không biết trạm xuống. Buổi sáng, lúc đi, trời mưa tầm tã, tôi không thể nhận diện được khung cảnh chung quanh nơi tôi xuất phát và cũng là nơi tôi sẽ trở lại (bên kia đường). Chỉ đếm số trạm dừng. Nhưng đếm số trạm xe buýt là một điều đầy phiêu lưu. Bởi không phải trạm nào xe buýt cũng dừng lại. Bởi vậy, trên đường về, tôi rất lúng túng. Hỏi một thanh niên bên cạnh, khoảng 19 hay 20 tuổi gì đó. Cậu ấy cũng không biết. Rất sốt sắng, cậu ấy đứng lên, dí mắt vào khung cửa kính để tìm trạm xuống. Đến một nơi, cậu bảo tôi là chắc đúng. Tôi hỏi: "Chắc không?" Cậu gật đầu, không lấy gì làm cương quyết lắm. Nhưng cậu cũng kéo tôi xuống xe. Rồi dáo dác nhìn quanh. Không tìm ra địa điểm khách sạn (không phải nằm trên tuyến đường có xe buýt). Cậu hỏi tôi số điện thoại khách sạn, rồi lấy di động gọi thẳng cho nhân viên ở đó hỏi đường. Có điều, cậu lại không thể diễn tả nơi chúng tôi đang đứng là chỗ nào. Nhân viên khách sạn chịu thua. Cậu lại lăng xăng chạy hỏi người này người kia trên đường. Cuối cùng, ít nhất là mười lăm, hai mươi phút *sau, cậu cũng dẫn tôi về tận khách sạn. Tôi hỏi nhà cậu có gần đây không. Cậu đáp: Đi thêm khoảng chín, mười trạm nữa. Lúc đó, tôi mới biết cậu xuống xe là vì sợ tôi lạc đường. Sau đó, cậu quay lại trạm, lên xe buýt đi tiếp về nhà. Tôi cảm động hết sức".*

Trông người mà nghĩ đến ta. Ta đây là đất nước chúng ta, nơi mà hiện nay người Việt hải ngoại chúng ta hình như không thuộc về tuy vẫn quay quắt nhớ. Tại Hà Nội, người ta thường bắt gặp những tấm bảng ghi: "Hỏi đường: 10K/ lượt" hoặc: "Không biết đường đừng hỏi!". Tôi đã đỏ mặt

khi đọc được những tấm bảng này gài trên vỉa hè Hà Nội.
Thiệt đáng…vái!

12/2022

WIFI

Cứ tưởng tượng cuộc đời này không có *wifi*. Nghe mà giật mình. Người ta đã quen với *wifi*, làm như *wifi* có từ thời tạo thiên lập địa. Mỗi lần vào một khách sạn nào, điều đầu tiên của tôi, không chỉ tôi mà hầu như tất cả mọi người, đều hỏi *password* của *wifi*. Làm như chuyện sinh tử. Mà sinh tử thiệt, không có *wifi* là cắt đứt liên lạc với loài người trên thế giới này. Facebook ra sao, twitter thế nào, *mail* trong hộp thư nhiều ít bao nhiêu, không có *wifi* là mù tịt. Ta hầu như cô độc trên thế giới này.

Wifi là hơi thở của nhân loại. Vậy mà nó chỉ mới xuất hiện gần đây thôi. Trước đó, nhân loại không…thở! *Wifi* không có cha đẻ, chỉ có mẹ đẻ. Người mẹ đó là một người đẹp nổi tiếng: cô đào tuyệt sắc Hedy Lamarr. Thế hệ tôi còn nghe thấy tên cô đào này. Thế hệ sau tôi chắc thấy bà này lạ hoắc tuy khi đương thời bà được coi là "người phụ nữ đẹp nhất thế giới". Nữ minh tinh của kinh đô xi-la-ma Hol-

Hedy Lamarr

lywood này có một sức ám ảnh dị thường. Vào tuổi trổ mã, Lamarr đẹp có tiếng trong vùng. Đạo diễn điện ảnh Max Reinhardt đã nhận ra sắc đẹp mà ông nói là vô song trên toàn thế giới của Lamarr khi bà mới chỉ 16 tuổi. Ông đưa bà vào học diễn xuất tại trường kịch nghệ Reinhardt của ông tại Berlin. Năm 1933, bà đã tỏa hào quang khi đóng bộ phim *Ekstase*, tên tiếng Anh là *Ecstasy*. Thế giới điện ảnh dành cho bà ngôi vị hàng đầu. Khi sự nghiệp của bà đang lên, một thương gia giầu có người Áo tên Mandl đã theo đuổi và cưới bà vào năm 1933. Cuộc hôn nhân không hạnh phúc. Ông chồng cả ghen này cấm bà đóng phim, giữ bà trong nhà như một người nội trợ tầm thường. Bà nhớ lại: "Tôi giống như một con búp bê, giống như một món đồ, một đối tượng nghệ thuật bị kiểm soát, bị giam cầm, không có tâm trí, không có cuộc sống riêng". Năm 1937, bà bỏ chồng, qua London sinh sống. Tại đây bà gặp nhà đạo diễn trứ danh Louis B. Mayer. Cả hai vượt đại dương tới Mỹ. Tên tuổi bà lập tức vang dội tại kinh đô điện ảnh Hollywood. Bà đã xuất hiện bên cạnh Clark Gable, Spencer Tracy, Jimmy Stuart trong nhiều phim nổi tiếng từ cuối năm 1930 đến 1950 như *Algiers* (1938), *I Take This Woman* (1940), *Comrade X* (1940), *Come Live With Me* (1941).

Nhiều người biết tới một Lamarr tài hoa trên màn ảnh. Biết vậy chưa đủ. Đó chỉ là cái vỏ bề ngoài. Bên trong là một bộ óc sáng tạo tuyệt vời. Sanh năm 1914 tại Vienna, Áo, óc thông minh của Hedy Lamarr đã thể hiện ngay từ khi còn nhỏ. Bà rất tò mò với các dụng cụ máy móc. Khi mới 5 tuổi, bà đã tháo một hộp nhạc để coi hoạt động bên trong ra sao. Bà chia sẻ: "Bộ não của con người thú vị hơn dáng vẻ bề ngoài". Con người bà có hai mặt. Ban ngày là một diễn viên ngoại hạng của màn ảnh, ban đêm là một nhà phát minh đầy đam mê. Bà đã phát minh ra một loại đèn giao thông mới và cũng đã thành công trong việc chế tạo viên nén có ga để làm nước ngọt. Trong thời gian đam mê sáng tạo, bà may mắn gặp doanh nhân Howard Hughes. Khác với những doanh nhân khác tại Hollywood, ông rất trân trọng đam mê của Lamarr và từng gọi bà là một "thiên tài". Với sự quan tâm đặc biệt của Hughes, bà Lamarr đã có một phát minh quan trọng vào năm 1940.

Khi đó châu Âu chìm ngập trong Thế Chiến Thứ Hai, trong một bữa tiệc tối, bà gặp và trò chuyện với nhà phát minh George Antheil về cuộc chiến đang hồi ác liệt. Nhớ tới

Hedy Adds New Twist to War

Actress Invents Control Device While Toying With Torpedo Idea, Has Patent to Prove It

HOLLYWOOD, Nov. 18 (AP).— It could not have been a press agent's stunt, because the timing was too perfect, but the report from London that film actress Hedy Lamarr had patented a radio steering device for torpedoes at least had a patent to back it up.

In an interview, Hedy modestly admitted she did only "creative work on the invention," while the composer and author, George Antheil, "did the really important chemical part."

Hedy was not too clear about how the device worked, but she remembered that she and Antheil sat down on her living room rug and were using a silver match box with the matches simulating the wiring of the invented "thing".

She said that at the start of the war "British fliers were over hostile territory as soon as they crossed the channel, but German aviators were over friendly territory most of the way to England.. I got the idea for my invention when I tried to think of some way to even the balance for the British. A radio controlled torpedo, I thought would do it."

Hedy asserted that the "control" device works on aerial as well as submarine torpedoes.

She said it works on anything and added that it was "lots of fun planning the invention and watching them pick, sort and put together all the little thingamabobs that went into the device." She said it was lots more fun being scientific than going to the movies.

She coyly dodged a query as to whether any company was interested in producing the device but did admit that as far as she knew nobody has ever used it yet for any practical purpose.

Báo Stars and Stripes viết về sáng chế của Lamarr

những ngày làm một bà nội trợ tầm thường tại nhà chồng cũ Mandl, bà so sánh với những ngày náo nhiệt của một diễn viên màn bạc đắt giá, và bà bỗng nảy ra ý niệm mà bà gọi là "nhảy tần số".

Ngày đó, một trong những khó khăn nan giải mà quân đội Đồng Minh gặp phải là kỹ thuật phóng ngư lôi từ máy bay của họ bị quân đội Đức Quốc Xã cản trở một cách dễ dàng. Chúng gây nhiễu tần số vô tuyến liên lạc giữa máy phóng và ngư lôi khiến ngư lôi không tới được mục tiêu. Phát minh "nhảy tần số" của Lamarr là kỹ thuật cho phép thay đổi tần số liên tục giữa máy bay và ngư lôi dẫn đường để đối phương không thể làm nhiễu tín hiệu vô tuyến. Nhà sử học Richard Rhodes giải thích: "Lamarr hiểu rằng tín hiệu vô tuyến có thể bị gây nhiễu. Tuy nhiên nếu có cách khiến các tín hiệu nhảy một cách ngẫu nhiên từ tần số này sang tần số khác thì thiết bị gây nhiễu của đối phương sẽ không nắm bắt được vị trí của nó".

Với sự giúp đỡ của nhà soạn nhạc kiêm nhà sáng chế George Antheil, Lamarr đã hoàn thiện sáng chế của bà. Họ đã cùng nhau chế tạo ra một thiết bị hoạt động với cơ chế tương tự đàn *pianola,* một loại dương cầm tự chơi nhạc, để giữ cho ngư lôi và máy phóng trên máy bay được đồng bộ hóa trong những bước nhảy của tín hiệu. Sáng chế của hai người đã được cấp bằng phát minh vào năm 1942.

Tuy Hải Quân Mỹ đã không kịp sử dụng phát minh này trong Thế Chiến Thứ Hai nhưng sáng chế này đã được sử dụng để truyền tín hiệu vô tuyến trong cuộc khủng hoảng tên lửa tại Cuba vào năm 1962. Chính phương pháp chuyển đổi tần số này đã là nền móng cho *bluetooth* và *wifi* thời kỳ đầu. Cũng chính phát minh này đã đặt nền móng cho GPS rất tiện lợi mà chúng ta đang dùng ngày nay. Thế giới đã thay đổi hoàn toàn từ phát minh chuyển đổi tần số của người đẹp Lamarr.

Ngày nay *bluetooth,* điện thoại di động và *wifi* đã chi phối cuộc sống của chúng ta khiến con người xích gần lại nhau hơn dù khoảng cách địa lý có xa xôi tới đâu đi nữa. Ới một cái là Canada và Việt Nam bắt tay nhau cái một. Bấm chiếc nút là bài viết từ Canada của tôi bay qua các tòa báo Mỹ trong vòng vài tích tắc. Hệ thống định vị GPS giúp cho những tài xế lái xe chuyên đi lạc như tôi tìm được lối về. Rất nhiều lần, tôi đã lái xe quẩn quanh, vòng qua vòng lại theo định hướng trong đầu, nghĩ mình đang quay lại đúng đường nhưng thật ra đang trật lất. Đành phải dừng xe lại, bấm GPS mới được giọng chỉ đường dịu dàng của cô đầm đưa tới nơi tới chốn. GPS đã giúp tôi tiết kiệm được biết bao nhiêu tiền xăng khi được chỉ đi theo tuyến đường gần nhất. Ngày xưa, thực ra cũng chưa xưa lắm, mỗi lần đi chơi xa là khệ nệ ôm một đống bản đồ, dò đi dò lại mới tới được nơi muốn đến. Ngày nay cứ thênh thang hai tay đút túi quần ra xe, ngoan ngoãn nghe lời cô đầm là không chệch vào đâu được. Muốn tới nơi nào trên khắp thế giới mênh mông này, "nàng" cũng êm ái dẫn tới nơi bằng con đường ngắn nhất. Chỉ tội cho các nhà in bản đồ, khi không bị bể nồi cơm!

Sắc đẹp của một minh tinh màn bạc đã phần nào làm lu mờ những công trình sáng chế của Hedy Lamarr. Người ta quen ngắm cô như một con búp bê dễ thương hơn một nhà sáng chế có bộ óc phi thường. Chính Hedy Lamarr cũng nhận thấy như vậy. Bà nói: "Bất kỳ cô gái nào cũng có thể trở nên quyến rũ, tất cả những gì bạn phải làm là đứng yên và trông thật ngu ngốc". Minh tinh "đẹp nhất thế giới" kiêm nhà sáng chế Hedy Lamarr không may mắn trong tình duyên. Bà đã qua sáu đời chồng không hạnh phúc. Những năm cuối đời bà rơi vào tình trạng tự căm ghét mình. Bà viết trong hồi ký: "Khuôn mặt xinh đẹp của tôi đã mang đến bi kịch và đau khổ trong nửa thế kỷ. Đó là một chiếc mặt nạ không thể tháo ra. Tôi phải luôn sống chung với nó. Tôi nguyền rủa nó".

Cuối cùng bà cũng phần nào được an ủi khi quân đội Mỹ lần đầu tiên áp dụng công nghệ nhảy tần số của bà vào việc chế tạo vũ khí từ thập niên 1960. Cũng chính phát minh của bà làm bộ mặt thế giới ngày nay thay đổi nhưng mấy ai biết

Lamarr rất đam mê với khoa học. Hình: Forbes.

"uống nước nhớ nguồn". Bà mất vào ngày 19 tháng1 năm 2000 vì bệnh tim, thọ 85 tuổi.

Internet chúng ta đang dùng ngày nay được chuyển bằng cáp quang chạy ngang dọc khắp nơi trên thế giới. Từ *internet*, người ta dùng một thiết bị phát ra *wifi* là sóng truyền không cần dây. Hầu như gia đình nào tại các tỉnh thành đều có *wifi*. Thường tới ở chơi nhà người thân chúng ta hay hỏi *password* để kết nối *wifi* của nhà đó để xài *wifi* chùa. Nhưng khi ở ngoài đường phố, muốn kết nối *wifi*, chúng ta phải thuê bao của các nhà cung cấp để có *wifi* dùng cho điện thoại di động. *Wifi* này chỉ hoạt động trong một phạm vi. Thí dụ như điện thoại của tôi có *wifi* chỉ dùng trong lãnh thổ Canada. Ra khỏi Canada phải trả thêm phí tổn di chuyển mà chúng ta gọi là *roaming* hoặc mua thẻ *sim wifi* tại nơi chúng ta tới. Như vậy *wifi* chỉ được dùng trong một phạm vi hạn chế. Nói cách khác là chúng có biên giới. Muốn…vượt biên phải trả thêm tiền!

Tỷ phú Elon Musk có tham vọng phá vỡ sự hạn chế này

Phóng vệ tinh Starlink lên quỹ đạo. Hình: John Raoux.

bằng cách cho truyền *wifi* từ vệ tinh xuống trái đất. Ông đặt tên chương trình *wifi* vệ tinh của ông là Starlink. Vệ tinh đầu tiên được phóng lên không gian vào tháng 5 năm 2019 và bắt đầu vận hành từ tháng 10 năm 2020. Mục tiêu của ông là phóng lên không gian 42 ngàn vệ tinh vào năm 2027 để kết nối khắp hang cùng ngõ hẻm trên trái đất này. Hiện nay có nhiều vùng hẻo lánh không có *wifi*. Nếu chúng ta dùng GPS lái xe, khi vào những vùng này là chịu chết, không biết đường nào mà lần. Cho tới nay đã có 400 ngàn người trên khắp thế giới dùng Starlink, phần lớn là những người ở vùng thôn quê và các địa điểm hiểm trở. Muốn bắt được *wifi* vệ tinh phải có những thiết bị thu tín hiệu. Thiết bị này có giá ban đầu là 3 ngàn đô, nay đã giảm xuống còn 1.500 đô. Nhưng người dùng thiết bị cho cá nhân chỉ phải trả 600 đô cho mỗi thiết bị và mỗi tháng phải trả chi phí 110 đô. Đây là một trở ngại mà chính Elon Musk đã nhìn nhận vào tháng 2/2021: "Starlink cần vượt qua thách thức của dòng tiền âm trong năm tới hoặc lâu hơn để dự án không bị phá sản".

Có một điểm son cần ghi nhận cho Starlink là khi *wifi* của Ukrane bị cắt đứt, Elon Musk đã mở *wifi* vệ tinh cho toàn thể chính phủ và dân chúng dùng *free*. Nhờ có *wifi* vệ tinh này mà Ukraine đã trụ được để đối phó với các cuộc tấn công của Nga. Mới đây, Starlink cho biết họ không còn có thể duy trì *wifi* miễn phí cho Ukraine và yêu cầu quân đội Mỹ gánh vác phí tổn khoảng 20 triệu đô mỗi tháng. Nhưng chỉ một thời gian ngắn sau, Musk đã đổi ý và cho biết sẽ tiếp tục hỗ trợ miễn phí cho Ukraine. Ông nói: "Tôi chỉ dùng ngón út mà quân đội Nga đã te tua!".

Để kiếm thêm tiền, Starlink đã được phép của ủy ban Truyền Thông Liên Bang Hoa Kỳ cung cấp *wifi* cho các phương tiện di chuyển như xe, tàu và máy bay. Họ đã ký được hợp đồng với các hãng hàng không Royal Caribbean, Hawaiian Airlines và đang thương lượng với các hãng Delta và Frontier Airlines. Starlink cũng đang tiến bước về phía Đông Nam Á với Philippines trong năm nay. Tiếp theo là Indonesia, Malaysia, Myanmar và Việt Nam vào năm 2023.

Cũng vào năm 2023 *wifi* vệ tinh của Starlink sẽ được nối trực tiếp vào các *smartphone*, không cần các thiết bị nhận sóng như ngày nay. Hãng cung cấp dịch vụ điện thoại di động T-Mobile là hãng đầu tiên hợp tác với Starlink với dự án mang tên *"vùng phủ sóng trên và xa hơn"*. Elon Musk hãnh diện cho biết: "Tôi tin đây thực sự là một ý tưởng to lớn làm thay đổi cuộc chơi. Tóm lại, sẽ không còn khu vực nào trên trái đất này nằm ngoài vòng phủ sóng". Muốn thực hiện được việc này, các vệ tinh hiện nay chịu thua. Starlink sẽ phải phóng lên

Hệ thống wifi vệ tinh của Starlik bao bọc trái đất.

không gian các vệ tinh thuộc thế hệ thứ hai. Vệ tinh starlink thế hệ thứ hai sẽ dài khoảng 7 thước, nặng 1,25 tấn. So với vệ tinh thế hệ hiện nay chỉ nặng 300 kí thì cồ nô hơn nhiều. Muốn phóng các vệ tinh cồ nô này, tên lửa dùng để phóng vệ tinh hiện nay là Falcon 9 không kham nổi. Họ phải chế ra loại tên lửa mạnh hơn. T-Mobile cho biết giá của *wifi* vệ tinh trực tiếp trên điện thoại di động này sẽ ở mức phù hợp.

Mới đây Elon Musk đã mua lại twitter với cái giá khủng khiếp 44 tỷ đô khiến ông dây dưa vào chuyện chính trị phức tạp tại Mỹ. Ông đã cho các người sử dụng twitter trước đây bị cắt đứt tài khoản vì tung những tin giả nhằm mục đích chính trị như cựu Tổng Thống Trump và một số nhân vật khác được tái nhập twitter. Chuyện này đã gây ra những phản ứng trái chiều trong dư luận Mỹ và thế giới. Hãng Apple dọa sẽ cắt ứng dụng twitter trên iPhone. Elon Musk phản ứng bằng cách cho biết sẽ ra một loại điện thoại khác cạnh tranh với Apple. Ai cũng tưởng ông dọa chơi, đâu ngờ ông đã sẵn sàng tung ra thị trường loại điện thoại riêng.

Tôi vừa đọc được trên Facebook của Mass Tran tin tức về chiếc điện thoại TeslaPI này. Mục đích của chiếc điện thoại này là giúp đỡ người dân có được tự do dân chủ, không cần *wifi* vẫn có sóng dù ở trên bất cứ nơi nào trên thế giới, ngay cả giữa đại dương, qua 12 ngàn vệ tinh starlink trải đều trên không gian tạo thành một mạng lưới *wifi* hoàn chỉnh trên khắp thế giới. Giá của điện thoại khoảng 1.300 đô. Người dân cư ngụ tại các nước tiên tiến như Mỹ và Âu châu phải trả thêm lệ phí hàng tháng. Dân các nước không có tự do ngôn luận không phải trả lệ phí này. Ông Mass Tran, một chuyên viên làm việc trong ngành vệ tinh đã cho biết các thông số kỹ thuật của điện thoại Tesla này nhưng tôi thấy không cần thiết ghi lại đây cho thêm phần rắc rối.

Tôi chỉ muốn ghi lại một chuyện rất riêng tư. Tôi có anh bạn nhà văn tên Nguyễn Lê Hồng Hưng làm *chef cook* cho tầu chở hàng của Hòa Lan, tối ngày lênh đênh trên biển. Mỗi khi muốn liên lạc *e-mail* với bạn bè, gửi bài cho các báo hoặc tâm tình tí tỉnh với vợ, anh phải chờ tới khi lên bờ mới thực hiện được. Nay, nếu có chiếc điện thoại TeslaPI mới này, chắc anh khoái chí tử. Liên lạc búa xua với đất liền là chuyện dễ như lấy đồ trong túi. Phải vậy không ông nhà văn của biển cả?

12/2022

WORLD CUP

1
WORLD CUP 2022

Tôi tới Doha vào đầu tháng 12 năm 2019, đúng ba năm trước khi World Cup 2022 được tổ chức tại đây. Điều đầu tiên phải than thở: nóng ơi là nóng! Trong gần một tuần lễ lưu lại đây, chẳng có ngày nào nhiệt độ xuống dưới 30 độ C. Ra đường là cả một sự ngại ngùng. Chỉ sau khoảng chục phút là mồ hôi cha mồ hôi con tuôn ra. Nóng như vậy nên lần đầu tiên trong lịch sử World Cup, giải sẽ được tổ chức vào mùa đông, khởi đấu vào ngày 20 tháng 11 và kết thúc vào ngày 18 tháng 12, nhằm vào lễ Quốc Khánh của Doha. Thường thì World Cup được tổ chức vào mùa hè, khoảng tháng 7. Từ bao lâu nay, chuyện này đã thành nếp. Cái nếp này năm nay phải tạm thời chấm dứt. Bởi vì mùa hè tại Doha nhiệt độ trung bình lên tới 41 độ C, suốt tháng 7 không có một giọt mưa, đá đấm chỉ nổi dưới sức nóng khủng khiếp như vậy. Có một ngày trong tháng 7 năm 2010, nhiệt độ đã lên tới con số kỷ lục 50,4 độ!

Khi tôi trở lại Montreal, vui chuyện với bạn bè, tôi cho biết mới từ Doha về, ông nào ông nấy há hốc miệng. Doha là cái xứ quỷ quái chi, nằm ở đâu. Doha là thủ đô của xứ Qatar, nằm trong vùng vịnh Trung Đông. Thường thì người ta biết nhiều tới Dubai của Liên hiệp Ả Rập Emirates trong vùng này hơn. Nhìn vào bản đồ thì Dubai và Doha nằm ngang nhau, cách một eo biển có tên là Persian Gulf. Khoảng cách chỉ có 380 cây số, gần xịt. Nhưng Dubai danh vang cuồn cuộn, còn Doha khỉ ho cò gáy, ít người biết tới, ngay cả chỉ cái tên. Thực ra tôi chẳng điên gì mà nhắm đi du lịch Doha, chỉ là một sự tiếc của trời. Tôi đi Thái Lan bằng máy bay của hãng Qatar Airways, trên đường về, máy bay ghé Doha rồi đi tiếp. Nếu muốn ở lại để đi chuyến khác sau đó cũng chẳng tốn thêm đồng nào nên tôi ghé chơi, vừa có dịp duỗi chân duỗi cẳng vừa biết thêm một nơi chốn ít người biết. Đặt chân xuống phi trường tôi mới biết Doha sẽ tổ chức giải Bóng Tròn Thế Giới năm 2022.

Khi tôi tới Doha thì còn đúng 3 năm nữa nơi đây mới quần hùng tụ hội nhưng cả thành phố đã nhộn nhịp chuẩn bị. Các sân vận động đang được xây cất. Tôi có tới một sân, chỉ mới có cái khung nhưng coi hình thấy đẹp hết biết. Là nơi có trữ lượng dầu hỏa hàng đầu thế giới, Qatar không tiếc tiền để cho thế giới rõ mặt cái xứ sở ẩn khuất này. Họ dự trù chi ra tới 220 tỷ đô Mỹ cho dịp ra mắt thế giới này. Tất cả có 12 sân được xây cất hoặc trùng tu, mỗi sân đều là một công trình kiến trúc ngoạn mục. Sân Al Shamal, Al Gharrafa, Education City, Al Khor, Lusail Iconic, Sports City, Al Rayyan, Qatar University, Umm Slal, Doha Port, Al Wkrah và Khalifa International . Sân nào cũng có sức chứa trên 45 ngàn khán giả. Lớn nhất là sân Lusail Iconic với sức chứa khủng là 86.250 khán giả. Tha hồ sút bóng. Trận chung kết sẽ diễn ra tại đây.

Sân Doha Port.

Tuy là mùa đông nhưng nhiệt độ trung bình cũng lên tới trên 30 độ, khán giả và nhất là các cầu thủ chắc phải le lưỡi chịu đựng. Nhưng Doha đâu có để cho cảnh này diễn ra. Họ sẽ đặt máy lạnh trong tất cả các sân. Nghe mà lạnh người. Thường thì máy lạnh chỉ được đặt trong không gian kín giữ được hơi lạnh. Sân đá banh trống hốc trống hoác hơi lạnh đâu giữ đủ cho lạnh được. Kinh hoàng hơn nữa là không những làm mát sân, họ còn chơi máy lạnh ngoài trời như chợ, vỉa hè hay các khu mua sắm lộ thiên nữa. Điện đâu ra để chơi cú ngoạn mục như vậy? Thống kê cho biết là Qatar vốn đã phải dùng tới 60% điện năng tiêu thụ cho việc làm lạnh nhà cửa. Mức này cao gấp ba lần của Mỹ.

Hệ thống phun hơi lạnh phản lực.

Vấn đề được giải quyết khi các kỹ sư Qatar nghĩ ra cách làm lạnh sân bằng một hệ thống hơi lạnh được thổi qua các lỗ thông hơi nhỏ đặt ngang tầm mắt cá chân ở bên dưới mỗi ghế ngồi. Người sáng chế ra hệ thống này là Giáo sư Saud Ghani của Đại học Qatar cho biết là với hệ thống làm lạnh *mini* này, chỉ các khán giả hưởng hơi lạnh, không cần làm lạnh phần trên của sân tốn điện vô ích. Hệ thống này chỉ áp dụng cho những sân vận động thích hợp. Ngoài hệ thống này, còn có hệ thống khác như hệ thống tại sân Khalifa. Họ dùng 500 vòi phun phản lực được đặt chung quanh sân, ngay phía trên sân cỏ, để giữ nhiệt độ luôn ở mức 23 độ C. Một trung tâm chứa nước lạnh đã được làm mát tại một khu trung ương sẽ dẫn khí lạnh của nước tới từng sân, ống thổi phản lực sẽ thổi khí lạnh vào trong sân. Dù nhiệt độ bên ngoài có lên tới 46,7 độ thì bên trong sân vẫn mát mẻ như thường.

Hệ thống làm mát dưới ghế của khán giả.

Ba năm sau World Cup mới diễn ra tại Doha nhưng khi tới nơi đây, tôi đã được hưởng một trong những công trình phục vụ World Cup. Đó là hệ thống *métro* xuyên suốt thành phố dẫn tới từng sân vận động. Hệ thống này còn đang dang dở nhưng những đoạn nào đã hoàn tất đều được mở cho dân chúng sử dụng. Có ba tuyến đường mang các màu xanh, vàng và đỏ trên tấm bản đồ phát cho khách hàng. Tuyến đường vàng đã hoàn tất từ đầu tới cuối, tuyến đường đỏ chỉ còn một trạm chót chưa xong, tuyến đường xanh đang còn dang dở, chưa mở cửa cho dân chúng. Chắc bây giờ, ba năm sau ngày tôi rời Doha, hệ thống xe điện ngầm này đã hoàn toàn xong.

Métro mới cắt chỉ, từ toa xe tới các trạm đều sạch như lau như ly, đi thật đã. Xe điện ngầm hoàn toàn được điều khiển bằng hệ thống điện tử, không có người lái. Nhưng hành khách thì bị lái. Không phải bạn muốn bước vào toa nào cũng được. Tại các nước khác, *métro* là phương tiện di chuyển công cộng bình dân nên không có sự phân hạng. Nhưng ở Doha thì có. Họ có ba hạng toa: toa ngoại hạng gọi là *Gold*, toa dành cho đàn ông gọi là *Standard* và toa dành cho đàn bà, con nít và các ông chồng đi theo gia đình gọi là *Family*. Tôi bỗng nảy ra thắc mắc, sao không có toa dành cho các bà? Nghĩ mãi mới ra là đàn bà Hồi Giáo đâu có được ra đường một mình. Vậy nên đàn bà phải dùng toa *Family*. Mấy anh đàn ông đi mình ên mà vào lộn toa sẽ bị phạt. Muốn biết toa nào là toa của mình, khách chỉ việc nhìn hàng chữ ghi dưới sàn trước mỗi cửa toa khi xe đậu lại. Tôi thường lấy vé đi nguyên ngày, giá 6 *riel*, khoảng một đô rưỡi Canada. Nhưng muốn đi hạng sang *Gold* sẽ phải chi ra tới 30 *riel*, đắt gấp 5 lần. Có lần một nhân viên soát vé mở cửa từ toa *Family* sang toa *Gold* nên tôi nghía được cái thứ năm lần đắt tiền hơn ra sao. Sang thiệt! Ghế bự tổ chảng như ghế *salon* trong phòng khách , lại dát bạc dát vàng như ghế trên…thiên đàng. Tôi thấy một ông râu ria ngồi giang chân giang tay rất chi là quan cách.

Qatar là một xứ Hồi giáo nên có những quy định rất khắt

khe về vấn đề nam nữ cũng như y phục ra đường. Chuyện nam nữ thụ thụ bất thân là chuyện nhãn tiền. Chuyện ăn mặc cũng phải đúng luật lệ. Có một lần chúng tôi rủ nhau đi tắm biển tại bãi tắm Katara. Bãi tắm toàn du khách, không thấy dân địa phương. Khi thay quần áo tắm mới có vấn đề. Bãi biển có hai anh vừa là nhân viên cứu cấp vừa là nhân viên an ninh giữ gìn trật tự. Ông nào mặc *slip* là không xong, phải mặc quần tắm loại dài. Các bà nhiêu khê hơn. *Bikini* là đi chỗ khác chơi. Áo tắm một mảnh nhưng phía dưới không xòe ra mà ôm khít như *slip* cũng thua. Nhiều ông bà thấy tự do bị vi phạm quá quắt nên không thèm tắm nữa, trả lại dù và ghế, mất toi tiền thuê. Anh chàng nhân viên vội tới nói với tôi: "Xin các ông bà thông cảm. Đây là một nước Ả Rập!".

World Cup năm nay lần đầu tiên được tổ chức tại một nước Ả Rập. Du khách tứ xứ tới có chịu nổi "văn hóa" vướng víu này không, đó là một câu hỏi đang chờ thời gian trả lời. Thường trong những cuộc tranh tài thể thao hay các sự kiện văn hóa lớn, các du khách, nhất là du khách nam, thường có nhu cầu tìm hiểu địa phương bằng cách mà người ta thường gọi là "tình một đêm". Ban tổ chức *World Cup* ở Doha đã nói rõ là chuyện "tình một đêm" sẽ hoàn toàn bị cấm. Nếu vận động viên hay khách mộ điệu vi phạm sẽ đối diện với án tù. Tờ Daily Star cảnh báo: "Quan hệ "tình một đêm" thường xảy ra tại các cuộc tụ hội lớn nhưng sẽ không được phép tại *World Cup 2022*, trừ khi là vợ chồng. Chắc chắn sẽ không có quan hệ "tình một đêm" tại giải đấu này, không có bữa tiệc nào cả. Mọi người cần phải nghiêm túc với nó, trừ phi bạn không ngại bị mắc kẹt trong nhà tù. Đây là lần đầu tiên có lệnh cấm quan hệ tại *World Cup*, người hâm mộ cần chuẩn bị tinh thần". Giá cho vi phạm này là 7 năm tù. Thường chuyện "tình một đêm" là điều bình thường tại các cuộc thi đấu thể thao cỡ lớn. Có những nơi còn tổ chức các "phòng tình yêu" hoặc phát miễn phí bao cao su nữa.

Ở Doha sẽ khác. Ngay việc uống rượu ngoài đường cũng bị cấm. Đồng tính luyến ái không có chỗ đứng tại Doha, bị coi là bất hợp pháp. Việc biểu tỏ tình cảm trai gái nơi công cộng như chúng ta đã quen thuộc tại các nước khác cũng không được phép. Vì chúng "không phải là một phần của văn hóa và truyền thống của chúng tôi" như một nhà tổ chức địa phương đã phát biểu. Một cầu thủ Úc, anh Josh Cavallo, người đã công khai xác nhận mình là đồng tính cho biết anh rất sợ tới Doha. Nhưng ông Nasser Al Khater, Trưởng Ban Tổ Chức *World Cup* năm nay đã trấn an là Cavallo sẽ được đá tại Doha mà không có vấn đề chi. Cũng như ông cho biết là các ủng hộ viên có thể mang cờ cầu vồng của giới đồng tính luyến ái tới các sân thi đấu. Chẳng lẽ họ đã có những thay đổi cho thích hợp với môi trường quốc tế của giải. Dám lắm nhưng chúng ta phải chờ cho tới khi cuộc thi đấu thực sự diễn ra. Các nhà tổ chức muốn *World Cup* được theo đúng truyền thống như các kỳ tổ chức trước nhưng người dân Doha liệu có mở lòng với các cổ động viên và cầu thủ đến từ nhiều nền văn hóa khác nhau không. Tôi đã tận mắt nhìn thấy một thế giới Hồi giáo khắt khe và giáo điều trong gần một tuần lễ la cà khắp chốn tại Doha. Thôi thì *que sera sera*!

Dù sao, tới ngày 20 tháng 11 này, trái bóng sẽ lăn trên các sân cỏ tại Doha. Qatar là quốc gia có diện tích nhỏ nhất được chọn để tổ chức *World Cup*, cướp kỷ lục…hạt tiêu của Thụy Sĩ là quốc gia tý hon nhất đã tổ chức giải vào năm 1954. Cần nhắc thêm là diện tích của Thụy Sĩ rộng gấp ba Qatar. Hai kỳ *World Cup* đầu tiên do Uruguay tổ chức vào năm 1930 và kỳ thứ hai do Ý đăng cai vào năm 1934. Cả hai quốc gia này chưa hề bao giờ được vào chung kết vì trước đó chưa có tổ chức giải. Gần đây hơn, Nhật Bản cũng chưa bao giờ được tham dự vòng chung kết cũng đã được tổ chức cùng Đại Hàn vào năm 2002. Qatar là quốc gia thứ tư chưa bao giờ nếm mùi thi đấu tại vòng chung kết *World Cup* nhưng được vinh dự đóng vai chủ nhà. Trường hợp Nhật hơi khác một chút. Khi được trao trọng trách cùng Đại Hàn tổ chức vào năm 1996 thì Nhật vẫn chỉ ở vòng ngoài. Nhưng vào năm 1998 thì Nhật đã lọt được vào vòng chung kết.

Kỳ này có tất cả 32 đội tuyển quốc gia thi đấu trong đó có 24 đội đã từng tham dự kỳ *World Cup* trước vào năm 2018. Bốn đội Hòa Lan, Ecuador, Ghana, Cameroon và Hoa Kỳ được vô trở lại sau khi vắng mặt vào kỳ 2018. Canada chúng tôi trở lại sau 36 năm vắng bóng kể từ khi góp mặt lần cuối vào năm 1986. Vắng mặt 36 năm kể đã là dài nhưng không ăn nhằm chi với Wales, trở lại sau 64 năm vắng mặt! Ngược lại, một số quốc gia mà bóng đá là hơi thở, có đội đã từng ôm chiếc cúp vàng cao 35 phân, nặng 3 kí 800, bằng bạc mạ vàng trên chiếc đế bằng đá hoa cương của *World Cup*, nay bất ngờ không có mặt trong lần tranh tài này. Đó là Ý, Thụy Điển, Iceland, Peru, Colombia, Panama, Ai Cập và Nigeria. Riêng Nga, nước tổ chức *World Cup* kỳ trước vào năm 2018, bị cấm thi đấu vì vụ dùng thuốc tăng lực và cuộc xâm lăng Ukraine.

Điều khiển các trận đấu là các trọng tài mà chúng ta thường gọi là "vua sân cỏ". Kỳ tổ chức này có tất cả 36 trọng tài chính, 69 trọng tài biên và 24 trọng tài *video*. Điểm đặc biệt là có 3 trọng tài chính và 3 trọng tài biên là nữ giới. Đây là lần đầu tiên có trọng tài nữ trong *World Cup* của nam giới. Ba "hoàng hậu sân cỏ" là Stephanie Frappart của Pháp, Salima Mukangsanga của Rwanda và Yoshimi Yamashida của Nhật Bổn. Ba trọng tài biên nữ là Neuza Back của Brazil, Karen Diaz Medina của Mexico và Kathryn Nesbitt của Mỹ. Theo trưởng ban trọng tài của Liên Đoàn Túc Cầu Thế Giới FIFA, ông Pierluigi Collina, việc lựa chọn trọng tài dựa trên các tiêu chuẩn chuyên môn chứ không phân biệt giới tính: "Điều này kết thúc một quá trình dài khởi đầu từ vài năm trước để tiến hành giao nhiệm vụ cho các trọng tài nữ ở những giải đấu cấp cao của FIFA. Bằng cách này, chúng tôi chú ý tới chất lượng và giá trị mang lại chứ không phải giới tính. Tôi hy vọng rằng trong tương lai, việc lựa chọn các nữ trọng tài cho các giải đấu quan trọng của nam giới sẽ được coi là điều bình thường, không còn là bất ngờ nữa".

Trong những ngày lưu lại Doha trước *Wold Cup* 3 năm, đi tới đâu tôi cũng chạm mặt với biểu trưng của *World Cup 2022*. Biểu trưng này được công bố vào ngày 3/9/2019, ba tháng trước khi tôi tới Doha. Đó là một hình vẽ gợi lên hình ảnh của chiếc cúp chính thức của *World Cup*, đan xoắn hình tượng "kết nối với nhau". Nhìn vào biểu trưng người ta cũng hình dung được chiếc khăn choàng nhắc nhở lần đầu tiên *World Cup* được tổ chức vào mùa đông. Hình tượng của biểu

Nữ trọng tài Stephanie Frappart của Pháp.

trưng cũng gợi ra kiểu chữ viết của hệ thống chữ Ả Rập.

Còn điều chi có thể nói về *World Cup* có lẽ là chuyện tiền! Phí tổn tổ chức đã được nói tới ở trên, tiền thưởng cho các đội tham dự là điều nhiều người muốn biết. Cơm nắm muối vừng tới tranh banh đổ mồ hôi hột phải có chút gì đút túi mang về chi trả cho các phí tổn bỏ ra. 16 đội bị loại ngay vòng đầu, mỗi đội sẽ ẵm 9 triệu đô Mỹ, 8 đội bị loại ở vòng 2 ẵm 13 triệu, 4 đội bị loại ở vòng tứ kết được 17 triệu. Đội đứng hạng 4 lãnh 25 triệu, hạng ba 27 triệu, á quân 30 triệu và đội vô địch lãnh 42 triệu.

Từ *World Cup* đầu tại Uruguay vào năm 1930 với vỏn vẹn 13 đội tham dự, *World Cup 2022* đã có tới 32 đội. Nhưng đây là World Cup cuối cùng với sự tham dự của 32 đội. *World Cup* kỳ tới, được tổ chức tại Mỹ, Mexico và Canada sẽ có tới 48 đội tham dự. Đây là quy định mới của *World Cup* về số đội tham dự. Đây cũng là lần đầu tiên có tới ba quốc gia đồng tổ chức. Có hai thành phố tại Canada chúng tôi sẽ tiếp khách quốc tế: Toronto và Vancouver. Montreal chúng tôi lúc đầu cũng muốn ti toe nhập cuộc nhưng cuối cùng phải rút lui vì kinh phí gia tăng quá lớn, thành phố không chịu nổi. Trong chỉ ba năm ước tính kinh phí từ 50 triệu đã tăng lên 103 triệu. Với số tiền khá lớn này, thành phố không muốn dân chúng phải gánh chịu sau khi mới trả xong nợ cho kỳ tổ chức Thế Vận Hội Olympic vào năm 1976. Dự trù phí tổn tổ chức Thế Vận Hội hồi đó là 250 triệu đã gia tăng tới mức kỷ lục 1 tỷ 400 triệu. Phải mất 30 năm, vào tháng 11 năm 2006, dân Montreal mới trả hết nợ!

Dân Montreal tiếc ngẩn ngơ khi hụt coi trực tiếp chân cẳng các cầu thủ. Tôi cũng ngẩn ngơ chẳng kém. Ba năm trước chỉ ngửi thấy mùi World Cup sớm tại Doha, tưởng 4 năm nữa sẽ mãn nhãn tại Montreal, ai ngờ lại trớt quớt. Thiệt rầu rĩ cho cái thân cả đời chỉ...vọng *World Cup*!

08/2022

2.

COI WORLD CUP

Tôi lại coi World Cup một mình. Nhưng chẳng phải lần đầu. Từ vài lần world cup gần đây, tôi vẫn một mình theo dõi những hàng chân múa trên sân cỏ. Không lâu trước đây, mỗi lần trái banh đi vút vào lưới, điện thoại reo liền tức khắc, ông Luân Hoán bàn ngang bàn dọc về cú sút hay cái đánh đầu của người vừa ghi bàn thắng. Năm nay khi trái banh lọt lưới,

Fan của đội tuyển Pháp.

tôi chỉ kêu khẽ lên một tiếng trong căn phòng không có tới người thứ hai. Ông Luân Hoán mất tăm mất tích. Mới đây, nhân một cú điện thoại bàn về chuyện chẳng ăn nhậu chi tới world cup, tôi hỏi ông kỳ này có coi đủ các trận không, ông nói không. Chuyện lạ! Mê trái banh như ông này, coi cả những trận đấu tranh chức vô địch Âu châu, Mỹ Châu, coi tới cả những trận đấu giao hữu giữa các đội sừng sỏ, vậy mà lại làm lơ với hội bóng đá thế giới. Thế là sao? Ông nói với giọng vô cảm: "Kỳ này cầu thủ cũng như trọng tài đều dở, coi mà tức anh ách, mở màn hình để đó, làm chuyện khác!". Tôi thấy như trời sập. Người mà mỗi khi có world cup đều manh nha ý định mua tivi mới coi cho đã của mấy năm trước, nay lại phụ tình với môn thể thao vua này sao. Có lẽ bạn tôi tuổi đã…chín, trơ với mọi sự trên đời.

Ông Luân Hoán ở tuổi…chín thì tôi cũng ở tuổi…nhừ. Đuổi theo trái banh đã thấy mệt mỏi. Màn ảnh trong phòng vẫn sáng đều khi trái bóng lăn nhưng đôi mắt thì lơ là khi coi khi không. Đôi cửa sổ như đã hết nhựa dính vào cái mặt vuông vức đang nhộn nhạo chân với cẳng. Chỉ khi nào trái banh vùng vằng lọt lưới như con cá mắc cạn, tiếng ồn ào trộn lẫn với tiếng trống tiếng kèn dội lên, tôi mới nhẩn nha coi màn hình chiếu lại pha gay cấn vừa qua. Kiểu coi của một anh chàng đã vơi đi rất nhiều nhiệt huyết.

Chúng tôi không còn được như xưa. Xưa cỡ hai ba chục năm trước, lũ chúng tôi đón world cup như đón tết. Hẹn nhau tại một địa điểm, mang bia rượu và đồ nhắm tới. Ngày đó chúng tôi đi dự hội bóng tròn. Mỗi cú sút, dù hụt, banh bay ngoài lưới cũng đủ làm chúng tôi xuýt xoa, vỗ tới gẫy đùi tên bên cạnh. Mỗi bàn thắng là dzô dzô. Người ta vô lưới, tụi tôi vô bia vô rượu. Gà vịt chịu trận, bánh trái hao hớt. Nỗi háo hức ở lại đủ cả tháng của mùa world cup. Càng vô sâu, càng đông bạn bè, càng hao bia rượu. Một tháng sống chơi vơi với vũ điệu của những tên tuổi nổi danh khắp trái đất. Trong lớp người nhảy nhổm hồi đó có ông Hồ Đình Nghiêm. Ngày nay coi bộ ông vẫn còn nhảy nhổm. Ông chưa bỏ cuộc chơi. Cũng đúng thôi. Ông là người trẻ nhất trong đám viết lách chúng tôi ở Montreal. Ông vẫn ngày ngày dõi mắt vời theo Doha bên Qatar, vẫn đủ hung hăng theo trái banh. Không phải một mình. Ông kể như thế này: *"Hạnh là bạn hàng xóm của tôi. Cô Hạnh này cùng sở thích giống tôi là ưa xem môn "đánh ba". Mà ngồi theo dõi các trận cầu một mình trước TV thì... mất sướng. Phải có ai kia ngồi kề đặng vỗ đùi, xô vai la hét, thậm chí "khôn ba năm dại một giờ" nhào qua ôm nhau để biểu tỏ niềm vui khi cầu thủ mình ưa vừa chọc thủng lưới đối phương. Hồi hôm Hạnh đã điện thoại "dụ khị": "Tui làm sẵn mấy món nhậu rồi nha, bia thì chất đầy trong tủ lạnh. Sau Ngọ, đúng 2 giờ là có trận đá ác liệt giữa thằng Ạt-răng-tin đụng độ với thằng Cờ-roát-ti-a. Qua tui nha, trời lạnh thấy mồ tổ, mình nhảy đựng lên để bớt run lập cập". Gà đen. Ô kê là chữ thằng tôi sốt sắng dóng lên. Bả nói đúng, một người lẻ loi thì sức mấy mà so bì với hai người "hờn anh giận em" được?"*. Nhà văn là chúa hư cấu. Ông Hồ là nhà văn. Các bạn nghĩ sao cũng được.

Coi đá banh như vậy, cỡ tôi sức mấy theo kịp. Mà tôi có ý định tranh đua chi với ông bạn văn vừa tới tuổi hưu này đâu. Chỉ gật gù thán phục máu trong người ông bạn còn đỏ tươi và đôi mắt còn đủ keo hồ dính chặt vào màn hình và thứ ngoài màn hình. Đôi mắt thiệt...nghiêm!

Ông bạn Quan Dương, tuổi đời không biết bao nhiêu, nhưng máu còn rất đỏ. Ông nổi tiếng trên Facebook vì tài làm thơ nịnh vợ. Cách chi ông cũng nịnh được. Phải công nhận là thơ nịnh vợ của ông rất tới. Nhiều người chỉ mong

Fan của đội Argentina.

được bằng gót chân của ông trong công việc cao cả này mà chịu. Không bằng được ông thì ghen tức. Sao cha này nịnh ngọt vậy mà mình rặn không ra một câu cho vợ mát lòng mát ruột. Nhưng thôi, chuyện ông nịnh vợ ông chẳng ăn nhằm chi tới chuyện world cup. Hai chuyện khác hẳn nhau. Một bên thì ôm chân cẳng, một bên thì dùng chân cẳng đá túi bụi. Quay lại chuyện ông Quan Dương với world cup cho khởi lạc đề. Ông này dính mắt vào màn hình mỗi khi người ta đá, không bỏ một pha bóng nào. Bận rộn với túc cầu đến nỗi không có thời giờ đi hớt tóc. "Tóc dài tới ót chưa bị mẫu hậu cắn nhằn là may lắm rồi". Trái bóng trên sân cỏ không át được nỗi lo tại gia. Thời chúng tôi, những người như ông Quan Dương được khen là "có hiếu với vợ". Mà ông có hiếu thật. Bận chuyện coi người ta đổ mồ hôi trên sân cỏ, ông quen béng mất ngày lễ Tạ Ơn. Người ta tạ ơn đời, ông tạ ơn bà xã.

Cám ơn bà xã rất cừ
Gặp tôi không chút ngần ngừ trao thân
Tay em nắm chiếc đũa thần
Biến tôi thành gã tiểu đồng đi theo

Nhưng ông này chơi với ma quỷ nên chơi động tác giả, không đậm tình hiếu để như người ta tưởng. Ông mải mê theo trái banh nhiều phần là vì ông có đánh cá. Vui chơi đi đôi với cờ bạc. Cờ bạc chứ không phải bài bạc. Bài bạc ăn thua nhờ may rủi, cờ bạc ăn thua có tính toán. Mải nịnh vợ nên tính toán chi được, ông thua cá độ.

Chiếc ghế thường ngồi với phu nhân
Sáng nay cô lẻ nơi góc vườn
Gió lạnh đông về càng thêm lạnh
Vì anh vừa mới thua đá banh
Phu nhân đi làm không ai ủ
Thua độ lòng anh lạnh lâng lâng
Ngước mắt nhìn trời mây xám ngắt
Dưới đất cũng toàn đá sỏi không
Nhớ lại ngày xưa đi đánh trận

Nhớ lần đụng độ với phu nhân
Chưa kịp dàn quân bị bắt sống
Ngoan ngoãn theo về làm tù binh
Lần thua độ ấy vậy mà thích
Đâu thảm như lần thua độ này
Phu nhân thắng trận làm cai ngục
Trói cuộc đời anh bằng vòng tay
Chiếc ghế buồn vì vắng phu nhân
Anh cũng buồn vì thua đá banh
Trái bóng cũng buồn trên sân cỏ
Buồn đã đủ rồi đi nấu cơm.

Cô nhà văn Minh Ngọc bên New York, không cam phận nữ nhi, cũng đấm đá ra trò. Tôi chẳng cần coi trận đấu ra sao, khi nào có bàn thắng là cô *post* luôn tấm hình trên Facebook tức thời. Cô sống từng giây từng phút với trái banh. Vốn là bác sĩ gây mê, cô đã tự gây mê. Trái banh lăn tới đâu, cô theo tới đó. Có lần từ trong phòng mổ ra, thấy tỷ số thay đổi, cô ngạc nhiên đến tức tối. Tại sao tên cầu thủ này dám đưa banh vào lưới trong lúc cô đang bận rộn không ghé mắt trên màn hình được.

Có 32 đội đại diện 32 quốc gia múa chân múa cẳng trên màn hình. Nhiều trận có kết quả ngược ngạo khiến cho bữa tiệc thêm phần gay cấn. Đội Maroc góp phần quan trọng trong vụ gay cấn này. Họ thắng những đội mà ai cũng nghĩ là họ phải thua để lừng lững đi vào tới bán kết, nghĩa là có mặt trong bốn đội sừng sỏ nhất. Đây cũng là lần đầu tiên một đội banh châu Phi vào sâu được tới giai đoạn này. Dân ta khoái chí vì một anh nhược tiểu sánh vai cùng ba anh

Đội tuyển Pháp hát quốc ca.

khổng lồ. Nếu họ đi luôn vào tới mức ôm chiếc cúp vàng thì rõ ràng "tết Maroc" là chuyện có thật. Nhưng nhiều người không lạc quan như vậy. Họ gặp Pháp, đương kim vô địch trong trận bán kết này. Nhà thơ Đỗ Trung Quân cảm hứng trước trận tranh tài mà dân ghiền trái banh chắc chắn phải coi này.

> *Paris có gì lạ không em ?*
> *Xưa bảo rằng Maroc thì đen*
> *Ra sân Maroc nay toàn trắng*
> *Dân Phốp bây chừ nâu với đen*
> *Paris có gì lạ không em*
> *Em còn ngồi bán xôi lá sen?*
> *Tối nay Maroc tưng bừng Tết*
> *Chung kết lần này anh đek xem*
>
> *...*

Đội Pháp bây chừ nâu với đen!

Paris có gì lạ không ta?
Gì cũng có trừ ông Nguyên Sa
Gì cũng có trừ ôm cái Cup
Bữa trước cười rồi "Mbeppa!"

Để cho quý vị "ngoại đạo" tỏ tường, Mbeppa là anh cầu thủ Pháp da mai mái chơi rất xuất sắc, có cái miệng ếch và nụ cười rất đặc biệt. Nhà thơ Đỗ Trung Quân ngồi coi world cup mà trở thành...triết gia. Ông phán: "Có hai thứ không nên tranh cãi, khiêu khích: tôn giáo và chính trị. Nhưng ba mới đúng: bóng đá nữa! Chỉ hát lời ca cũ "thôi về đi nhà ai nấy về...Cup không có về..."

Ông Đỗ Trung Quân ở Sài Ghềnh, coi world cup coi bộ vất vả vì các cầu thủ đá vào ban ngày nhưng với dân ta là đá...đèn. Muốn coi phải chống mắt lên suốt đêm. Ông họa sĩ Phan Nguyên cũng ở Sài Ghềnh, cũng chẳng bỏ qua trận nào, nên sức khỏe sa sút, người gầy ốm trông thấy. Tội cho ông bạn. Bữa trước ông đã qua Montreal thăm bạn bè, sao ông không ở lại luôn tới world cup coi cho...phẻ? Bên này, chúng tôi coi world cup phẻ re. Trận đầu lúc 10 giờ sáng, trận thứ hai lúc 2 giờ chiều. Coi xong một trận có thể làm một phát la-siết chờ coi trận thứ hai. Sướng vậy mà còn khảnh chơi. Như ông Luân Hoán, như tôi. Chả thèm dán mắt vào màn hình trọn vẹn. Nhưng tôi không bao giờ bỏ qua màn hát quốc ca lúc khai mạc trận đấu. Cầu thủ của nước mà bài quốc ca đang được hát đã gân cổ lên. Nhìn những cần cổ nổi gân, tôi thực sự cảm động. Trên khán đài, các *fan* công dân của nước đó lặn lội từ xa tới, tốn tiền tốn của, cũng gân cổ lên không kém. Ngàn năm một thuở họ được yêu nước trước con mắt của cả tỷ người trên khắp thế giới. Hãnh diện quá chừng chừng.

Trong một kỳ world cup cách đây ít năm, tôi ở Cuba. Du khách tắm biển từ tứ xứ kéo đến. Hình như người nước nào cũng có. Trời nắng đẹp, biển xanh êm, vậy mà trong nhà khách của khách sạn, nơi để một chiếc ti-vi nhỏ loại cũ, hình mờ mờ ảo ảo, trận banh nào cũng đông nghẹt người bỏ biển vào coi. Người nước nào chưng cờ nước đó. Các nường nõn nà mặc bikini màu cờ sắc áo quốc gia của họ. Dĩ nhiên chỉ công dân của các nước có những bàn chân vàng đưa đất nước

Đội Argentine hát quốc ca.

vào tới vòng chung kết của tiệc banh tròn thế giới mới có cơ hội yêu nước. Phải có hai đội tranh tài mới làm nên một trận banh. Công dân của hai đội đối nghịch nghênh nhau, la ó điếc tai điếc óc, chọc quê nhau mỗi khi trái banh lọt lưới đối phương. Lòng yêu nước của họ nồng nàn đến cuồng điên, nhất là khi quốc ca của nước họ được cất lên. Trai tài gái sắc ôm vai nhau, ngoác miệng rống lên hát với tấm lòng yêu quê hương tưởng như vô hạn. Chưa bao giờ tôi thấy người ta yêu nước hùng dũng như vậy. Tôi ngồi yên, trên người chỉ có chiếc quần tắm, cảm thấy buồn vô hạn. Buồn hay ganh tị, tôi chẳng biết.

Quê hương là trái banh, phải vậy không ông nhà thơ "chùm khế ngọt" Đỗ Trung Quân thân mến?

12/2022

3.
THÔI VỀ ĐI

Vậy là world cup đã tan hàng. Argentina ôm chiếc cúp có đính kèm theo 42 triệu đô. Pháp không ôm cúp nhưng cũng bỏ túi 30 triệu đô. Vớ bở nhất là FIFA, lời sơ sơ 7 tỷ rưỡi đô. Argentina áo gấm về làng bằng chiếc máy bay có sơn hai màu xanh trắng, vẽ huy hiệu AFA và hình các cầu thủ vô địch túc cầu thế giới. Hàng trăm ngàn dân chúng tở mở reo hò khi toàn đội đứng trên chiếc xe buýt không mui diễu hành trên đường phố.

Đội bóng Argentina diễn hành chiến thắng tại thủ đô Buenos Aires.

Đội Pháp về trên chiếc máy bay Air France bình thường nhưng cũng được dân chúng túa ra khu La Concorde phất cờ, đốt pháo bông ầm ỹ. Chúng tôi không ôm cúp về nhưng chúng tôi đã chiến đấu tới trái đá *penalty* cuối cùng. Tiếng hô *"Salut les Bleus"* vang dội đường phố như muốn khỏa lấp nỗi buồn không lập được kỷ lục đoạt cúp vàng hai mùa world cup liên tiếp.

Tuy nhiên Mbappe, đôi giầy vàng của world cup, vẫn mang nỗi buồn trên mặt. Nỗi buồn mà *tonton* Pháp Macron đã đích thân xuống sân giang tay ôm an ủi mà vẫn không phai. Giữa rừng người, rừng cờ tam tài và rừng ánh sáng hoan hô, anh vẫn chưa cất được nỗi thất vọng khi chính anh đã tung lưới Argentina tới 4 lần mà đội vẫn nằm ở kèo dưới. Anh tuýt trên Twitter: *"Nous reviendrons"*, chúng tôi sẽ trở lại. Ý nói trở lại để ôm lại chiếc cúp Jules Rimet thơm như múi mít.

Anh chàng cầu thủ có cái miệng cá ngão cười toác hoác này đã bỏ túi được số tiền thưởng 420 ngàn *euro*. Vậy mà nỗi buồn vẫn không vơi đi với số tiền thưởng. Con số đối với chúng ta khá hấp dẫn nhưng trái tim của chàng Mbappe lớn hơn con số nên anh đã cho trọn số tiền này cho hội từ thiện *Premiers de Cordée* mà anh là người bảo trợ. Được báo chí hỏi về hành động quý hóa này, anh nói: "Số tiền này sẽ không thay đổi cuộc sống của tôi nhưng có thể thay đổi cuộc sống của các trẻ em nghèo". Nghe mà mát ruột!

Ruột tôi dính vào trái banh từ hồi còn rất nhỏ. Hình như tất cả các trẻ em Việt Nam khi sanh ra đều có trái banh trong tay. Vậy nên dân ta là dân mê đá banh thuộc loại nhất nhì thế giới. Trong một bài viết, ông Nguyễn Hưng Quốc đã có lần kể lại: *"Năm sau, cũng dịp cuối năm, tôi dẫn một đoàn sinh viên Úc về Việt Nam du khảo. Cũng ở Hà Nội. Nhưng đến phi trường Sài Gòn thì tôi được biết tôi không được phép nhập cảnh. Các sinh viên của tôi vẫn tiếp tục chuyến đi đã định. Sau bốn tuần du khảo không có thầy hướng dẫn, các sinh viên gặp khá nhiều chuyện bực mình, nhưng nói chung, ấn tượng của họ về Việt Nam, đất nước cũng như con người khá đẹp. Hỏi: họ thích điều gì nhất? Không ít sinh viên đáp: sự say mê bóng đá của người Việt Nam! Họ kể: trong những ngày đầu tiên họ đến Hà Nội, một giải bóng đá được tổ chức đâu đó (tôi không chắc có phải ở Việt Nam hay không). Lần ấy, Việt Nam thắng. Các sinh viên Úc ngạc nhiên thấy cả hàng chục ngàn người đổ xô ra đường, kẻ đi bộ, người lái xe gắn máy. Cờ vẫy, còi bóp inh ỏi, tiếng cười giòn giã khắp nơi. Không biết tiếng Việt và không hiểu gì cả, nhưng cũng bị lây cái không khí nồng nhiệt và náo nhiệt ấy, các sinh viên của tôi, nam cũng như nữ, lao xuống đường và nhập vào đám đông, cũng huơ tay múa chân hò hét và cười nói hỉ hả đến tận gần sáng. Nhớ lại, với họ, đó là một trong những kỷ niệm đẹp: họ được nhập vào một cơn say. Hay một cuộc lên đồng. Ngây ngất".*

Cái thứ ngây ngất này hình như chỉ có sau này khi đất nước đỏ lòm lòm. Thời chúng tôi không có cái ngây ngất lên đồng như vậy. Tới bây giờ, ngồi coi world cup, chúng tôi cũng chỉ la hét, nhảy múa như con búp bê bị lên giây cót. Rồi thôi. World cup đã ò e con ma đánh đu, hẹn bốn năm sau lại world cup tại Mỹ, Canada và Mexico. Chúng tôi cũng về thôi dù không có mặt tại Qatar. Về với cuộc sống thường nhật, không còn tất bật vội vã để coi chân coi căng các cầu thủ. Mấy ngày đầu trở về từ world cup, người cũng bần thần nhơ nhớ. Hơn một tháng quen với ăn uống vội vã, giờ giấc tất bật, nay cuộc sống trở về với cái lặng lẽ của những ngày trống rỗng sau một kỳ hội, tôi cũng …thôi về đi nhưng tôi trở về hơi kỹ : tuốt tới những ngày thơ dại sống với trái banh lăn.

Không phải trên sân cỏ mà trên hè phố. Cũng không hẳn là trái banh. Cái thứ được cuộn tròn bằng rẻ rách đâu có phải là trái banh nhưng với tôi ngày đó nó đúng là trái banh.

Nhà tôi nằm trên đường Phùng Khắc Khoan ngắn ngủn, chỉ khoảng vài trăm thước, nối liền hai con đường lớn là Hòa Mã và Trần Xuân Soạn ở Hà Nội. Phố nhỏ, xe cộ lưu thông chẳng bao nhiêu, mặt đường là của lũ chúng tôi. Gôn là hai cục gạch. Mỗi lần trái banh vải bay qua gôn là một lần cãi lộn. Mạnh bên nào bên đó cãi. Chẳng có trọng tài phân định đúng sai vì chẳng đứa nào muốn làm trọng tài nhìn bóng lăn mà không được đụng chân vào. Đó là thời kỳ tôi học tiểu học. Lên trung học chuyện banh biếc có khá hơn chút đỉnh. Banh là trái banh quần vợt nhẵn nhụi mất hết lông bị các ông bố ông chú chơi *tennis* thải ra. Cái thứ phế thải vậy mà cũng có giá. Cả bọn phải chung tiền thuê trái banh quần vợt của sở hữu chủ. Tiền thuê là một que kem hoặc một đĩa bánh tôm hay thịt bò khô được bày bán ở cổng trường Dũng Lạc, bên hông nhà thờ Lớn.

Giữa khuôn viên trường và bên hông nhà thờ là một con đường nhựa có cây cao bóng cả. Đó cũng là sân banh của chúng tôi mỗi khi tan học. Có giầy dép chi đâu! Tôi đã từng toét chân khi tranh dành quả bóng. Dép được xếp thành hai ụ mỗi bên làm gôn. Trận bóng có trọng tài hẳn hoi. Trọng tài được thuê bằng kem, bánh tôm hoặc bò khô như thuê trái banh. Đám cầu thủ chúng tôi là người chung tiền thuê trọng tài nên khinh nhờn trọng tài ra mặt. Mỗi trái banh lọt vô gôn không lưới là một trận cãi vã. Vì đã lớn hơn thời tiểu học nên cãi vã cũng lớn hơn. Nhiều khi hăng tiết vịt, cầu thủ đá banh trở thành những tay đánh bốc. Máu me đôi khi. Vậy là có đứa chạy vào trường mách mấy ông giám thị. Ông trọng tài này uy tín cùng mình, đứa nào đứa nấy cúp đuôi nhận phạt công-si, tới trường ngồi ngáp vào ngày chủ nhật.

Sân Mangin, Hà Nội.

Chủ nhật là ngày tôi thường được ông bố cho đi coi đá banh trên sân Mangin. Bị phạt công-si là một thiệt hại nặng nề. Không được ngồi trên poóc-ba-ga có lót chiếc gối bông đi coi các cầu thủ thứ thiệt đá giầy trên sân cỏ đàng hoàng. Sân Mangin nằm trên khu cột cờ nên thường được gọi nôm na là sân Cột Cờ. Ngày đó người lớn vào cửa được kèm theo một trẻ em. Lâu ngày tôi không nhớ là trẻ em phải dưới bao nhiêu tuổi nhưng lúc đó, chúng tôi đã học Đệ Thất, Đệ Lục, không còn thuộc loại trẻ em đúng nghĩa. Khi đi qua anh soát vé tôi phải khom người xuống, chiếc mũ học trò được kéo xuống che khuôn mặt, làm một cú lừa qua mặt anh soát vé. Giờ nhớ lại, tôi nghĩ chắc anh soát vé chẳng ngây thơ gì mà không biết, nhưng mắt nhắm mắt mở làm phúc cho một tên nhóc mộ điệu qua cửa. Tôi đã say mê với những cú lên banh của tiền đạo hữu biên Đoàn Khê Vinh, thường được khán giả biết đến với biệt danh Thăng Long Xích Thố, những cú nhảy bắt bóng hoa mỹ của Thọ Ve. Lại còn trung phong Hùng Mậu Hối, trung ứng Trần văn Ứng, biệt danh Ứng Kều vì ông có chiều cao hơn người. Khi sân Mangin tiếp các đội bóng Hồng Kông như Nam Hoa, Kiệt Trí, đội Djurgarden của Thụy Điển, đội Kodge Bold Club của Đan Mạch thì khán giả mộ điệu coi như ngày hội. Sân Mangin chật cứng người. Giá vé hạng bình dân cho những trận quốc tế này lên tới 20 đồng. Ít khi cha con tôi mua được vé giá chính thức trong các trận banh quốc tế. Thường khán giả phải mua vé chợ đen được các tay đầu nậu rao bán trên các nẻo đường dẫn tới sân banh.

Sân Mangin được thành lập từ năm 1912. Trong bài viết "Bóng Đá Hà Nội Nửa Đầu Thế Kỷ XX", tác giả Nguyễn

Ngọc Tiến kể lại: *"Tháng 2-1912, Câu lạc bộ Bóng đá Hà Nội (Stade Hanoien) ra đời, tham gia đội bóng không có lính Pháp và lê dương mà chỉ có người Pháp làm ở các công sở và người Việt Nam yêu thích môn thể thao này. Họ đá tập trên bãi Mangin, những buổi tập của đội thu hút rất đông người đến xem vì nó hoàn toàn mới mẻ với dân Hà Nội. Trong hồi ký, Đốc Lý Hà Nội Logerot (giai đoạn từ tháng 9-1912 đến tháng 2-1915) viết: "Không thể tưởng tượng được dân An Nam đến xem quá đông. Họ không hiểu luật chơi nhưng mỗi lần cầu thủ An Nam có bóng dẫn về phía cầu môn đội 9eRIC, họ reo hò ầm ĩ. Tuy nhiên, sức mạnh của Câu lạc bộ Bóng đá Hà Nội vẫn phải nhờ đến các cầu thủ người Pháp là Menin, Megy, Bernard, Bonardi...".*

Trận đấu này đã truyền cảm hứng đá bóng cho thiếu niên Hà Nội, nhất là học sinh. Các trường tiểu học Sinh Từ, Hàng Vôi, Cửa Đông... đã lập các đội bóng chân đất. Các nhà buôn Hoa kiều, Việt Nam và Nhật ở Hà Nội tận dụng cơ hội đã nhập khẩu bóng cao su to như quả bưởi từ Hồng Kông đáp ứng nhu cầu lớp trẻ. Nhiều phố, thiếu niên tập trung lập đội chơi bóng. Các đội đấu giao hữu ở các bãi trống trên khắp thành phố, thậm chí tại các ngã ba, ngã tư vắng người.

Trường Dũng Lạc hồi đó cũng có đội bóng thi đấu với các trường khác. Tôi không được chọn. Thiệt là một bất công vì tôi vẫn cho rằng tôi đá rất có nét. Cũng trầy chân trầy tay, mất mấy cái móng chân chứ bộ!

Hiệp định Genève ra đời vào năm 1954, tôi cùng gia đình di cư vào Nam trong nỗi vấn vương Hà Nội, nơi tôi có quá nhiều kỷ niệm của tuổi học trò. Vào Nam thấy cả một xã hội khác. Rộn ràng và chân thật hơn Hà Nội. Tôi theo học tại trường Chu văn An ngay niên khóa di cư đầu tiên, tháng 9 năm 1955. Học nhờ trường Petrus Ký. Petrus Ký học buổi sáng, Chu văn An học buổi chiều. Sau đó, trường mới dọn về khu nhà sát phía sau, trong khuôn viên trường Petrus Ký, vốn trước đây dùng làm ký túc xá cho học sinh. Cổng vào trường Petrus Ký ở phía trước trên đường Cộng Hòa, cổng vào trường Chu văn An ở phía sau. Gọi là cổng nhưng chỉ là cái rào sơ sài ra vô thong thả. Vừa vào cổng, phía bên trái là Trung Tâm Học Liệu, phía bên phải là một sân banh đất nhưng cũng có cọc gôn đàng hoàng tuy không có lưới. Những giờ trống giữa buổi học hoặc sau khi tan học, chúng tôi quần với trái banh tại sân này. Banh đá thứ thiệt đàng hoàng. Nhưng trời nóng quá khiến cho các cầu thủ chóng mệt. Ra khỏi cổng là có những hàng giải khát sẵn sàng đón nhận các chân bóng giải nhiệt.

Tôi lại tiếp tục đi coi đá banh tại sân Tao Đàn. Ngoài tên Tao Đàn, sân này còn có tên là sân Vườn Ông Thượng, nằm ngay trong khuôn viên vườn ông Thượng, tức vườn Bờ-Rô, sau đổi thành vườn Tao Đàn. Sân tọa lạc ngay giữa thành phố, gần chợ Bến Thành, nên rất tiện cho các khán giả tới lui. Tôi có ông bác vào Nam đã lâu, có cửa tiệm tại đường Lê Thánh Tôn, ngay gần chợ Bến Thành nên mỗi lần đi coi đá banh tôi gửi xe đạp, đi bộ vài trăm thước là tới. Sân nhỏ nhưng đủ tiêu chuẩn quốc tế và có gắn đèn để đá đêm. Trước đây, khu vườn Ông Thượng nằm trong khuôn viên của dinh Norodom, thời đó gọi là dinh Toàn Quyền. Năm 1869 khu vườn được tách ra khỏi dinh Norodom bằng một con đường

cắt đôi dinh mang tên Miss Clavell. Năm 1955 đường này được đổi tên thành đường Huyền Trân Công Chúa. Thời kỳ này, lớn rồi, nên tôi phải mua vé vào cửa coi đá banh. Sân này có một biệt lệ rất dễ thương là mở cửa xả láng cho khán giả vào coi thong thả khi trận banh gần tàn. Cũng như nhiều học sinh nghèo thời đó, số lần tôi canh me vào coi khúc cuối nhiều hơn số lần mua vé. Chỉ cần vài chục phút nhìn rõ mặt các tuyển thủ Việt Nam từng đá cho đội tuyển trong các lần xuất ngoại thi đấu quốc tế là mãn nguyện rồi. Những Nhung, Vinh, Hà Tam, Thách, Tư, Thanh, Hiếu, Myo, Tỷ, Rạng, Cự là thần tượng của tôi thời đó. Nhất là thủ môn

Rạng tung người bắt banh đẹp không kém Thọ Ve trên sân Mangin ngoài Hà Nội, nơi chỉ còn là kỷ niệm với đám học sinh di cư chúng tôi.

Ký giả Huyền Vũ.

Mỗi khi có một trận banh, tôi thường tới nhà ông bác mở *radio* nghe ký giả Huyền Vũ tường thuật, canh giờ tới khi sân banh cho xả cảng. Mê túc cầu những năm đó, không ai không biết ký giả Huyền Vũ. Với giọng nói miền Nam trầm ấm, ông đã dẫn khán giả theo dõi từng đường banh mà không cần phải tưởng tượng nhiều. Mỗi khi có pha gay cấn, Huyền Vũ nói dồn dập nhưng vẫn rất rõ ràng tên từng cầu thủ đang dẫn banh, trái banh tới gần khung thành, sút. Tôi nín thở theo dõi. Ông hạ giọng: banh không vô rồi! Nghe vừa thất vọng vừa cảm khái. Khán giả ngồi coi trong sân, mắt dõi theo đường banh trước mặt, vậy mà vẫn cần nghe tiếng nói đầy quyến rũ của ông mới tận tường những gì đang diễn ra trên sân. Hồi đó đã có máy thu thanh chạy bằng *transistor*, rất tiện mang theo người. Trên các khán đài, tiếng ông vang vọng từ các máy do khán giả mang theo vào sân để mở nghe. Dĩ nhiên tôi rất thèm nhưng không thể có được cái máy quý hóa này. Nhưng không sao, dù ngồi chỗ nào cũng có thể nghe ké được. Có nhiều người ngồi gần ông Huyền Vũ trên sân, mở máy nghe quá lớn, đã được ông nhắc nhở xin đừng mở lớn kẻo ảnh hưởng tới kỹ thuật phát thanh.

Từ năm 1960, các trận banh được dời về đá tại sân Cộng Hòa, nằm giữa đường Tân Phước và đường Đào Duy Từ, Quận 10, Sài Gòn. Nguyên đây là sân Renault được thành lập từ năm 1931. Năm 1959, sân được chỉnh trang và hoàn thành vào tháng 10 năm 1960, có sức chứa tới 16 ngàn khán giả, khán đài bằng xi măng, phần chính có mái che, có dàn đèn hiện đại, đạt tiêu chuẩn sân banh quốc tế. Trận banh đầu tiên tại sân Cộng Hòa giữa hai đội Quan Thuế và AJS, nữ nghệ sĩ Thanh Nga đã được vinh dự đá trái banh đầu tiên của trận đấu. Năm 1967, sân Cộng Hòa được tái thiết nâng cấp một lần nữa. Năm 1966, đội tuyển Việt Nam đoạt cúp Merdeka ở Mã Lai. Chiếc cúp được lưu giữ tại sân Cộng Hòa. Sau 1975, cúp bị thất lạc!

Ngồi coi world cup năm nay, tôi cũng đã thất lạc để hồn bay về tuốt tận nửa thế kỷ trước tại Việt Nam. Khán giả khắp nơi cùng các tuyển thủ của 32 quốc gia thi đấu World cup 2022 tại Doha, Qatar, không thất lạc. Họ về nhà. Đường bay về dài ngắn khác nhau. Tôi cũng bay nhưng bay ngược về tuổi thơ trên đất mẹ. Thiệt là lẩm cẩm. Người có tuổi thường nhìn về quá khứ. Tôi đã có nhiều tuổi nên bay tuốt về

Sân Cộng Hòa.

tận thời thơ ấu là chuyện thường tình. Người ít tuổi thường hướng về tương lai. Đó là chuyện dĩ nhiên. Thời gian còn trải rộng trước mắt, họ nhìn về phía trước. Phía trước là World cup 2026 tại Mỹ, Mexico và Canada chúng tôi. Tương lai world cup rất gần với tôi về mặt địa lý. Tôi sẽ ngất ngư sống tới ngày đó để có dịp nhìn chân cẳng các tuyển thủ quốc tế tranh tài. Như đã từng nhìn tận mắt các Ứng Kều, Khê Thăng Long Xích Thố, Thọ Ve, Phạm văn Rạng trên các sân bóng ngày cũ.

12/2022

XĂNG

Cái tật đi ngang qua cây xăng đều ngước mặt lên nhìn cái bảng giá chói lòa tôi không bao giờ bỏ được. Bi chừ lại càng không bỏ. Vì giá xăng leo trèo quá đáng. Nhớ lại hồi tôi mới qua định cư trên đất nước này, cũng mới trên ba chục năm chứ xa xôi chi, giá xăng khoảng 25 xu một lít. Lại còn được chiều chuộng tới bến. Đổ từ 20 lít trở lên có quà tặng. Khi thì túi xách, cái xâu chìa khóa, khi thì tuốc-nơ-vít đủ kích cỡ, ly tách. Chịu khó cầm vòi xăng vài lần là có đủ bộ sưu tập, chẳng tốn bạc chi. Thời vàng son đó nay còn đâu!

Chỉ trước cô-vít, giá xăng xấp xỉ một đô cho mỗi lít, khi trồi khi sụt nhưng cái trồi cái sụt rất nhẹ nhàng. Đùng một cái, xăng bỗng biến thành một tay *ninja* leo trèo như khỉ. Thiên hạ kêu trời không thấu. Bữa qua, tôi cầm vòi xăng khi bảng giá leo lên 2,10 đô một lít. Nhìn vào đồng hồ chạy hùng hục mà sốt ruột. Chẳng lẽ vứt xe ở nhà. Vứt sao được, chân cẳng đâu mà lội bộ. Kêu thì cứ kêu nhưng cho xe uống xăng thì vẫn cứ đút vòi vào miệng bình như thường lệ.

Tháng 7 này, dân Canada chúng tôi ăn mừng lễ quốc khánh vào ngày đầu tháng. Bốn ngày sau, ngày 4/7, tới lượt ông bạn Mỹ. Ba bốn ngày nghỉ, chân cẳng đâu có yên. Cách chi cũng nhúc nhích. Theo hãng tin Reuters dự đoán thì năm nay số người lái xe đường trường xa trong dịp lễ Độc Lập sẽ đạt tới mức kỷ lục là 42 triệu người, mặc cho giá xăng nhảy vọt. Năm 2019 chỉ có 41 triệu rưởi người lái xe về thăm nhà hoặc đi chơi đây đó. Số người cưỡi máy bay cũng tăng. Dự tính năm nay có khoảng gần 48 triệu người đi mây về gió, vượt hơn mức năm ngoái. Máy bay tha hồ ngốn xăng. Những ngày gần đây, các phi trường đông nghẹt người chờ leo lên máy bay khiến người ta nghĩ con số hành khách sẽ vượt mức dự đoán. Montreal chúng tôi đang bị kẹt tại các địa điểm cấp sổ thông hành. Người ta phải sắp hàng qua đêm để làm thủ tục xin *passport*.

Chứng cuồng chân cuồng cẳng sau hai năm nhà ai nấy ở trong cơn đại dịch là có thật. Con cháu tôi rục rịch tới chóng mặt. Cái lò xo trong chân tôi coi bộ đã giãn nở nên hết ép-phê, tới giờ này vẫn nằm yên tại chỗ. Chỉ vì lòng vẫn chưa hết cơn sợ dịch bệnh. Tuổi trẻ họ khác. Như con bò mộng, húc được là húc, chuyện sau ra sao thì…*que sera sera!*

Tom Kloza, chuyên viên nghiên cứu năng lượng toàn cầu cho AAA dự đoán nhu cầu xăng nhớt ở Mỹ sẽ còn tăng trong mùa hè năm nay. Thiên hạ sẽ rục rịch dữ dù cái túi tiền sẽ lỗ chỗ vì xăng. Không chỉ chân chạy, chuyện mua sắm cũng sẽ tăng tuy hàng hóa lên giá vùn vụt. *Shopping* sau mùa dịch là chuyện bắt buộc, nếu không đời sẽ mất vui đi. Hãng làm dép nổi tiếng Crocs cho biết dù giá cả tăng, số hàng bán ra của họ cũng tăng không kém. Ngộ một điều là loại hàng xa xỉ, không cần thiết, lại có số doanh thu tăng tới sững sờ. Kêu thì cứ kêu nhưng mua vẫn cứ mua. Thiệt là nghịch lý. Nhìn bạn bè họ hàng chung quanh tấp nập mua sắm, tôi nghĩ có lẽ bệnh *shopping*, sau một thời gian bị o ép, nay bỗng bung ra khiến mọi người hân hoan chi tiền.

Chuyện giá xăng tăng là chuyện toàn cầu, không chừa một nước nào. Giá xăng ở Mỹ leo tới con số trung bình 5,098 đô một *gallon*, còn nhân hậu hơn ở Canada chúng tôi với con số 6,494 đô một *gallon*. Nếu so với Âu châu thì khoảng cách còn lớn hơn. Giá xăng ở Bồ Đào Nha cỡ 8 đô rưỡi một *gallon* được coi là thấp nhất châu Âu và giá xăng ở Na Uy lên tới 10,149 đô trời ơi đất hỡi nhất lục địa. Hồng Kông kinh khiếp hơn đã tới con số khủng 11,451 đô. Tất cả những con số này được ghi trong bản giá xăng trên khắp thế giới ngày 27/6 vừa qua.

Giá xăng được tính theo giá lên xuống của thị trường dầu thô. Trong thời kỳ đại dịch, dầu thô rẻ hơn bèo. Đã có lúc dầu thô không những được biếu không mà các nhà sản xuất còn phải chi thêm khoảng ba chục đô cho người mua. Chuyện khó tin mà có thật này xảy ra vì các ống hút dầu không thể ngưng, số dầu được bơm lên nhưng không bán được ngày càng nhiều khiến các kho chứa đầy ứ. Họ phải bán lỗ để giải tỏa kho chứa dầu. Ông bạn tôi cắc cớ hỏi sao không ngưng bơm dầu mà phải chịu lỗ như vậy? Phí tổn ngưng rồi tái khởi động dàn bơm dầu còn đắt hơn là chịu bán lỗ. Nay, với nhu cầu tiêu thụ xăng leo cao, giá dầu thô đã tăng lên có lúc tới

120 đô mỗi thùng. Số cầu nhiều hơn số cung đã đẩy giá lên. Theo cơ quan năng lượng *"Energy Information Administration"* thì giá dầu thô chiếm khoảng 61% giá thành của xăng, phần còn lại là chi phí lọc dầu chiếm 14%, tiếp thị và phân phối chiếm 11%, thuế chiếm 15%.

Giá dầu thô tăng cao, ngoài việc vì sức tiêu thụ cao, cung không kịp cầu, còn do cuộc chiến tranh xâm lược của Nga tại Ukraine mang tới việc cấm vận dầu khí của Nga. Nga là nước sản xuất dầu mỏ đứng hàng thứ ba trên thế giới, sau Mỹ và Saudi Arabia. Trong những ngày cuộc chiến được Putin gọi là "hành quân đặc biệt" của Nga, lượng dầu thô xuất cảng của Nga bị giảm mạnh do các biện pháp trừng phạt kinh tế của Mỹ và châu Âu cùng một số nước khác. Thêm vào đó, sự khan hiếm dầu thô còn nặng nề hơn khi các công ty dầu khí Mỹ không muốn khoan thêm các giếng dầu mới. Một giếng dầu mới cần hoạt động trong nhiều năm mới thu hồi được vốn trong khi xu hướng hiện nay của thế giới là dùng những nguồn năng lượng sạch. Họ lo ngại không đủ thời gian để các giếng dầu mới này sanh lợi. Sự khan hiếm hiện nay là giả tạo khi cuộc chiến còn đang tiếp diễn. Một mai khi hết chiến tranh, sự khan hiếm này sẽ chấm dứt.

Giá dầu leo thang phi mã khiến mọi người cằn nhằn nhưng hầu như ai cũng bóp bụng chịu. Biết trách ai! Chiến tranh là thánh giá mà mọi người phải chung vai vác. Cằn nhằn đó nhưng xe hơi vẫn bon bon chạy, máy bay vẫn cất cánh trĩu nặng hành khách, người người vẫn chen chúc nhau đi chơi hè. Cây thánh giá coi bộ không nặng lắm. Nhưng một số người không chịu ghé vai chung sức với những người khác. Họ tìm cách trút bỏ gánh nặng bằng những hành động mà chúng ta gọi là ăn cắp. Họ mở nắp bình xăng của những chiếc xe đậu ngoài đường để hút trộm xăng. Tại San Jose, tiểu bang California, bốn chiếc xe tải giao hàng của công ty Second Harvest Food Bank chuyên vận chuyển đồ từ thiện, đã bị hút hết xăng. Ông Chip Huggins của hãng cho biết: "Các tài xế của công ty đổ đầy bình nhiên liệu trước khi lên đường giao hàng. Đêm hôm đó, kẻ gian đã hút hết xăng trong bình xăng của cả bốn xe. Tổng cộng số xăng bị trộm là 400 *gallons*".

Có người ví von: sở dĩ ngân hàng bị cướp là vì trong đó có tiền thì các xe tải có bình xăng giờ đây cũng giống như các ngân hàng di động. Cướp xăng của xe vận tải còn dễ hơn cướp ngân hàng vì các xe này không có hệ thống an ninh vững chắc. Công ty cung ứng thực phẩm Alpine tại thành phố Salt Lake City cũng có nhiều xe vận tải gặp nạn...xăng tặc. Thậm chí các máy nông nghiệp của nông dân trên các cánh đồng cũng không được tha. Ông Bill Spellman cho biết chỉ trong một đêm, các xe nông nghiệp của ông đã mất toi 800 *gallons* xăng. Máy thu hình an ninh cho thấy một gã trộm xăng đã dùng ống hút trộm số xăng quý giá này. Phó cảnh sát trưởng Tom Mackenzie của hạt Merced tiết lộ: "Nhiều người đang mua số xăng ăn cắp này đã im lặng, không tố cáo, vì họ mua được xăng với giá chỉ bằng nửa giá thị trường".

Một chiêu ăn cắp xăng khác đã được Ron Stout, một tên trộm chuyên nghiệp tiết lộ. Khi thấy con mồi đến trạm xăng, chúng chờ cho người này bấm số tiền xăng muốn mua, rút vòi đổ xăng, bỏ đó bước vào trong trạm trả tiền để đỡ mất thời giờ. Khi nạn nhân quay lưng, chúng lập tức chạy tới rút vòi bơm xăng ra rồi đút vào bình xăng của chúng trong khi xăng vẫn phun ra. Xong xuôi, khi thấy nạn nhân bước ra, chúng bình thản trả vòi bơm lại xe của nạn nhân. Với chiêu ăn cắp "êm ái" này, nạn nhân không hề biết bị mất xăng!

Chiêu mượn đỡ cái vòi xăng này được coi là…nhân đạo nhất trong các thể loại ăn cắp xăng. Nó mang lại thư thái cho nạn nhân nếu người này vô ý không nhìn vào đồng hồ chỉ mức xăng trong xe. Nhưng chiêu này không thể áp dụng được tại hai tiểu bang Oregon và New Jersey. Hai nơi này hoàn toàn cấm người mua xăng sờ tay vào vòi xăng. Chuyện khá ly kì. Cây xăng đầu tiên tại Mỹ xuất hiện vào thập niên 1900 nhưng mãi tới năm 1980 các cây xăng mới hoàn toàn cho người mua xăng tự cầm vòi xăng. Các cây xăng muốn nhân viên của họ đổ xăng cho khách hàng vì họ thu được nhiều tiền hơn. Họ đưa ra lý do vì khách hàng tự đổ xăng sẽ có thể làm tràn bình gây nên hỏa hoạn. Cho tới năm Mậu Thân 1968, vẫn còn 23 tiểu bang cấm khách hàng tự đổ xăng. Do sự cải thiện kỹ thuật tại các cây xăng lệnh cấm này dần dần được gỡ bỏ. Lợi nhuận của các chủ cây xăng đi xuống nên họ nghĩ ra cách bán kèm theo các thức ăn, nước uống và các vật dụng cần đi đường xa. Vậy nên ngày nay chúng ta mới có những trạm xăng với những cửa hàng to đùng bán đủ thứ thập cẩm rất tiện cho lữ khách lái xe đường trường. Khoảng năm 1992, độ chừng 80% các cây xăng cho khách hàng tự phục vụ. Duy hai tiểu bang Oregon và New Jersey vẫn ương ngạnh không chịu cho khách tự đổ xăng. Năm 1982, dân Oregon đã bỏ phiếu duy trì tình trạng này. Nhưng năm 2018, họ nới lỏng chút xíu. Tại các quận hạt ở vùng quê có dân số dưới 40 ngàn người có thể cho khách hàng tự cầm vòi.

Tại tiểu bang New Jersey dân chúng đã quen với tính lười cầm vòi xăng nên hầu như mọi người đều muốn để nhân viên cây xăng cầm vòi giùm. Nhiều xe ở New Jersey dán những *sticker* có hàng chữ rất oai phong: *"Jersey Girls Don't Pump Gas"*. Con gái ai lại…bơm! Một cuộc thăm dò mới đây cho thấy 73% dân chúng của tiểu bang này chống việc cho khách hàng tự đổ xăng.

Nhìn chung chúng ta thấy hai tiểu bang này chậm tiến nhưng họ cũng có lý của họ. Khi đổ xăng, chúng ta có thói quen ráng bơm thêm một chút nữa vào bình dù vòi bơm đã tự động dừng khi bình xăng đã đầy. Có nhiều lý do cho hành động tưởng vô thường vô phạt này. Có người có chút tham lam ráng thêm khi giá xăng bữa đó rẻ. Có người ưa tròn trĩnh cố bơm thêm cho tròn số tiền phải trả. Số xăng…ráng này luôn kéo theo việc xăng tràn một chút ra nắp bình xăng. Ẩu tả thì mặc kệ, chăm chỉ hơn thì lấy khăn lau. Vậy là xong. Nhưng chuyện không xong. Theo trang *Cars.com* thì việc bơm quá nhiều xăng có thể gây hư hại hệ thống kiểm soát bốc hơi nhiên liệu *(evaporative emissions control system)* gọi tắt là EVAP. Nếu bơm xăng quá đầy, phần xăng lỏng dư ra có thể bị hút theo hơi xăng vào bầu lọc than hoạt tính, dùng để hút hơi nhiên liệu, gây hư hỏng hệ thống này và các bộ phận khác của xe. Vậy là tốn kém một số tiền không nhỏ. Nhưng chuyện tốn kém ngay tức khắc có thể xảy ra vì vòi bơm xăng tại các trạm đổ xăng thường được lắp đặt hệ thống chống bốc hơi. Nếu bơm thêm xăng sau khi vòi tự ngắt, hệ thống này có thể hút ngược lượng xăng vừa bơm vào. Số xăng này đã được tính tiền rồi. Vậy là mất toi!

Trở lại chuyện đề phòng chống trộm xăng nhiều người phòng bị bằng cách mua khóa để khóa nắp bình xăng. Vậy là xăng hết đường chui ra. Các hãng sản xuất xe hơi gần đây không biết có tiên đoán được nạn hút xăng không mà đã chế ra bình xăng không có nắp. Miệng bình xăng là một miếng cao su bít kín, không có nắp, có van ngăn không cho nhiên liệu bị hút ngược ra khỏi bình. Miếng đậy bên ngoài vuông vức không mở được khi cửa xe khóa. Như vậy kẻ cắp đã gặp bà già. Nhưng kẻ cắp ngày nay mánh mung hơn xưa. Không hút được xăng, chúng đục lỗ dưới thùng xăng.

Chiêu đục này thiệt dã man. Các chủ xe chỉ còn đường mang xe tới *garage* để bít lỗ hoặc thay thùng xăng khác. Chi phí phải cỡ bạc ngàn. Chuyện nhắm mắt làm càn này xảy ra tại nhiều quốc gia. Ông Angad Farag, chủ *garage* Mid City Complete Auto cho biết chuyện các chủ xe mang tới sửa hoặc thay thế bình xăng ngày càng nhiều. Cô Gordillo, cư dân North Hills ở Los Angeles, đậu chiếc xe *pickup* Dodge Ram trước nhà. Lợi dụng đêm tối, kẻ gian đã khoan thủng bình xăng khiến cô tốn cỡ hai ngàn để thay bình.

Cảnh sát chỉ biết khuyên mọi người khóa xe cẩn thận, không đậu xe tại nơi tối tăm. Sở cảnh sát Atlanta mới đây đã bắt được một vụ khoan thủng bình xăng. Phát ngôn viên sở Cảnh sát cho biết: "Trong những vụ phạm tội như thế này, nghi phạm thường dùng bộ khoan cầm tay để đục lỗ trên bình xăng xe nạn nhân khiến tài xế thiệt hại tới hàng ngàn đô để thay thế hoặc sửa chữa bình nhiên liệu". Cảnh sát tại

Everett và Hoquiam thuộc tiểu bang Washington, cũng báo cáo nhiều vụ đục thủng thùng xăng hoặc các ống dẫn nhiên liệu.

Tại Canada, nạn đục thùng xăng cũng gia tăng những ngày gần đây kể từ khi giá xăng leo thang. Bà Debra A. Katerenchuk, Cảnh sát trưởng ở Elk Valley cho biết: "Những tên trộm không chỉ hút xăng ra khỏi bình chứa mà còn khoan lỗ trên bình dẫn đến việc sửa chữa tốn kém. Giá xăng tăng cao là một chuyện nhưng chi phí sửa chữa thay thế bình xăng còn tốn phí gấp bội".

Nhưng hút hoặc đục thủng xăng của xe hơi vẫn chỉ là thứ đánh cắp cò con. Dân làm ăn lớn còn tổ chức những cuộc đánh cắp xăng tại các trạm xăng. Một trạm xăng tại Houston mới đây đã bị quân gian đánh cắp hơn một ngàn *gallon*, khoảng 4500 lít. Hãng CBS vừa đưa tin, tại thành phố Tampa, tiểu bang Florida, một nhóm trộm cắp thuộc một băng đảng đã lấy được một số xăng trị giá tới 60 ngàn đô.

Chuyện ăn cắp xăng ngày nay là chuyện…quốc tế với trăm phương nghìn chước. Đáng nọc ra đánh đòn là con vi khuẩn Covid-19 và ông Putin. Con *covid* nhỏ tí xíu, thộp được cổ nó không phải là chuyện dễ. Thôi thì tha làm phúc. Còn cái cổ to bè của thể tháo gia Putin dễ nắm hơn để hỏi tội. Cớ sao thế giới đang an bình ông lại đổ đốn quậy tung lên làm xăng leo thang vượt bậc. Nhưng cái tội nâng bàn tọa của xăng không nặng bằng tội ông đã khơi khơi phá hoại đất nước láng giềng gây ra bao nhiêu cái chết thảm thương. Những sanh mạng vô tội, trong đó có nhiều trẻ em, bị chết tức tưởi oan ức làm sao ông đền được. Cuộc chiến đã kéo dài hơn ba tháng và vẫn chưa có dấu hiệu chấm dứt. Chiến tranh càng lâu, số người chết càng nhiều. Chuyện xăng dầu lên giá ngẫm ra chỉ là chuyện nhỏ. Rất nhỏ!

07/2022

XẾ CỦA SẾP

Sếp nói trong bài này là loại sếp xịn, sếp cầm đầu một quốc gia. Sếp mới toanh là vua Charles III vừa lên ngôi báu khi nữ Hoàng Elazabeth II thăng hà vào ngày 8/9 vừa qua. Ông này là dân chơi xế thứ thiệt, đam mê suốt cuộc đời đã 73 năm chẵn. Ông sở hữu tới ba chiếc Aston Martins. Nếu ai hỏi tôi Aston Martins là thứ xe gì, tôi sẽ bối rối. Cuộc đời tôi cao nhất chỉ biết tới Honda hay Toyota. Khi còn ở Việt Nam là chiếc Daihatsu.

Ngay khi lên ngôi ông thừa kế bộ sưu tập xe của mẹ có giá khoảng 10 triệu bảng Anh, tương đương với 13,8 triệu đô Mỹ. Nữ hoàng rất thích lái xe. Cho tới khi qua tuổi 90 bà vẫn tự lái xe mỗi khi có dịp. Có một điều ít ai biết là bà không có bằng lái. Không phải bà không đậu thi lái xe mà đây là một trong những đặc quyền của vua nước Anh. Vua được quyền lái xe văng mạng không cần bằng biếu chi. Dĩ nhiên không phải vì vua sanh ra đã biết cầm tay lái. Vua cũng phải học lái như mọi thần dân nhưng không phải thi tốt nghiệp. Điều này thật bất công khi có những người mướt mồ hôi, run lập cập mỗi khi thi lái. Tôi có cô em đã thi tới trên chục lần mới cầm được cái bằng mà tôi gọi là "tiến sĩ lái xe". Nhưng người ăn trên ngồi trốc phải có chút lợi lộc, biết sao! Tuy không cần bằng lái nhưng nữ hoàng có tay lái lụa. Năm 2016, bà đã lả lướt lái xe đưa bà mẹ của công nương Kate, bà Carole Middletown, đi vãn cảnh. Bà đã học lái xe từ năm 16 tuổi. Trong Thế Chiến II, bà từng làm thợ máy và lái xe trong một quân đoàn gồm các nữ quân nhân. Bà cũng đã học sửa và lái các loại xe quân sự, xe cứu thương và xe tải.

Xe Bentley State Limousine của Nữ Hoàng Anh.

Khi bà ra đi, Thái tử Charles lên kế ngôi và được thừa hưởng chiếc xe đặc biệt Bentley State Limousine rất đẹp mà bà thường dùng. Không phải một mà hai chiếc giống hệt nhau. Không như hai chiếc xe giống nhau của Tổng Thống

Mỹ luôn luôn xuất hiện cùng một lúc để nghi binh, không biết *tonton* ngồi trên chiếc nào, hai chiếc Bentley của Nữ hoàng không bao giờ xuất hiện cùng một lúc mà chỉ để phòng hờ khi có trục trặc hay khi lực lượng an ninh cần bố trí gấp tại hai địa điểm khác nhau. Hai chiếc xe này do hãng Bentley tặng bà trong dịp kỷ niệm 50 năm trị vì để thay thế chiếc Rolls Royce Phantom VI bà dùng trước đó. Điểm đặc biệt là chính chồng bà, Hoàng Tế Phillips là người vẽ kiểu hai chiếc xe này theo ý thich của bà vợ về hình dáng, kích thước và trang trí cũng như tiện ích bên trong xe. Bà muốn nhìn ra thần dân bên ngoài hoặc người trên đường phố có thể nhìn thấy bà một cách rõ ràng nên xe gần như giống một nhà kính thông thoáng. Chiều cao của xe cao hơn thường lệ để bà dễ dàng ra vô mà không phải khom lưng. Cửa xe loại *coach door* mở về phía sau và có độ mở rộng tới 90 độ giúp cho việc ra vào dễ dàng hơn. Vị trí ghế sau vừa phải, tương ứng với kích thước của bà. Muốn đạt yêu cầu này, khi chế tạo hãng Bentley đã phải dùng một hình nộm kích thước y hệt với nữ hoàng. Hơn nữa, Bentley đã lấy số đo những túi xách yêu thích của bà để tạo ra những ngăn để túi vừa vặn. Ghế sau, nơi nữ hoàng ngồi, được bọc bằng vải len cừu đặc biệt do nhà sản xuất hàng dệt Hield Brothers của Anh sản xuất. Thân xe và kính xe đều là loại chống đạn. Không gian trong xe có khả năng chống nổ nên sẽ không ảnh hưởng khi có vụ nổ xảy ra bên ngoài xe. Nếu bị tấn công bằng khí độc hoặc hóa chất ở bên ngoài, trong *cabin* xe không hề hấn chi. Bánh xe được lót *kevlar*, một loại chống đạn, nếu bị bắn vào lốp, xe vẫn đường trường xa như thường. Để không ảnh hưởng tới môi trường, năm 2009, xe đã được điều chỉnh để dùng nhiên liệu sinh học thay cho xăng. Trị giá chiếc xe khoảng 10 triệu bảng Anh.

Tôi đã nhìn thấy chiếc Bentley này trong một *video* tường thuật trực tiếp tang lễ nữ hoàng. Người ngồi trong xe là tân vương Charles III. Chiếc xe màu cánh dán trông có nét cổ kính nhưng rất thông thoáng hiện đại dù đã có 20 năm tuổi. Thiết kế xe như vượt thời gian, không hề cũ kỹ già nua mà vẫn sang trọng xứng đáng với một vị vương giả.

Có một chiếc xe xịn cũng xuất hiện trong dịp này, đó là xe của *tonton* Mỹ. Và đây là chiếc xe độc nhất của nguyên thủ quốc gia lăn trên đường phố London trong dịp này. Các nguyên thủ khác, kể cả Nhật Hoàng, đều phải ngồi chung xe buýt tới dự lễ. Tôi không hóng ti-vi nhưng lại bắt gặp một đoạn quay cảnh máy bay chở…dụng cụ của ông Biden tới London. Nguyên một chiếc trực thăng Marine One chui ra từ một máy bay vận tải khổng lồ C-17 Globemaster. Từ bụng một máy bay khác, một đoàn xe chui ra trong đó có con quái vật *The Beast*, biệt danh của chiếc Cadillac được chế tạo riêng cho *tonton* Mỹ. Biệt danh "quái vật" này được dùng lần đầu tiên cho chiếc Cadillac DTS được ra lò vào năm 2001, dưới thời Tổng Thống George W. Bush. Tới thời *tonton* Barack Obama, vào năm 2009, hãng GM mới chế ra dòng xe *limousine* gọi là Cadillac One dành riêng cho xe của tổng thống. *Tonton* Obama dùng xe này trong suốt hai nhiệm kỳ dài 8 năm. Khi ông Trump vào tòa Bạch Ốc, xe này tiếp tục được dùng cho tới tháng 9 năm 2018 khi *The Beast 2.0* hoàn tất. Theo đài truyền hình Fox, giá chiếc xe này là 1 triệu rưởi đô nhưng chi phí nghiên cứu lên tới 16 triệu đô. Kích thước của xe không thay đổi, dài 5 thước 448, cao 1 thước 554 nhưng phía bên ngoài cũng như bên trong được cải tiến nhiều. Vỏ và sàn xe được bọc thép chống đạn. Kính xe dày 127 mm gồm năm lớp chồng lên nhau, cửa dày 200mm, nặng ngang cửa của máy bay Boeing 757, được gia cố bằng nhôm, *titanium* và gốm có thể chịu được đạn chống xe tăng. Gầm xe được chế tạo như gầm chiếc xe vận tải hạng nặng Chevrolet Kodiak, phụ thêm bằng *titanium*, gốm và tấm chống bom.

Lốp xe có kích thước tương đương với lốp xe buýt được làm chắc thêm với sợi *kevlar* như xe của nữ hoàng Anh, nhưng có lắp thêm một phụ kiện đặc biệt nằm trong bánh xe. Trong trường hợp lốp bị hư, phụ kiện này giúp xe di chuyển như bình thường một khoảng cách xa để tránh nguy hiểm.

Chiếc…chiến xa này nặng tới 9 tấn! Với trọng lượng khủng này, xe được lắp động cơ diesel Duramax 6.6 mạnh tới 300 mã lực. Động cơ bằng sức 300 con ngựa nhưng cũng chỉ kéo xe chạy tối đa được 90 cây số/giờ. Thua xa tốc độ chiếc Honda Civic của tôi! Vậy mà chiếc xe…rùa này uống tới 34 lít *diesel* cho 100 cây số. Tại sao xe dùng *diesel*, các chuyên gia cho biết vì *diesel* bắt lửa chậm hơn xăng. Nếu xe bị tập kích nguy cơ cháy nổ sẽ ít hơn xe chạy xăng. Với chủ trương bảo vệ môi trường, Tổng Thống Biden mới đây đã ra lệnh nghiên cứu để xe của tổng thống chạy bằng điện. Chiếc Cadillac Lyriq đang được nghiên cứu nhắm vào mục đích này. Chuyện đau đầu nhất cho các chuyên gia là chế tạo ra một loại pin có thể dùng cho chiếc xe nặng tới 9 tấn.

Đó có thể là loại pin bao gồm nhiều mô-đun ghép lại hoặc pin dày thêm hai hoặc ba lớp so với loại pin thường dùng cho xe chạy điện hiện nay. Điều may mắn là "quái thú" này thường chỉ di chuyển trên quãng đường gần trong thành phố nên việc nghiên cứu chế tạo pin sẽ dễ dàng hơn. Tuy nhiên người ta ước đoán công việc này cũng phải mất tới 4 năm, quá nhiệm kỳ hiện nay của *tonton* Biden. Nếu muốn cưỡi xe điện, ông Biden phải tái đắc cử thêm một nhiệm kỳ nữa!

The Beast 2.0 của Tổng Thống Mỹ.

Xế *The Beast* của *tonton* Mỹ có đầy đủ các thiết bị cần thiết về phương diện an ninh cho vị nguyên thủ quốc gia như xế của nữ hoàng nước Anh nhưng chúng có thêm các hộc chứa bình chữa cháy, bình khí oxy, máu dự trữ của *tonton*, súng tự động, súng phóng lựu. Khi cần là cận vệ có đồ chơi liền! Đầu xe có trang bị súng phun hơi cay và súng máy. Ngoài GPS bằng vệ tinh, xe còn được trang bị điện thoại vệ tinh để có thể nói chuyện thẳng với điện thoại của Phó Tổng thống và Ngũ Giác Đài để tổng thống có thể ra lệnh dùng vũ khí hạt nhân ngay trên xe.

Trong đoàn xe của tổng thống Mỹ luôn có hai chiếc "quái thú" đi sát nhau. Một chiếc có *tonton* ngồi, một chiếc dùng như chim mồi để đánh lạc hướng các thích khách. Nhưng không phải chỉ có hai chiếc quái thú. Có 11 chiếc lận. Để tiện cho việc xếp đặt của mật vụ khi tổng thống công du nhiều nước trong một thời gian ngắn. Thường *tonton* chỉ ở mỗi nơi một hoặc nhiều lắm là vài ba ngày. Tất cả các xe *The Beast* đều mang số 800-02.

Tài xế xe phải là một nhân viên mật vụ được huấn luyện rất kỹ lưỡng tới mức có thể dùng chiếc xe như một vũ khí chiến đấu khi cần thiết. Chàng này thông thạo các kỹ thuật đụng xe mà không gây thương tích cho tổng thống ngồi phía sau, kỹ thuật tẩu thoát nhậm lẹ khi có biến. Tài xế cũng là người duy nhất có thể nói chuyện với người bên ngoài qua cửa kính xe. Khi cần nói, cửa chỉ được hạ tối đa 7 phân. Cửa sổ xe phía tài xế là chiếc cửa sổ duy nhất có thể mở được. Các cửa sổ khác đều được đóng kín. Cửa xe chỉ có một người biết cách mở. Đó là trưởng toán cận vệ.

The Beast là một chiếc xe kinh khủng tưởng không bao giờ có sai sót trong việc chuyên chở các tổng thống Mỹ. Nhưng đã có một lần sai sót xảy ra. Năm 2013, trong chuyến công du đầu tiên tới Israel của *tonton* Obama, nhân viên phụ trách nhiên liệu đã đổ xăng thay vì *diesel* vào bình chứa. Tin tức không cho biết nhân viên lơ đãng này bị phạt ra sao. *The Beast* là một sản phẩm không sai sót của con người nhưng

Xe limousine Aurus Senat của Tổng thống Nga.

nhân viên phụ trách nhiên liệu là sản phẩm lỗi của tạo hóa!

Nói tới xe của tổng thống Mỹ, không thể bỏ qua xe của tổng thống Nga. Trước đây ông Putin sử dụng xe Mercedes-Benz S600 Puttman Guard của "đế quốc" Mỹ. Có lẽ thấy kỳ cục quá nên năm 2012 ông Putin chỉ thị Viện Nghiên Cứu Khoa Học Xe Hơi và Động Cơ Xe Hơi Trung Ương (NAMI) thành lập hãng chế tạo xe hơi Aurus Motors chuyên sản xuất xe sang. Ta về ta tắm ao ta, Aurum là chiếc ao ta mà cái tên ghép từ chữ "Au", viết tắt của chữ Aurum, có nghĩa là vàng, và chữ "rus" chắc ai cũng biết là Russia (Nga). Sáu năm sau, năm 2018, hãng này cho ra đời chiếc xe Senat Limousine dành riêng cho tổng thống. Xe có động cơ V8 4,4 lít kết hợp cùng mô-tơ điện tạo công suất tối đa 590 mã lực. Sức mạnh này truyền tới bánh xe qua hộp số tự động KATE R932 do NAMI hợp tác cùng Porsche chế tạo. Xe có thể gia tăng tốc độ lên tới 100 cây số/giờ trong vòng 6 giây. Xe có khả năng chống đạn, lựu đạn và mìn. Hệ thống khung của gầm xe được bọc thép dày 15mm, kiếng trước dày 65mm chống được bom, mìn và súng trực xạ. Lốp xe sử dụng keo chống xịt *runflat* để dễ dàng tẩu thoát khỏi các cuộc tấn công. Khi bị tấn công bằng chất hóa học, cửa sẽ khóa. Khi xe bị chìm nước không tràn dược vào khoang hành khách. Xe có chiều dài 6 thước 630, nặng hơn 6 tấn. Dòng xe này có phiên bản thương mại không có các tính năng bảo vệ được bán với giá 245 ngàn đô Mỹ.

Chủ Tịch Trung Quốc Tập Cận Bình dùng xe *limousine* cờ đỏ Hồng Kỳ. Dòng xe Honqi L-Series có nhiều mẫu khác nhau. Chiếc của ông Tập là Honqi N501. Là xe của nguyên thủ quốc gia, chiếc Honqi N501 phải có những tính năng bảo vệ chặt chẽ. Tuy nhiên những tính năng này không được tiết lộ. Theo một nguồn tin được rò rỉ ra ngoài thì Honqi N501 có khung gầm của chiếc Audi A6, động cơ chạy bằng xăng V8 4.0 L do Toyota chế tạo. Công suất tối đa khoảng 400 mã lực.

Thủ Tướng Anh Boris Johnson khi tại chức dùng xe Jaguar: chiếc XJ Sentinel nặng khoảng 4 tấn, tốc độ tối đa là 195 cây số/giờ. Xe được trang bị động cơ V8 tăng áp 503 mã lực, hệ thống liên lạc tối tân và hệ thống cung cấp oxy độc lập. Các chi tiết về an toàn không được tiết lộ tuy nhiên người ta cho biết đây là một chiếc xe tăng hạng nhỏ trong hình dáng Jaguar. Trước khi nhậm chức Thủ Tướng, ông Boris Johnson đã từng giữ chức Thị Trưởng London và Bộ Trưởng Ngoại Giao Anh. Khi đó ông dùng xe khá bình dân:

Xe Jaguar XJ Sentinel của Thủ Tướng Anh.

chiếc Toyota Previa và chiếc Citroen. Toyota của Nhật và Citroen của Pháp. Nguyên thủ thường dùng xe cây nhà lá vườn vì tự hào dân tộc nhưng, buồn thay, Jaguar ngày nay không còn là một công ty thuộc quyền sở hữu của Anh nữa.

Tổng Thống Pháp Emmanuel Macron không phải bối rối khi muốn "tự hào dân tộc". Pháp có tới ba hãng xe nổi tiếng: Peugeot, Citroen và Renault. Ông Macron dùng chiếc MPV của Renault Espace. Chiếc Renault Espace thường được các bà mẹ Pháp dùng để đưa đón con đi học nhưng tuy cũng là Renault Espace nhưng xe của *tonton* chắc chắn phải khác. Xe được bọc thép kỹ lưỡng. Có tới ba hãng xe nên ông Macron cũng biết làm một nhà lãnh đạo hài hòa. Ngoài chiếc Renault Espace, ông còn dùng một chiếc Peugeot 5008 bọc thép và một chiếc SUV Crossback Citroen DS7.

Hoàng Đế Nhật Bản không thể không dùng xe Toyota. Chiếc Toyota Century Royal chỉ sản xuất có bốn chiếc dành cho hoàng gia. Tổng Thống Hàn quốc cũng không thể không dùng xe Hyundai. Đó là chiếc Hyundai bọc thép Equus VL 500. Thủ Tướng Đức cũng phải sử dụng xe Audi. Chiếc Audi A8 L Security trang bị động cơ V12, công suất 500 mã lực.

Mercedes là hãng xe ăn nên làm ra nhất trong việc móc tiền của các nguyên thủ quốc gia. Từ Giáo hoàng tới Kim Jong Un. Chiếc xe quen thuộc với nhiều dân tộc trên thế giới qua các kỳ tông du của Đức Giáo Hoàng là chiếc xe không giống ai được mệnh danh là *popemobile*. Ghế sau xe là một chiếc tháp nhỏ nhô cao để Giáo hoàng có thể đứng vẫy tay chào mọi người. Đó là một chiếc Mercedes-Benz M-Class với khoang kính chống đạn phía sau. Chủ Tịch Bắc Hàn gây

Xe popemobile của Đức giáo Hoàng.

ồn ào nhất thế giới, thỉnh thoảng lại bắn một phi đạn, được *tonton* Trump gọi là *rocketman*, cũng sử dụng xe Mercedes giống với Giáo Hoàng. Nhưng chiếc Mercedes của *rocketman* là chiếc Mercedes-Benz S600 Pullman Guard bọc thép được coi là chiếc xe an toàn nhất thế giới. Hoàng gia Monaco cũng...Mercedes. Đó là chiếc Mercedes 600 Pulman 1969. Danh sách các nguyên thủ dùng xe Mercedes còn có Thủ Tướng Ấn Độ, Tổng Thống Kenya, vua Maroc, Tổng Thống Philippines, Thủ Tướng Singapore.

Các nguyên thủ quốc gia đều dùng xe xịn, phần vì thể diện quốc gia, phần vì an toàn cá nhân. Duy có Tổng Thống Jose Mujica của Uruguay, một quốc gia Nam Mỹ, lại đứng riêng ra một trường phái khác. Ông chẳng cần thể diện mà cũng chẳng cần an toàn bản thân. Xe của ông là một chiếc Volkswagen Beetle đời 1987, trị giá 1823 đô Mỹ. Chiếc xe "con ong" này, dân miền Nam chúng ta quá quen thuộc. Chúng chạy đầy đường tại Sài Gòn trước năm 1975. Chạy xe như vậy, ông Jose Mujica được coi như tổng thống nghèo nhất thế giới. Theo bản kê khai tài sản cá nhân năm 2010 của ông thì chiếc xe này là tài sản có giá nhất của ông. Ông không có con cái nên đã hiến tới 90% lương hàng tháng cho các hoạt động từ thiện xã hội. Mỗi tháng hai vợ chồng chỉ giữ lại số tiền tương đương với 775 đô Mỹ để sống. Số tiền này ngang bằng với lợi tức trung bình của người dân Uruguay. Ông nói: "Tôi đã sống như thế này trong suốt cuộc đời. Nhiều người bảo tôi là tổng thống nghèo nhất thế giới nhưng tôi không thấy thế. Theo tôi, người nghèo là người kiếm được tiền nhưng tiêu xài phung phí vào lối sống xa

Xe Volkswagen Beetle đời 1987 của Tổng Thống Uruguay Jose Mujica.

hoa, và họ dường như không bao giờ hài lòng với những gì họ đang có.Tôi không như thế, tôi hoàn toàn có thể sống tốt với những gì mình đang có".

Vậy mà ông có thể kiếm được bạc triệu với chiếc xe con ong cũ kỹ này. Ông cho ký giả báo Busqueda biết là một người Ả Rập Sheikh đề nghị mua lại chiếc xe trồng hành của ông với giá một triệu đô. Vậy là ông cũng có thể sắp hàng vào danh sách những triệu phú nhưng ông cho biết nếu ông bán chiếc xe được một triệu đô, ông sẽ quyên góp toàn bộ số tiền này cho chương trình hỗ trợ nhà ở cho những người vô gia cư!

10/2022

NGOẠI TẬP

ĐỌC "CHUYỆN GẦN CHUYỆN XA" CỦA VÕ KỲ ĐIỀN VÀ MINH NGỌC

"Chuyện Gần Chuyện Xa" do hai nhà văn kể. Một già, một trẻ, cả hai tôi đều có hân hạnh quen biết. Già thuộc thế hệ tôi, đã bát tuần, trẻ thì khi đất nước bị nhuộm đỏ chỉ mới 4 tuổi. Một người ở gần, một người ở xa tôi. Gần là ngay Brossard, cũng thuộc thành phố Montreal, xa là New York bên Hoa Kỳ, cách tôi sáu giờ lái xe, nếu cỡ tôi cầm tay lái, còn người trẻ thì khác, lẹ hơn nhiều. Vậy thì xa nhưng với người trẻ cũng là gần.

Người già là nhà văn Võ Kỳ Điền, bước chân vào nghề dậy Việt văn từ năm 1964, tinh thông Hán học, thuộc loại nho chùm. Ông có nghề tay trái là coi phong thủy, chấm tử vi. Các cơ sở buôn bán tại Montreal phần lớn đã rước ông tới coi phong thủy trước khi mở cửa. Họ đều toại nguyện với những lời bàn của ông. Ông cho biết là ông chưa hề sai khi ngắm nghía địa điểm, hướng nằm của cửa tiệm. Với một kiến thức vững vàng về văn hóa Việt, ông có nhiều chuyện để nói. Chuyện gần chuyện xa. Gần là chuyện mới đây khi ông đã định cư tại Canada, xa là chuyện từ xửa từ xưa, xa lắc xa lơ.

Ông hiện cư ngụ tại một nhà già tư, khá sang trọng, nơi chỉ có mỗi mình ông là da vàng mũi tẹt, còn tứ bề là những ông tây bà đầm, nói toàn tiếng Tây. Ông kể chuyện gần này như sau: *"Như lúc nầy đây tuổi già trơ trọi một mình nên buộc phải đành sống chung với một đám tây già với đầm già trong một Viện Dưỡng Lão miệt quê, cạnh một dòng sông*

VÕ KỲ ĐIỀN
MINH NGỌC
tùy bút - truyện - phê bình
CHUYỆN
GẦN
CHUYỆN
XA

lớn. Đa số là sứt càng gãy gọng, bà ngồi xe lăn, ông chống gậy, nói năng ngọng nghịu, có người nói không ra hơi thều thào, mà thều thào bằng tiếng tây Québecois làm sao mà nghe hiểu cho được. Cái kiến thức tôi về xã hội Tây Phương nầy thiệt tình là bù trớt, làm sao mà xen vô góp vài câu cho vui, nghe cho được. Tôi sống ở xứ nầy gần nửa thế kỷ rồi mà như có ai cắc cớ lấy nước trộn chung với dầu. Hổng lẽ ngồi chung một đám, mình cứ im lặng và cười trừ, quê ơi là quê. Nhưng thiệt ra không có gì là quê hết, bởi tụi nó có biết tôi là ai đâu. Cứ cho tôi là một ông Tàu già lẩm ca lẩm cẩm, lơ ngơ láo ngáo. Mà thiệt vậy, nhiều khi ngồi ở nhà ăn mà ngủ gục luôn trên bàn, tự nhiên như trong phòng ngủ. Thành ra, đôi khi già cũng sướng thiệt, muốn làm gì thì làm, muốn nói gì thì nói, ăn bận sao cũng được, có ai lại đành trách cứ người già làm chi." (Nói Năng Chi Cũng Thừa).

Chuyện gần nhất, ông nhà văn họ Võ kể như vậy. Ông tự nhận là một ông già bỏ đi, thiệt tình ông tự họa hơi quá. Mỗi lần tôi phôn nói chuyện với ông, ông chẳng bao giờ tắt nụ cười hể hả, nghe rất sướng tai. Vài năm trước đây, ông làm anh em bạn bè ngả mũ thán phục khi ông…tái giá. Trộm phép ông, tôi phải tiết lộ là ông đã ba lần lên xe hoa. Lần thứ ba khi ông đã qua tuổi "cổ lai hy" quá chừng chừng. Còn lần thứ hai khi mô? Ông rao nam rao bắc trước khi vào chuyện. Ông nhắc chuyện của ông Chủ Tịch Hạ Viện khi xưa Nguyễn Bá Lương cưới bà chủ xe đò Bửu Hiệp, chuyện nhà văn Trương Bảo Sơn tái giá khi đã trên sáu chục, rồi ông thủ thỉ với nhà thơ Lưu Nguyễn không biết họ còn "làm ăn" chi được không. *"Câu trả lời phải chờ vài chục năm sau. Năm đó tôi vừa được sáu mươi hai tuổi và tôi cũng liều gan... mà cưới vợ đại. Trước khi cưới, tôi nhớ tới ông Nguyễn Bá Lương, bác Trương Bảo Sơn và bạn Lưu Nguyễn. Hiện nay thì tôi đang ở cái tuổi thời đó của các bác nè. Cái tuổi "hồi dương liệt lão". Và tôi cũng đã cưới vợ như các bác đã từng cưới. Tục ngữ đất nước mình có câu "Cười người hôm trước hôm sau người cười". Bạn ơi, tôi không cần hỏi bạn nữa đâu, cũng không cần hỏi ai hết, cũng không cần câu trả lời. Mà tôi cũng không lo chuyện dây thiều liệt bất tử. Sáu mươi tuổi là còn trẻ lắm, ai nói già hồi nào. Ông hạ câu kết thiệt đắt: "Năm đó tôi vừa đúng sáu mươi hai tuổi nhưng cứ tưởng mình như trai mười tám".*

Chuyện gần xa của đời tư ông giáo Việt văn, viết tới đây tôi nghĩ chắc là đủ. Nói thêm nữa dám bị ông kiện ra tòa. Ông giáo họ Võ là một người nho thâm Hán rộng nên ông bàn chuyện chữ nghĩa nghe rất thấu tình đạt lý. Ông "trai mười tám tuổi" nên còn rất sung. Nhân đọc câu ca dao miền Nam: "Bắp non mà nướng lửa lò / Đố ai ve được con đò Thủ Thiêm", ông bàn về chữ "ve". Ve gái là hành động của tuổi thanh niên (cỡ mười tám?). *"Câu nầy khi đọc lên thì ai cũng hiểu hết. Nó đơn giản như tâm tình dân miền Nam nầy. Trái bắp còn non mới hái mà đem nướng trên lửa than hồng thì thơm ngon phải biết. Như cô chèo đò mỗi ngày đưa khách qua sông nhìn hiền lành xinh xắn dễ thương nhưng không phải dễ tán tỉnh đâu. Câu ca dao coi vậy mà tượng hình quá đỗi, cô gái chèo đò được ví với trái bắp nướng thơm ngon. Ai nghe cũng phát thèm! Nhưng điều làm tôi mất ngủ không phải là câu chuyện chèo đò hay trái bắp nướng, hoặc hình ảnh của đôi trai gái hẹn hò, dê qua dê lại. Mà tại cái chữ "ve" trong câu ca dao mắc dịch đó. Mỗi lần nghĩ tới nó là tôi khổ sở. Ve là gì?"* (Một Vài Chuyện Từ Câu Ca Dao Trái Bắp Nướng). Từ "ve" ông lần mò qua "dê", rồi qua "o mèo". Ông luận bàn rành rọt về từng chữ từng nghĩa, riết rồi các từ nghe ra như các hoạt động thanh niên bỗng mang bộ mặt nghiêm nghị rất hàn lâm. Sự nghiêm nghị của chữ nghĩa được ông giáo họ Võ bàn rất sâu. Từ chữ "rợ" hay "chợ" trong câu thơ của Bà Huyện Thanh Quan "lác đác bên sông chợ mấy nhà" tới Kinh Dịch trong chuyện táo quân hai ông một bà. Rồi Khúc Ngâm của Người Tiết Phụ đời Đường bên Trung Hoa. Với những bài chạm vào nghề nghiệp của ông, ông trở thành một ông già nghiêm chỉnh bàn chuyện chữ

Võ Kỳ Điền và Song Thao (Montreal, 2014)

nghĩa của thánh hiền. Không ba lơn cười cợt như "thanh niên mười tám tuổi". Tôi phải thú thật là theo ông phát mệt, tôi quẹo qua một bóng dáng tươi trẻ hơn.

Nhà văn Minh Ngọc thua ông Võ Kỳ Điền tới ba chục tuổi, là một người trẻ nhưng đôi khi cũng rất không trẻ. Chuyện gần cô dĩ nhiên thông suốt nhưng chuyện xa xưa cô cũng rành sáu câu. Chuyện xa nhất cô kể là chuyện lúc cô mới ba tuổi. Chuyện ông Đồng Tuy, một ông giáo biết chấm tử vi dọn về gần nhà cô ở Tân Quy. Sau 1975, ông giáo bị đi tù cải tạo vì tham gia Phong Trào Thống Nhất Dân Tộc và Xây Dựng Dân Chủ của Giáo sư Nguyễn Đình Huy. Khi cô lên trung học thì ông giáo được thả về sau hơn chục năm trôi dạt trong các trại tù ở miền Bắc. Sau khi tác giả Minh Ngọc qua Mỹ, ông lại bị bắt. Qua đài VOA, tác giả được biết ông bị trục xuất diện chính trị, từ nhà tù đi thẳng qua Hòa Lan. *"Sở dĩ bỗng dưng tôi nhớ tới Giáo Sư Đồng Tuy là vì chiều hôm qua đi làm về, nhận được cuốn sách mới của nhà văn Võ Kỳ Điền "Câu Hỏi Kiếp Người" qua bưu điện. Ông bắt đầu viết văn ở hải ngoại nên ở trong nước chắc ít ai biết, nhưng thời điểm thập niên 80-90, ông sớm nổi tiếng với những truyện ngắn súc tích, sâu sắc với giọng văn Nam bộ giữa một rừng cây bút Bắc kỳ. Viết văn giọng Nam rất khó viết hay, vì nếu sa đà quá mức vào lối văn nói miền Nam dễ trở thành lôi thôi, bình dân, mất tính văn chương. Nhà văn Võ Kỳ Điền có tính độc đáo riêng với văn phong chuẩn mực rõ ràng, trí thức mà vẫn mang cá tính hào sảng, hài hước của người miền Nam"*. (Ông Giáo Chấm Tử Vi và Nhà Văn Võ Kỳ Điền).

Khi miền Nam bị cộng sản cưỡng chiếm, nhà văn Minh Ngọc mới 4 tuổi. Cô không có dịp đọc văn chương miền Nam trước đó. Nhưng nhờ thân mẫu là một nhà giáo biết quý sách, cất giấu sách báo miền Nam khi chiến dịch đốt sách của phe thắng cuộc diễn ra nên cô được đọc muộn. Muộn nhưng rất say mê. *"Nhà tôi có cái tủ sắt lớn khuất trong góc. Khi chiến dịch kiểm kê văn hóa điên cuồng lôi hết sách báo quý giá từng nhà thiêu hủy, cái tủ sắt trở thành nơi cất giấu sách báo "phản động đồi trụy" – tủ sách gia đình, sách của người ta gởi giấu giùm. Khách tới nhà thường không để ý tới cái tủ sắt im lìm, thỉnh thoảng có người thấy, hỏi thì má tôi nói "Ôi, tủ này hồi đi làm họ thanh lý văn phòng, tui đem về để đó mà có đồ gì đâu để cất, khóa hư rồi lâu lắm không rớ tới", khách nghe rồi bỏ qua, đâu ai ngờ trong đó là cả một kho tàng văn học miền Nam, đối với gia đình tôi còn quý hơn vàng bạc. Thế giới tuổi thơ của tôi nằm trong cái tủ sắt với những bộ sách Thạch Lam, Tô Hoài, Duyên Anh cùng hầu hết tác phẩm của tất cả tên tuổi văn nghệ hàng đầu của miền Nam trong khi các tác giả đang bị nhốt trong nhà tù Phan Đăng Lưu, Chí Hòa, trại tù Suối Máu, Gia Trung, thậm chí núi rừng miền Bắc xa xôi".* (Thế Giới Tuổi Thơ Trong Tủ Sắt).

Minh Ngọc là người ham đọc nhớ dai. Trong tủ sách chui tại nhà cô có đủ bộ Thời Nay mà tôi là một trong những cây viết chủ lực. Cô đọc hết và nhớ rất rõ từng số. Sau này, khi cô định cư tại New York, mỗi lần cần tìm lại một bài nào của tôi viết cho Thời Nay, tôi chỉ việc ới cô, cô nhớ liền, có khi còn nhớ cả những tấm hình kèm theo bài. Chỉ nhấp nháy sau, cô

Minh Ngọc và Song Thao (Montreal, 2017)

gửi cho tôi bản *scan* của bài viết. Tôi nghĩ cô có mang sách báo theo qua Mỹ nhưng không phải. Sách báo cũ vẫn còn nằm tại Tân Quy, cô liên lạc với người nhà tìm lại và gửi qua cho cô. Thời buổi *internet*, không gian đâu có xa, thời gian đâu có là thứ kéo dài, mọi chuyện gần xịt.

Minh Ngọc có một trí nhớ đáng nể. Tới giờ, cô bác sĩ chuyên khoa gây mê này còn nhớ vanh vách các nhân vật truyện Tầu và truyện chưởng mà cô đọc từ hồi còn ở Việt Nam. Cô bàn về từng nhân vật dễ dàng như họ lẩn khuất đâu đây trong nhà cô. Tuổi trẻ, dân Bắc kỳ như tôi quen nói là "có tý tuổi đầu", nhưng cô già trước tuổi. Không biết cô có tự gây mê cho mình không mà cô mê mệt với văn chương chữ nghĩa còn sót lại. Hồi còn ở Việt Nam, chiếc tủ sách chui của gia đình cô còn là nơi ẩn trốn của những cuốn sách quý của bạn bè. Khi họ tới lấy về lúc đã sóng yên biển lặng, cô tiếc đứt ruột. Tiếc nhất là cuốn "Vang Bóng Một Thời" của Nguyễn Tuân, bản in đặc biệt trên giấy ngà, bìa vải đen chữ thếp vàng, trang đầu có triện son. Cô học được cách uống trà của các bậc văn nhân xưa, và cô mê thú uống trà. *Vì đọc Nguyễn Tuân mà từ nhỏ tôi đã mê uống trà. Khổ cái là thời đó các vườn trà danh tiếng ở Bảo Lộc, Lâm Đồng đã bị quốc hữu hóa thành trà quốc doanh, ai cũng biết hàng quốc doanh là như thế nào, mua ở chợ hay hợp tác xã uống không vô. Má tôi là cô giáo, ngày lễ tết thỉnh thoảng được phụ huynh biếu tặng trà tốt kiếm được nhờ nguồn quen biết riêng. Tôi học theo Nguyễn Tuân, tuy không có các loại ấm đồng, bình trà cầu kỳ, nhưng cố công pha bằng nước mưa nấu vừa sôi chứ không chịu nước máy, ai cũng cười đứa con nít mà khó khăn tỉ mỉ với nước pha trà*. Qua tới Mỹ, dịp Tết, cô được một người Hoa biếu thứ mà cô mong ước từ lâu: một bình sứ tròn màu xanh ngọc, nắp khằn kín, bên trong là đọt trà khô hái đầu mùa tuyết trên núi. *Tôi nhìn trà quý mà tiếc vì chiều tối mùng hai trời bỗng dưng đổ trận tuyết đầu năm, phải chi biết trước tôi đã ra giữa sân hứng tuyết để pha trà như ni cô Diệu Ngọc trong Hồng Lâu Mộng*". (Chén Trà Đầu Xuân).

Minh Ngọc trẻ nhưng già, gần mà xa, nhưng cách nào cô cũng không thể trẻ bằng ông Võ Kỳ Điền. Cô không đọc được mấy chữ Nho trên bình trà nên bút đàm với ông Võ. Ông nho chùm này chẳng khó khăn chi để đọc mấy chữ "Lô Sơn Vân Tuyết Trà". "*Lô Sơn thì quá nổi tiếng trong văn học sử Trung Hoa, thế là chúng tôi sa đà từ Tô Đông Pha qua Lý Bạch. Ngắm những đọt trà xanh biếc từ từ lắng xuống đáy chén sứ trắng, hương thơm dìu dịu quyến rũ trong một ngày đông giá lạnh, bàn luận Đường thi trên Facebook, quả là thú tuyệt*".

Tôi chưa già hung nhưng nhìn quanh thấy ai cũng ít tuổi hơn mình, kể cả ông Biden lẫn ông Trump, bỗng cảm thấy hình như tôi vừa thấy một cái bóng già trong lốt trẻ. Chuyện xa đã vậy, chuyện gần có khác. Quen với các ông Nguyễn Xuân Hoàng, Bùi Bảo Trúc, Minh Ngọc trở lại cái lốt trẻ. "*Ông Hoàng có ý muốn giới thiệu tôi quen biết với các văn nghệ sĩ khác, nhưng tôi nghĩ phận con cháu đâu dám leo trèo ngồi chung chiếu với các vị trưởng thượng, nên chỉ giới hạn với ba vị mà thôi*". Hai vị là các ông Hoàng và Trúc, vị thứ ba là Song Thao, "*cây bút tôi ái mộ nhất trong bộ Thời Nay gia đình*". Ông Song Thao vui như mở cờ trong bụng vì được hạ xuống, không phải thuộc nhóm "các vị trưởng thượng"!

Từ năm 2000, Minh Ngọc viết đều cho tạp chí Văn của Nguyễn Xuân Hoàng dưới bút hiệu Ngọc, chỉ một chữ trơ trọi đứng giữa đời. Khởi đầu với những truyện ngắn khá độc đáo. Trong cuốn "Chuyện Gần Chuyện Xa" này, cô cũng cho in một số truyện ngắn mới viết. Sau đó cô còn giữ mục "Văn Nghệ Thế Giới" nhằm giới thiệu tin tức văn học ngoại quốc. Nghề chính là khoa học nhưng lòng cô lại sa đà vào chuyện chữ nghĩa, nếu nói "văn võ toàn tài" không biết có đúng vào trường hợp của cô hay không.

Trong "Mào Đầu" của cuốn "Chuyện Gần Chuyện Xa" này, hai tác giả viết: *"Thập niên 80-90 ở hải ngoại, có xu hướng gom hết các nhà văn viết giọng Nam kỳ vào một thể loại gọi là "văn chương miệt vườn", một thuật ngữ tào lao hết chỗ nói, nhưng vẫn lưu truyền tới bây giờ. Những phê bình gia đó, hầu hết gốc Bắc, gốc Trung, nhìn vào văn chương Nam bộ một cách phiến diện, kẻ cả. Ngoại trừ Hồ Trường An hay viết về đời sống dân quê, hầu hết các cây bút Nam kỳ khác như Kiệt Tấn, Võ Kỳ Điền, Phan thị Trọng Tuyến...phản ảnh sinh hoạt của giới trung lưu trí thức. Mặc dù viết bằng giọng Nam kỳ, họ không lạm dụng từ ngữ dân dã hay khai thác lối sống "miệt vườn'."*

Ngay từ khi được đọc những truyện ngắn đầu tay của Võ Kỳ Điền trên tạp chí Làng Văn trong thập niên 1980, tôi đã thích thú với giọng văn rặt Nam kỳ của tác giả. Nhưng văn phong đậm hơi hướm Nam Kỳ này không hề "miệt vườn" chút xíu nào. Nhà văn Minh Ngọc, sanh sau đẻ muộn, cũng có văn phong Nam kỳ nhưng không đậm đà như ông giáo đã có hơn nửa đời người dạy học tại quê nhà. Nhưng dầu sao họ cũng có một mẫu số chung, cái làm cho hai nhà văn, một già một trẻ, đứng chung với nhau trong một cuốn sách với những chuyện từ quê nhà qua quê người, từ khi gần tới lúc xa, như không mảy may ảnh hưởng tới phong cách của họ. Mong cuốn sách này chỉ là khởi đầu cho những cuốn tiếp theo, vẫn chuyện gần chuyện xa, thêm chuyện xa chuyện gần!

09/2022

DIỆU HƯƠNG THOANG THOẢNG DIỆU HƯƠNG
BÊN ÔNG MỘT CHỮ TRĂM PHƯƠNG PHIẾM THẦN
Luân Hoán

đời nhiều con gái tên Hương
nhất là vùng đất thấm hương giang đều
triền miên mưa thắm thiết gieo
mọc xanh mỹ nữ dọc theo chân đời

không hoa hậu cũng hoa khôi
(câu này tôi viết lâu rồi chưa quên)
cũng như ao ước có em
Huế đi ngang, ngước mắt lên ngó mình

chỉ vậy thôi, đời vô tình
tôi trai xứ Quảng mất linh hoàn toàn
bực ông xứ Bắc vênh vang
chánh sở chi đó thỉnh một nàng đi...

*

O Huế này, rất phương phi
mượt mà nhan sắc từ khi ăn hàng
O giấu thầy, cất hộc bàn
những me cùng ổi, xoài... toàn trái ngon

nghe đồn O tuyệt đỉnh khôn
biết mười học một luôn ngon nhất nhì
con ông hiệu trưởng có uy
soạn sách dạy toán luyện thi đề huề

tôi không lạ thầy họ Lê
Nguyên Diệm tên gọi, luôn bề thế oai
con gái giống cha có tài
sớm thành cô giáo miệt mài bảng đen

Đà Lạt lập nghiệp theo bằng
được bao lâu đã áo khăn theo chàng
trai Hà Nội, cùng lên trang
ái tình tiểu thuyết miên man dài dài

theo đời lên xuống như ai
có vài ngày diễn trong vai chợ trời
trốn khổ lên máy bay ngồi
vẫy tay từ biệt sông đồi quê hương

*

tên Hương giàu sẵn mùi hương
xứ người chớp mắt lên hương tức thì
sống vui trong những chuyến đi
đông tây tứ xứ, chàng ghi nàng nhìn

khuân hết ảnh hình hữu tình
đậm đà lịch sử văn minh lên dòng
sách in không chỉ có công
một tay ông phiếm, còn lòng Diệu Hương

diệu của diệu kỳ phi thường
hương của trời đất từ nguồn thương yêu:
bốn con, ba gái mỹ miều
một trai tuấn tú bọc điều bước ra

bốn cháu không chung nóc gia
cặp đôi thủ thỉ trong nhà hồi xuân
gần như kéo-ghế mỗi tuần
phở bắc bún chả... Thái, Lào... luôn luôn

quanh năm khó gặp cái buồn
phim bộ ca nhạc cộng hương bạn bè
ông tán chuyện bà ngồi nghe
phòng khách lây đến phòng the tình nồng

*

vợ bạn vợ tôi đồng lòng
ít gặp, khi ngộ như thân lâu đời
chẳng thể nào vẽ tận nơi
tấm hình đích thực những người quen thân

ngón nghề phác họa truyền thần
của tôi xuống cấp tả chân mất rồi
mời soi thử vết chân đời
có lưu chút ít trong lời vu vơ

gõ bài này từ 3 giờ
chừ 5 giờ mấy...đang chờ sáng ra
bên ngoài chẳng gió mưa qua
để xem có thể mang hoa tới nhà?

(cụm hoa người ngó về ta
sống trong thơ thẩn rề rà lâu nay)

Luân Hoán
*3giờ 05 - 5g22, 22-10-2022

PHIẾM 28 và DẤU CHÂN LANG BẠT II:
lại rai giới thiệu mươi dòng

PHIẾM 28

Không lặp lại định nghĩa và cách viết Phiếm thành tác phẩm văn chương của Song Thao - không ca ngợi sức viết và giá trị nội dung, xin phép nói qua chữ, mươi dòng:

Trong 28 đề tài, 28 bài viết ngắn dài, súc tích khác nhau, đố quí bạn tôi chọn tên bài nào để đọc lại trước ?

Tự giải đáp ngay:

Trước tiên, tôi chọn Thái Giám, vì thường xem phim Tàu. Ở những bộ phim dựa vào ngoại sử thời xa xưa để sống lại, các ông Thái Giám tôi đã gặp khá nhiều, hầu hết các vị này khi có chức sắc thường tàn độc, hung ác. Đó là Thái Giám qua phim ảnh. Còn Thái Giám qua chữ nghĩa của Song Thao sẽ ra sao ? Tôi đọc tôi biết. Các bạn đọc các bạn tìm hiểu thêm, vậy nên các bạn cần nhanh tìm sách để đọc.

Chuyện thứ hai, tôi đọc là bài Dựa Hơi Chó, bởi tôi đang phổ biến loạt bài Dựa Hơi Bè Bạn của tôi. Người và Chó, với người Việt chúng ta, nếu so sánh, sẽ sinh ra hiểu lầm. Ở bài viết của Song Thao dĩ nhiên không có sự so sánh nào. Ông chỉ chưng qua chữ nghĩa lẫn hình chụp, sự thương mến, thân thiện giữa hai sinh vật này. Người ở nhiều độ tuổi, giới tính, nghề nghiệp, chức vụ… dĩ nhiên ông chọn giới thiệu, lên hình, những người tương đối đã lên mặt báo, cỡ như vũ công

SONG THAO

PHIẾM 28

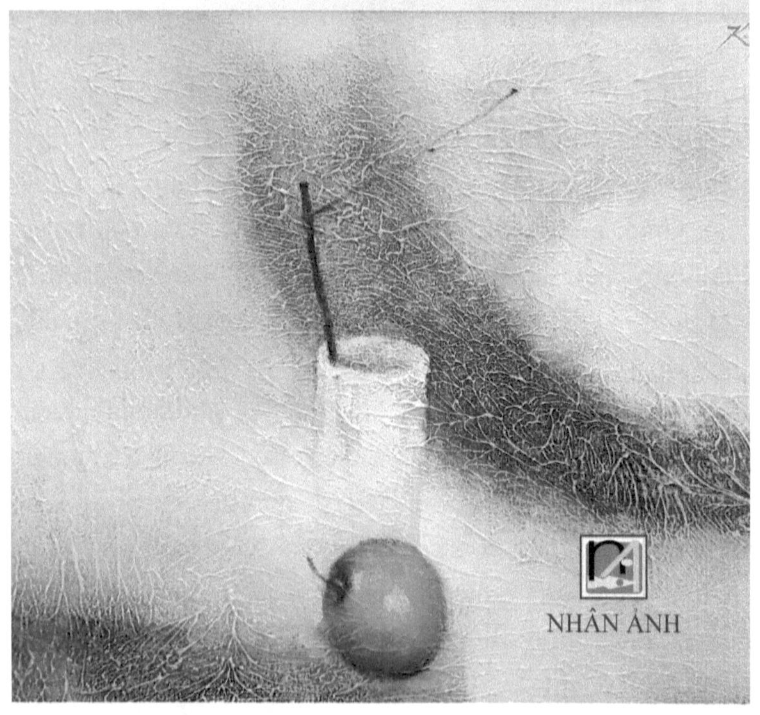

NHÂN ẢNH

người Anh, Meardon, người mẫu Emily Ratajkowski, nam tài tử Daniel Radcliffe…(tôi không ghi lại đây những điều ông ST viết ra, chỉ xin tóm gọn: lạ, vui, hấp dẫn và những ai đang chọn Chó làm thú cưng, có thể tìm thấy những điều đáng học. Trong bài viết này, Song Thao có dẫn chứng một đoạn viết của nhà Phạm xuân Nghiêm nói về nhà thơ Bảo Sinh (có in ảnh thi sĩ này) là người được ST nhặt thơ làm duyên cho bài viết. Thơ trích thường ngắn, nên tôi không ngại gõ lại để các bạn cùng đọc:

đoạn trích ở trang 126:

làm thơ, nuôi chó, chọi gà

ba trò chơi ấy làm ra bơ phờ

suốt ngày nửa tỉnh nửa mơ

trông ai cũng thấy nửa thơ nửa gà

đoạn trích ở trang 128:

đêm qua anh đi chơi về

hương tình men rượu bay đi ít nhiều

vợ con chẳng nói một điều

chỉ con chó mực vẫy liều cái đuôi.

Bài tôi đọc tiếp theo là bài Lấy Hay Không Lấy, vì tôi ngửi thấy mùi "Ba Hoa Huê Tình" ở trong câu chuyện này. Và đúng như vậy, tôi được đọc lại trích đoạn thơ bà Hồ Xuân Hương. Đừng ai hỏi bà Hồ Xuân Hương là bà nào nghe? và sao không chưng ra bài trích? Tôi dành giờ gõ trích dẫn cho việc mời quí bạn đọc mấy câu kết bài của Song Thao:

"… Viết tới đây tôi thấy ngậm ngùi. Nam nhi đã bị cho đi chỗ khác chơi. Thời buổi này, người ta không cần một bờ vai. Ông bạn tôi không nghĩ như vậy. Ông bảo dù có đơn thân sanh con, các bà cũng còn cần tới thứ nguyên liệu mà chỉ có đàn ông chúng tôi mới sản xuất ra được. Đâu có dễ gì cắt một nhịp cầu !"

(ST- trang 227)

Đọc hết bài này tôi nghỉ mắt một chút, vén màn ngó ra trời còn tối, bỗng dưng nảy nòi mấy câu vần trắc, không ăn nhập đến chủ đề của Song Thao viết, nhưng thoáng thấy bùi ngùi khác với ngậm ngùi của ST, và ít nhiều vui vui, xin góp vào đây tặng riêng những bạn tám túi của tôi:

> *Đã cứng mà còn ngắc*
> *Đó chính là bước ngoặt*
> *Từ giai đoạn loắt choắt*
> *Chuyển qua thời hoan tặc (h, không g)*
> *Bây chừ cứng hết ngắc*
> *Quả thật trời chơi ngặt*
> *Chỉ rục rịch lắt nhắt*
> *Nói chung gần bế tắc (LH).*

Để tiếp theo, tôi biết Song Thao thường trích dẫn nhiều thơ trong các bài viết, nên tôi lật từng trang và thấy có thơ của Lê Nại, Luân Hoán, Quan Dương, Hoàng Quỳnh Mai, Bảo Sinh, Hoàng Lộc, bs Lê Văn Lân, Vũ Hoàng Chương, Tú Xương, Tú Mỡ, Ngô Đức Kế, Hồ Xuân Hương, Trần Đăng Khoa, Hoàng Cầm, Nguyễn Bính, Lê Đình Điểu, Lê Thị Thanh Dương…

Về những người sinh hoạt văn học nghệ thuật ông cũng nhắc đến với số lượng quá đông, trong nước cùng hải ngoại, không thể nào kê vào đây hết, riêng các bạn tôi có quen biết, gần như không sót ai, nào là Đỗ Hồng Ngọc, Hoàng Hải Thủy, Khánh Trường, Thành Tôn, Hồ Đình Nghiêm, Trang Châu, Võ Kỳ Điền, Hoàng Xuân Sơn. Đỗ KH, Huy Phương. Phan kim Thịnh…

Phiếm-Song-Thao, ba chữ dính liền này, càng đọc càng thích, tôi định mở sách tìm bài theo kiểu bói Kiều, nhưng nghĩ lại bài nào cũng đáng và cần đọc, nên tạm gác lại từ từ sẽ đọc tiếp sau.

Cảm ơn nhà văn Song Thao tiếp tục cho tôi trọn bộ sách của anh, riêng Phiếm đã 28 cuốn rồi. Rất vui vẻ chào hàng đến quí bạn văn, bạn đọc FB tôi.

Đa tạ,

DẤU CHÂN LANG BẠT II:

Sách dày 282 trang.

mục lục:

SONG THAO

DẤU CHÂN LANG BẠT

Du ký II

NHÂN ẢNH 2022

Qua lời "Mở" để bước vào những trang sách, tác giả thông tin đến bạn đọc, đại ý cụ thể như sau:

* Du ký là một số kỷ niệm vui buồn, trong những chuyến ngao du của chính mình, trong cuộc sống riêng nhiều di chuyển và đổi thay.

* Cuốn thứ 2 này tiếp nối 27 địa danh đã đi qua từ cuốn 1 đã ghi lại, in và phát hành trước đây (gồm văn và hình ảnh).

* Những bài trong cuốn này được viết từ năm 2016 đến nay, trong 6 năm. Tác giả cũng cho biết lẽ ra cuốn sách sẽ bề thế giàu số trang hơn, nhưng vì nạn Covid nên đành hạn chế trong 300 trang.

Ý chính của tác giả, ngoài việc ôn, sống lại theo từng bước đã qua đi, ông luôn tiện mời bạn đọc cùng đồng hành ngao du, và thân vui nhắc nhở trước khi khởi hành « Một lần nữa, mời các bạn đọc cột dây nịt an toàn và lên đường!»

Cá nhân tôi được cùng đi chơi với ông vài lần (trong thực tế) và qua sách báo (nhiều lần) xin tin thêm với các bạn nên yên tâm, đi với ông nhà văn này rất an toàn, nếu có bất ngờ mệt mỏi; ông sẽ vui vẻ giúp đỡ, (cho vịn vai đứng thở chẳng hạn). Thứ hai đỡ mất thì giờ tìm hiểu tại chỗ về một địa danh, một thắng cảnh, một di tích nào đó... bởi đã có ông mang theo tự điển du lịch trong người, vui vẻ giải thích cội nguồn cặn kẽ như những gì ông viết.

Với những bạn lười du lịch hoặc thiếu điều kiện, đọc Du Ký của Song Thao xem như đã thực hiện một nửa hoặc nhiều hơn một chuyến "đi cho biết đó biết đây"..

Cám ơn anh chị Song Thao đã ghé thăm và tặng sách quí.

Luân Hoán
7g56, 29-6-2022

CÙNG MỘT TÁC GIẢ

Bỏ Chốn Mù Sương (tập truyện, Kinh Đô, Houston, Hoa Kỳ 1993)

Đong Đưa Cuộc Tình (tập truyện, Ngày Nay, Houston, Hoa Kỳ 1996)

Còn Đó Bóng Hình (tập truyện, Văn Mới, Los Angeles, Hoa Kỳ 1997)

Chân Mang Giầy Số 6 (tập truyện, Văn Mới, Los Angeles, Hoa Kỳ 1999)

Cuối Ngày, Một Lần Ngồi Lại (tập truyện, Văn Mới, Los Angeles, Hoa Kỳ 2001)

Bên Lưng Những Con Chữ (tập truyện, Văn Mới, Gardena, Hoa Kỳ 2003)

Phiếm 1 (Văn Mới, Gardena, Hoa Kỳ 2005)

     (In lần thứ hai - Nhân Ảnh, Toronto, 2006)

     (In lần thứ ba - Nhân Ảnh, Toronto, 2008)

Phiếm 2 (Văn Mới, Gardena, Hoa Kỳ 2005)

     (In lần thứ hai - Nhân Ảnh, Toronto, 2006)

     (In lần thứ ba - Nhân Ảnh, Toronto, 2008)

Phiếm 3 (Nhân Ảnh, Toronto, Canada 2006)

     (In lần thứ hai - Nhân Ảnh, Toronto, 2008)

Chốn Cũ (tập truyện, Nhân Ảnh, Toronto, Canada 2006)

Phiếm 4 (Nhân Ảnh, Toronto, Canada 2007)

     (In lần thứ hai - Nhân Ảnh, Toronto, 2015)

Phiếm 5 (Nhân Ảnh, Toronto, Canada 2008)

     (In lần thứ hai - Nhân Ảnh, Toronto, 2015)

Phiếm 6 (Nhân Ảnh, Toronto, Canada 2009)

     (In lần thứ hai - Nhân Ảnh, Toronto, 2015)

Phiếm 7 (Nhân Ảnh, Toronto, Canada 2009)

     (In lần thứ hai - Nhân Ảnh, San Jose, 2016)

To the Top of Whistler (tập truyện chuyển sang Anh ngữ, Nhân Ảnh, Toronto, Canada 2010)

     (In lần thứ hai - Nhân Ảnh, San Jose, 2016)

Phiếm 8 (Nhân Ảnh, Toronto, Canada 2010)

     (In lần thứ hai - Nhân Ảnh, San Jose, 2016)

Phiếm 9 (Nhân Ảnh, Toronto, Canada 2011)

     (In lần thứ hai - Nhân Ảnh, San Jose, 2016)

Phiếm 10 (Nhân Ảnh, Toronto, Canada 2011)

      (In lần thứ hai - Nhân Ảnh, San Jose, 2016)

Phiếm 11 (Nhân Ảnh, Toronto, Canada 2012)

      (In lần thứ hai - Nhân Ảnh, San Jose, 2016)

Phiếm 12 (Nhân Ảnh, Toronto, Canada 2012)

      (In lần thứ hai - Nhân Ảnh, San Jose, 2016)

Tuyển Tập Truyện Ngắn Song Thao, Tập I

      (Nhân Ảnh, Toronto, Canada 2013)

      (In lần thứ hai - Nhân Ảnh, Toronto, 2015)

Phiếm 13 (Nhân Ảnh, Toronto, Canada 2013)

      (In lần thứ hai - Nhân Ảnh, San Jose, 2016)

Tuyển Tập Truyện Ngắn Song Thao, Tập II

      (Nhân Ảnh, Toronto, Canada 2013)

Phiếm 14 (Nhân Ảnh, Toronto, Canada 2014)

      (In lần thứ hai - Nhân Ảnh, San Jose, 2016)

Tuyển Tập Truyện Ngắn Song Thao, Tập III

      (Nhân Ảnh, Toronto, Canada 2014)

Tuyển Tập Truyện Ngắn Song Thao, Tập IV

      (Nhân Ảnh, Toronto, Canada 2014)

Phiếm 15 (Nhân Ảnh, Toronto, Canada 2014)

      (In lần thứ hai - Nhân Ảnh, San Jose, 2016)

Phiếm 16 (Nhân Ảnh, Toronto, Canada 2015)

Phiếm 17 (Nhân Ảnh, Toronto, Canada 2016)

Phiếm 18 (Nhân Ảnh, Toronto, Canada 2016)

Dấu Chân Lang Bạt I (Nhân Ảnh, Toronto, Canada 2016)

    (In lần thứ hai - Nhân Ảnh, Huntington Beach, Hoa Kỳ 2022)

Phiếm 19 (Nhân Ảnh, San José, Hoa Kỳ 2017)

Phiếm 20 (Nhân Ảnh, San José, Hoa Kỳ 2017)

Phiếm 21 (Nhân Ảnh, San José, Hoa Kỳ 2018)

Phiếm 22 (Nhân Ảnh, San José, Hoa Kỳ 2019)

Nhà xuất bản NHÂN ẢNH
18366 Mapledale LN
Huntington Beach, CA 95678
U.S.A.
E-mail: han.le3359@gmail.com

Liên lạc với tác giả:
TẠ TRUNG SƠN
7805 Claire Fauteux, #1
Montréal, Qc., H1K 5B6 - Canada
Điện thoại: 514-354-5338
Cell: 514-916-5338
Email: tatrungson@hotmail.com